അവൾ സിനിമയെ നോക്കുന്നു

ഇന്ത്യൻ സ്ത്രീ സംവിധായകർ

aval cinimaye nokkunnu
indian sthree samvithayakar

•

vinod payam

•

first edition
december 2013

•

typesetting & published
chintha publishers, thiruvananthapuram

•

cover
midas

വിതരണം
ദേശാഭിമാനി ബുക്ക് ഹൗസ്
H O തിരുവനന്തപുരം–695 035
phone: 0471-2303026, 6063026
www.chinthapublishers.com
chinthapublishers@gmail.com

ബ്രാഞ്ചുകൾ

ഹെഡ്ഡാഫീസ് ബ്രാഞ്ച് കുന്നുകുഴി • സ്റ്റാച്യു തിരുവനന്തപുരം • കെ എസ് ആർ ടി സി ബസ് സ്റ്റേഷൻ ആലപ്പുഴ • കെ എസ് ആർ ടി സി ബസ് സ്റ്റേഷൻ എറണാകുളം • മച്ചിങ്ങൽ ലെയ്ൻ തൃശൂർ • ഐ ജി റോഡ് കോഴിക്കോട് • മാവൂർ റോഡ് കോഴിക്കോട് • എൻ ജി ഒ യൂണിയൻ ബിൽഡിങ് കണ്ണൂർ • സെൻട്രൽ ബസ് ടെർമിനൽ കോംപ്ലക്സ് താവക്കര കണ്ണൂർ

CO - 2012 / 3385

അവൾ സിനിമയെ നോക്കുന്നു

ഇന്ത്യൻ സ്ത്രീ സംവിധായകർ

വിനോദ് പായം

ചിന്ത പബ്ലിഷേഴ്സ്
തിരുവനന്തപുരം-695 035

വിനോദ് പായം

കാസർകോട് ജില്ലയിലെ പായം സ്വദേശി. പരേതനായ നാരായണൻനായരുടെയും ഇ ശാരദയുടെയും മകൻ. കാസർകോട് ഗവ. കോളേജ്, കൊച്ചി കേരള പ്രസ് അക്കാദമി എന്നിവിടങ്ങളിൽ പഠനം. ഇപ്പോൾ *ദേശാഭിമാനി* ദിനപത്രത്തിന്റെ തിരുവനന്തപുരം സെൻട്രൽ ഡസ്കിൽ സീനിയർ സബ് എഡിറ്റർ. ഗോവ, തിരുവനന്തപുരം രാജ്യാന്തര ചലച്ചിത്രമേളകൾ നിരവധി തവണ റിപ്പോർട്ട് ചെയ്തു.

ഭാര്യ : പ്രിയ.
മകൾ : കല്യാണി.
വിലാസം : ബേഡഡുക്ക പി ഒ,
കാസർകോട് 671541

ഫോൺ : 9447459861
email : vinodpayam@gmail.com

ഉള്ളടക്കം

പ്രസാധകക്കുറിപ്പ് 7

പെണ്ണുടലിന്റെ സംഘർഷ ഭൂമികൾ 9

സമാന്തരവീഥിയിലെ പെൺകരുത്ത് 26

പെൺ സിനിമയിലെ ആഗോള ദർശനം; രാഷ്ട്രീയം 33

സ്വാതന്ത്ര്യ പ്രഖ്യാപനം; പെണ്ണിന്റെയും കലയുടെയും 45

ആദ്യകിരണങ്ങൾ തട്ടം നീക്കിയ ധീരത 55

പരീക്ഷണങ്ങൾ കുടിയേറിയ തിരശ്ശീല 58

വലിയ കാര്യങ്ങളുടെ ചെറിയ സിനിമാക്കാരി 62

കുട്ടികളോട് പറയാം വലിയവർ കേട്ടോളും 65

അച്ഛന്റെ മകൾ 72

പെണ്ണുതന്നെ നായകൻ; നായികയും 75

ബോളിവുഡിലെ നൃത്തക്കാരി 81

പരിസ്ഥിതി രാഷ്ട്രീയം രാഷ്ട്രീയത്തിന്റെ പരിസ്ഥിതി 86

കവിതയുടെ മകൾ വിപണിയുടെ സിനിമ 90

കാരന്ത് വഴി നടത്തിയ സിനിമാ ചിന്തകൾ 93

ഗിന്നസിന്റെ സ്വന്തം വിജയ 98

ഭാനുമതി എന്ന സകലകലാവല്ലഭ 101

ബംഗാൾ വസന്തത്തിലെ ദേബി 104

ബംഗാളിൽ വീണ്ടും പെൺവഴി 108

അനുഭവങ്ങൾ പൂക്കുന്ന ക്രോസ്റോഡ് 111
ജനപ്രിയ നായിക കാമ്പേറിയ സിനിമകൾ 115
ഗൃഹാതുരതയുടെ നൂലിഴകൾ 121
അച്ഛന്റെ പെൺമക്കൾ 128
തെലുങ്ക് വിപണിയിലെ നന്ദിനി 132
ഭട്ട് കുടുംബത്തിലെ പെൺതിളക്കം 134
ഇന്ദിരയുടെ അമ്മ 139
തമിഴിലെ പുതുമുന്നേറ്റം 142
വീണ്ടും ഇന്ത്യൻ വംശജ ഇന്ത്യൻ ചിന്തകൾ 145
ഭാവന: പുതിയ സിനിമയുടെയും ചിന്തയുടെയും 150
തമിഴ്കരുത്തിന്റെ പ്രിയങ്കരി 153
തെലുങ്കിലെ പുതുജയം 156
ലീനയെന്ന എഡിറ്റർ; സംവിധായിക 159
അസമിൽനിന്നും ബോളിവുഡിലേക്ക് 162
ധോബി ഘട്ട് അഥവാ മുംബൈ ഡയറി 165
ഒറ്റസിനിമയെന്ന ഇതിഹാസം 167
മഹേഷിന്റെ ഭാര്യ; വേറിട്ട സിനിമ 170
നഗരവും പെൺശരീരവും ഒരു ചിത്രകാരി കാണുമ്പോൾ 172
ഗുജറാത്തിനെ പെണ്ണ് വായിക്കുന്നു 176
ലക്ഷ്മിയുടെ ആരോഹണം 179
പരസ്യവഴിയിൽ നിറഞ്ഞ രേവതി 181
എഴുത്തിന്റെ കരുത്ത്; കരുത്തിന്റെ സിനിമ 186
അകം നീറ്റിയ സിനിമാക്കാഴ്ചകൾ 190

പ്രസാധകക്കുറിപ്പ്

സിനിമയുടെ കണ്ണ് പൊതുവിൽ ആണിന്റേതാണ്. പുരുഷാധികാരത്തിന്റെ അധീശത്വം നിലനിൽക്കുന്ന കാലത്ത് അത് ഏറെ സ്വാഭാവികവുമാണ്. എന്നാൽ, സിനിമയുടെ ജനാധിപത്യ ഉള്ളടക്കവും ലിംഗപരമായ തുല്യതയും ഉറപ്പാക്കാൻ ധിഷണാശാലികളായ നിരവധിപേർ മുന്നോട്ടു വന്നിട്ടുണ്ട്. ഇവരിൽ പ്രധാനികളായ ഇന്ത്യൻ ചലച്ചിത്രകാരികളെ ഈ പുസ്തകത്തിൽ പരിചയപ്പെടുത്തുന്നു.

അപർണാ സെൻ, കൽപ്പനാ ലച്മി, മീരാനായർ, ദീപാ മേത്ത, ഫാത്തിമ ബീഗം, സോനാലി ബോസ്, സായ് പരഞ്ച്പെ, മേഘന ഗുൽസാർ, തനൂജ ചന്ദ്ര, ഫറാ ഖാൻ, സുമ ജോസ്സൺ, സോയ അഖ്തർ, പ്രേമ കാരന്ത്, വിജയ നിർമല, ഭാനുമതി, അരുന്ധതീ ദേബി, ശതരൂപ സന്യാൽ, രാജശ്രീ ഓജ, രേവതി, അഞ്ജലി മേനോൻ, ഐശ്വര്യ, സൗന്ദര്യ, പൂജാഭട്ട്, സുഹാസിനി, ഗൗരീന്ദർ ചന്ദ, ഭാവന തൽവാർ, ബി ജയലീന യാദവ്, റീമ കാഗ്തി, കിരൺ റാവു, അനുഷ റിസ്വി, സോണി ദസ്ദാൻ, മധുശ്രീ ദത്ത, നന്ദിത ദാസ്, രേവതി എസ് വർമ, ലീന മണിമേഖല, ശാലിനി ഉഷാനായർ, ലക്ഷ്മി രാമകൃഷ്ണൻ, വി പ്രീയ, മധുമിത, ബി വി നന്ദിനി റെഡ്ഡി, വിജയമേത്ത.

ഇന്ത്യൻ സിനിമയുടെ പെൺവഴികൾ അടയാളപ്പെടുത്തുന്ന ഈ പുസ്തകം സിനിമയെപ്പറ്റിയുള്ള ഒരു റഫറൻസ് പുസ്തകമാവും.

ചിന്ത പബ്ലിഷേഴ്സ്

പെണ്ണുടലിന്റെ സംഘർഷ ഭൂമികൾ

വ്യക്തിയുടെ മനോഗതിയും അതിന്റെ പരിസരങ്ങളും എങ്ങനെയെല്ലാം മറ്റൊരു വ്യക്തിയെ, ദേശത്തെ പിന്തുടരുന്നു–സ്വാധീനിക്കുന്നു എന്ന ചർച്ചയാണ് അപർണാ സെൻ സിനിമകളുടെ കാതൽ. വ്യക്തി അഥവാ പെണ്ണ് എന്ന ദേശം ജീവിതത്തിന്റെ ക്രയവിക്രയങ്ങളിൽ ഏതൊക്കെ മേഖലകളിൽ പ്രതിരോധം തീർക്കുന്നു, അതിജീവിക്കുന്നു എന്ന സൂക്ഷ്മമായ പഠനങ്ങളാണ് അവരുടെ സിനിമകൾ. വിധവ, കാമുകി, ഭാര്യ, അമ്മായിയമ്മ, മരുമകൾ, മകൾ തുടങ്ങിയ ജീവിത വ്യവഹാരങ്ങളിൽ പെണ്ണിന്റെ ഇടപെടലുകൾക്ക് എങ്ങനെയൊക്കെ സാധ്യതകളുണ്ട് എന്ന് അവരുടെ സിനിമകൾ ചർച്ചയാക്കുന്നു.

അപർണാ സെൻ

സൂക്ഷ്മമായ വ്യക്തി ജീവിത നിരീക്ഷണങ്ങൾ അപർണാ സെന്നിന് കൈവരുന്നത്, ഒരുവേള സത്യജിത് റായിയെപോലുള്ള വന്മരങ്ങളുടെ തണലിൽ നിന്നു തന്നെയെന്ന് പറയാം. ചെറുപ്രായത്തിൽ റായിയുടെ നായികയായി തുടങ്ങിയ സിനിമാ ജീവിതം, തിരശ്ശീലയിൽ മാത്രമല്ല അപർണയെ മാറ്റിമറിച്ചത്.

ബംഗാളി നവോത്ഥാനത്തിന്റെ വളക്കൂറുള്ള മണ്ണ്, അതിൽ തഴച്ചു വളർന്ന കലാ-രാഷ്ട്രീയ സംസ്കാരം, പെണ്ണുടലിന്റെ ആസക്തികളെ സത്യസന്ധമായി വരച്ചുചേർത്ത് കാട്ടാനുള്ള ധീരത, ഞെട്ടിത്തരിച്ചെങ്കിലും, ഇതാ നല്ല സിനിമ എന്ന സിനിമാനോട്ടക്കാരുടെ പരിപാലനം... തുടങ്ങിയ സാംസ്കാരിക പരിസ്ഥിതികൾ ഒത്തിണങ്ങിയപ്പോൾ അപർണയുടെ സിനിമകൾ സംഭവിച്ചു എന്നു പറയാം. സംവിധാനം എന്ന 'ടൂൾ' ആശങ്കപ്പെടാതെ കൈകാര്യം ചെയ്യുന്നതിനും ക്യാമറക്കാഴ്ചകൾ എഡിറ്റു ചെയ്യാതെ കാട്ടാനുമുള്ള ധീരത, വനിതാ പ്രസിദ്ധീകരണത്തിന്റെ എഡിറ്റർ എന്ന നിലയിൽ അപ്പോഴേക്കും അവർ ആർജിച്ചിരുന്നു.

ഇപ്പോഴത്തെ ബംഗ്ലാദേശിൽ പെടുന്ന കിഴക്കൻ ബംഗാളുകാരാണ് അപർണയുടെ കുടുംബക്കാർ. സാഹിത്യവിമർശകനും ബംഗാളി ചലച്ചിത്രകാരനുമായ ചിദാനന്ദ് ദാസ് ഗുപ്തയുടെയും സുപ്രിയ ദാസ് ഗുപ്തയുടെയും മകളായി 1954 ഒക്ടോബർ 25 ന് കൊൽക്കത്തയിലാണ് അപർണയുടെ ജനനം. ബംഗാളി കവി ജീബാനന്ദ ദാസിന്റെ അർധസഹോദരനാണ് അപർണയുടെ അമ്മ സുപ്രിയ. ഇങ്ങനെ സാഹിത്യവും സിനിമയും ഇടകലർന്ന സർഗാത്മകമായ കുടുംബാന്തരീക്ഷത്തിലാണ് അപർണയുടെ ചിന്തകൾ വികസിക്കുന്നതു തന്നെ. പത്താം വയസിൽ (1965) *മെജെ ബാവു* എന്ന ചിത്രത്തിൽ ബാലനടിയായി അപർണ തിരശ്ശീലയിലെത്തുന്നുണ്ട്. അച്ഛൻ ചിദാനന്ദിന്റെ പ്രേരണയായിരുന്നു ആ ബാലനടനത്തിനു പിന്നിൽ. പെൺകുട്ടികൾക്ക് വിദ്യാഭ്യാസം പ്രധാനമാണെന്ന ഉൽപ്പതിഷ്ണു ചിന്ത ചിദാനന്ദിൽ ഉറച്ചിരുന്നതിനാൽ, പിന്നീട് പുതിയ സിനിമകളിലേക്ക് ആ ബാലനടി പ്രവേശിച്ചില്ല. ഹസാരിബാഗിലും കൊൽക്കത്തയിലുമായി ബാല്യകാലം ചെലവിട്ട അപർണ കൊൽക്കത്ത മേഡേൺ ഗേൾസ് സ്കൂളിൽ ഹൈസ്കൂൾ വിദ്യാഭ്യാസവും പ്രസിഡൻസി കോളേജിൽ കോളേജ് വിദ്യാഭ്യാസവും (ബി എ ഇംഗ്ലീഷ്) പൂർത്തിയാക്കി.

ഇതിനിടയിലാണ് വിഖ്യാത ഫാഷൻ ഫോട്ടോഗ്രാഫർ ബ്രയാൻ ബ്രേക്ക് കൊൽക്കത്തയിലെത്തുന്നത്. ഇന്ത്യയുടെ മഴക്കാല ഭംഗി തേടിയലഞ്ഞ ഫോട്ടോഗ്രാഫർ, അതിന് പശ്ചാത്തലമൊരുക്കാൻ ഇന്ത്യൻ പെൺകുട്ടികളെ തേടി നടക്കുന്ന കാലം കൂടിയായിരുന്നു അത്. ആദ്യ മഴത്തുള്ളി മുഖത്ത് പതിക്കുമ്പോൾ നാണംകൊണ്ട് കുമ്പിടുന്ന നാണക്കാരിയായ പതിനാറുകാരിയായി ബ്രേക്കിന്റെ ഫോട്ടോയിൽ അപർണ വേഷമിട്ടു. മഴനൂലിനൊപ്പം ആദ്യമോഡലായി വേഷമിട്ട അനുഭവം അപർണ തന്നെ ഓർമിക്കുന്നുണ്ട്. മെലിഞ്ഞ് സുന്ദരിയായ ഞാൻ ചുവന്ന സാരിയുടുത്ത് തനി നാടൻ പെൺകുട്ടിയായി കൊൽക്കത്തയിലെ വീടിന്റെ ടെറസിൽ കയറി നിന്നു. പച്ച മൂക്കുത്തി ധരിക്കാനാണ് ബ്രേക്ക് എന്നോട് നിർദേശിച്ചത്. എന്നാൽ ചുവന്ന സാരിക്കൊപ്പം ചുവന്ന മൂക്കുത്തിയാണ് ഞാൻ ആഗ്രഹിച്ചത്. അദ്ദേഹം അത് സമ്മതിച്ചില്ല. മഴയുടെ പശ്ചാത്തലത്തിലെ ഇന്ത്യൻ പെൺകുട്ടിയുടെ നിറഭേദങ്ങൾ എങ്ങനെയൊക്കെ ആകണമെന്ന് അദ്ദേഹം നേരത്തെ തീരുമാനിച്ചതാ

ണ്. പച്ച മൂക്കുത്തി, തുളയില്ലാത്ത എന്റെ മൂക്കിൽ ബ്രേക്കിന്റെ സഹായികൾ ഒട്ടിച്ചുവച്ചു. വലിയൊരു കന്നാസിൽ നിറയെ വെള്ളവുമായി അവർ പുരപ്പുറത്ത് കയറി. ആകാശത്തേക്ക് നോക്കിയ എന്റെ മുഖത്തേക്ക് ആദ്യ ജലകണം വീണ് പൊട്ടിച്ചിതറി. പച്ച മൂക്കുത്തിയുടെയും ചുവന്ന സാരിയുടെയും പ്രഭയിൽ ബ്രേക്കിന്റെ ക്യാമറാക്കാഴ്ചകൾ മുങ്ങിത്താണു.

മോഡൽ എന്ന നിലയിലൊന്നും ആയിരുന്നില്ലെങ്കിലും ബ്രയാൻ ബ്രേക്കിന്റെ *മഴ നനയുന്ന ഇന്ത്യൻ പെൺകുട്ടി* എന്ന ചിത്രം അപർണയെ പ്രശസ്തയാക്കി. തന്റെ തട്ടകം അഭിനയമാണെന്ന തിരിച്ചറിവും ഇതോടെയുണ്ടാകുന്നു. പത്താംവയസിലെ *മെജെബാവു*വിലെ അഭിനയമുഹൂർത്തങ്ങളൊക്ക അപ്പോഴേക്കും മറന്നു പോയിരുന്നു. പിന്നീട്, അപർണയിലെ അഭിനയപ്രതിഭയെ തട്ടിയുണർത്തുന്നത് സാക്ഷാൽ സത്യജിത് റായിയാണ്. അദ്ദേഹം തന്റെ പ്രശസ്തമായ *തീൻ കന്യ* (മൂന്നു പെൺകുട്ടികൾ–1961) യിലേക്ക് അപർണയെ ക്ഷണിക്കുന്നു. രവീന്ദ്രനാഥ ടാഗോറിന്റെ വിഖ്യാതമായ മൂന്നു ചെറുകഥയെ അടിസ്ഥാനമാക്കിയാണ് *തീൻ കന്യ* തയാറാക്കിയത്. മൂന്നുഭാഗങ്ങളുള്ള സിനിമയിൽ മൂന്നാം ഖണ്ഡമായ *സമ്പതി*യിലെ നായികയാണ് അപർണ.

സൗമിത്ര ചാറ്റർജി, സീതാ മുഖർജി, ഗീതാഡേ തുടങ്ങിയവർ വേഷമിട്ട *സമ്പതി*യിൽ നഗരത്തിൽ പഠിച്ച് ജന്മനാട്ടിലേക്ക് മടങ്ങിയ അമൂല്യയുടെ കാമുകിയായാണ് അപർണ (മൃൺമയി) വേഷമിടുന്നത്. കുട്ടിക്കാലത്തേക്ക് നദീതീരത്തുകൂടി നീളുന്ന നാട്ടുപാതയിൽ ഇടയ്ക്കിടയ്ക്ക് വീഴുന്ന ചാറൽ മഴയിൽ അമൂല്യയും മൃൺമയിയും അനുരാഗബദ്ധരാകുന്നത് ചാരുതയോടെ ഈ സിനിമയിൽ റായി കാട്ടിത്തരുന്നുണ്ട്.

പോസ്റ്റ്മാസ്റ്റർ (56 മിനിറ്റ്), *മോനിഹാര* (61 മിനിറ്റ്), *സമ്പതി* (56 മിനിറ്റ്) എന്നീ മൂന്നു ഖണ്ഡങ്ങൾ ചേർന്നതാണ് *തീൻ കന്യ*. ഇതിൽ അപർണ വേഷമിട്ട *സമ്പതി* 1961 ൽ രാഷ്ട്രപതിയുടെ വെള്ളിമെഡൽ നേടിയ സിനിമയാണ്. അന്താരാഷ്ട്രവേദികളിൽ *പോസ്റ്റ്മാസ്റ്റർ*, *സമ്പതി* ഖണ്ഡങ്ങൾ മാത്രമാണ് പ്രദർശിപ്പിച്ചത്. *രണ്ടു പെൺമക്കൾ* എന്ന പേരിൽ മെൽബണിൽ (1962) പ്രദർശിപ്പിച്ച ഈ സിനിമയ്ക്ക് ഗോൾഡൺ ബൂമറാംഗ് അവാർഡ് ലഭിച്ചു. '63 ൽ ബെർലിൻ മേളയിലും സെൽസ്നിക് ഗോൾഡൻ ലോറൽ അവാർഡും ലഭിച്ചു. ദൈർഘ്യം കൂടിയതിനാലും ഇംഗ്ലീഷ് സബ് ടൈറ്റിൽ ഇല്ലാത്തതിനാലുമാണ് അന്താരാഷ്ട്ര വേദികളിൽ *മോനിഹാര* പ്രദർശിപ്പിക്കാത്തത്. മൂന്നു ഖണ്ഡങ്ങളും ഉൾപ്പെടുത്തിയ *തീൻ കന്യ* (ബ്ലാക്ക് ആന്റ് വൈറ്റ്) ഡി വി ഡി ഫോർമാറ്റിൽ ഇപ്പോൾ ലഭ്യമാണ്. വി എച്ച് എസ് ഫോർമാറ്റിൽ *രണ്ടുപെൺമക്കൾ* 1997 ൽ പുറത്തിറക്കിയിട്ടുണ്ട്.

"സത്യജിത് റായിയെ അറിയാത്ത ഒരാൾക്ക് അദ്ദേഹത്തിന്റെ സിനിമയെ പരിചയപ്പെടുത്താൻ, ഏതെങ്കിലും ഒരു സിനിമ തെരഞ്ഞെടുക്കാൻ പറഞ്ഞാൽ, ഞാൻ തീർച്ചയായും പരിഗണിക്കുക *തീൻ കന്യ*യെയായിരിക്കും" റായിയുടെ ജീവചരിത്രകാരനായ ആൻഡ്രു റോബിൻ

സണിന്റെ വാക്കുകളാണിത്.

കൊൽക്കത്ത നഗരം അടിസ്ഥാനമാക്കി സത്യജിത് റായി നിർമിച്ച സിനിമാത്രയങ്ങളിൽ മൂന്നാമത്തെ സിനിമയായ *ജന ആരണ്യ*യാണ് (1976) അപർണയുടെ അഭിനയജീവിതത്തിലെ മറ്റൊരു വഴിത്തിരിവ് (*പ്രതിധ്വന്ദി* –1970, *സീമാബന്ധ*–1971 എന്നിവയാണ് കൊൽക്കത്ത ത്രയങ്ങളിൽ റായിയുടെ ആദ്യ രണ്ടു സിനിമകൾ). മണിശങ്കർ മുഖർജിയുടെ *ജന ആരണ്യ* എന്ന നോവൽ അതേപേരിൽ ചലച്ചിത്രമാക്കുകയായിരുന്നു റായി. കൊൽക്കത്ത നഗരത്തിലെ അഭ്യസ്തവിദ്യരും പ്രതീക്ഷയറ്റവരുമായ മധ്യവർഗ യുവത്വത്തിന്റെ കഥയാണ് *ജന ആരണ്യ* പറയുന്നത്. നായകനായ സോമനാഥിന്റെ (പ്രദീപ് മുഖർജി) ആദ്യ പ്രണയിനിയുടെ വേഷമായിരുന്നു അപർണക്കിതിൽ. സത്യ ബന്ദോപാധ്യായ്, ദീപാങ്കർ ഡേ തുടങ്ങിയവർ വേഷമിട്ട സിനിമയിൽ ലില്ലി ചക്രവർത്തിയാണ് മുഖ്യനായികാ വേഷത്തിലെത്തുന്നത്. 1976 ൽ റായിക്ക് മികച്ച സംവിധായകനുള്ള ദേശീയ അവാർഡ് ലഭിച്ച സിനിമ കൂടിയാണിത്. സത്യജിത് റായിയുടെ പ്രിയ നായികയായി അഭിനയ ജീവിതം തുടർന്ന അപർണയുടെ മറ്റൊരു പ്രധാന റായി ചിത്രമാണ് *പിക്കൂ* (1981). അമ്മവേഷത്തിൽ അപർണയുടെ തിളക്കമുറ്റിയ പ്രകടനവും *പിക്കൂ*വിൽ കാണാം.

ബംഗാളി, ഹിന്ദി വാണിജ്യസിനിമയിലും അപർണ മുഖ്യതാരപദവിയിലേക്കെത്തിയ കാലമാണത്. റായി സിനിമകളിലേതുപോലെ മൃണാൽ സെൻ സിനിമകളിലും അപർണ നിർണായക സാന്നിധ്യമായിരുന്നു. *തീൻ കന്യ*യ്ക്ക് ശേഷം, മൃണാൾസെന്നിന്റെ *ആകാശ് കുസും* (1965) ആയിരുന്നു അപർണയുടെ രണ്ടാമത്തെ സിനിമ. ഹിന്ദിയിൽ മൊഴിമാറ്റിയ (*മൻസിൽ*) ഈ സിനിമയിൽ അമിതാബ് ബച്ചനും മൗഷ്മി ചാറ്റർജിയുമാണ് മുഖ്യവേഷമിട്ടത്. എഴുപതുകളുടെ അവസാനമാകുമ്പോഴേക്കും ബംഗാളി സിനിമയിലെ നായിക എന്ന നിലയിൽനിന്നും ഹിന്ദിയിലും അവിസ്മരണീയ നേട്ടങ്ങൾ അപർണ കൊയ്തു.

ഹിന്ദിയിലെയും അപർണയുടെ നിറഞ്ഞ നേട്ടങ്ങൾ അനുസ്മരിക്കേണ്ടതുണ്ട്. സംവിധായിക എന്ന നിലയിൽ ബഹുഭാഷകളിലേക്ക് വളരുന്നതിനും വളംവച്ചത് ഹിന്ദി, ഇംഗ്ലീഷ് അടക്കമുള്ള സിനിമകളിലെ അഭിനയപരിചയം കൊണ്ടു കൂടിയാണ്. പുരുഷ സംവിധായകരിൽനിന്നും വ്യത്യസ്തമായി കഴിവുള്ള വനിതാസംവിധായകർക്ക് ചലച്ചിത്രരംഗത്ത് ഊർജം പ്രസരിച്ച് നിലനിൽക്കാൻ അവരുടെ അഭിനയകാലത്തെ മികവും ഏറെ പ്രധാന്യമാണെന്ന് തോന്നുന്നു. അമിതാബ് ബച്ചൻ, ശശി കപൂർ, സഞ്ജീവ് കുമാർ, രേഖ എന്നിവർക്കൊപ്പം 1977 ൽ അപർണ അഭിനയിച്ച *ഇമാൻ ധരം* എന്ന ഹിന്ദി സിനിമ ഏറെ ചർച്ച ചെയ്യപ്പെട്ടതാണ്. ദേഷ് മുഖർജി സംവിധാനം ചെയ്ത *ഇമാൻ ധര*ത്തിന്റെ സംഗീതം നിർവഹിച്ചത് ലക്ഷ്മി കാന്ത് പ്യാരേലാലാണ്. സലിം ഖാനും ജാവേദ് അക്തറും ചേർന്ന തിരക്കഥാ കൂട്ടുകെട്ടിന്റെ (സലിം ജാവേദ്) മികച്ച സിനിമകളിലൊന്നാണ് *ഇമാൻ ധരം.* മർചന്റ് ഐവറി നിർമാണക്കമ്പനി

യുടെ *ദി ഗുരു* (1969), *ബോംബേ ടാക്കീ* (1970), *ഹുല്ലബാലു* (1978) തുടങ്ങിയ ഇംഗ്ലീഷ്, ഹിന്ദി സിനിമകളിലും അപർണ ഇക്കാലത്ത് അഭിനയിച്ചു. ഇംഗ്ലീഷ് പോപ്പുലർ പോപ്പ് ഗായകനായ ടോം പിക്കിൾ സിത്താർ പഠിക്കാൻ ഇന്ത്യയിലേക്ക് വരുന്നതും ഇന്ത്യൻ സിത്താർ ഗുരുവുമായി– ഉസ്താദ് സഫർഖാൻ (ഉത്പൽ ദത്ത്)– സംഗീതസംവാദം നടത്തുന്നതുമാണ് *ഗുരു* സിനിമയുടെ കഥാതന്തു. ജെയിംസ് ഐവറിയുടെ സംവിധാനത്തിൽ പുറത്തിറങ്ങിയ ഈ ഇംഗ്ലീഷ് സിനിമയ്ക്ക് ഉസ്താദ് വിലയാത്ത് ഖാൻ സംഗീതം നൽകി. ഗസാല എന്ന ഇന്ത്യൻ യുവതിയായി ഇതിൽ അപർണ വേഷമിട്ടു.

അഭിനേത്രി എന്ന നിലയിൽ സൗമിത്ര ചാറ്റർജിയുമായും ഉത്തം കുമാറുമായുള്ള അപർണയുടെ അഭിനയ രസതന്ത്രം അനുവാചകർ ഏറെ ചർച്ച ചെയ്തതാണ്. മലയാളത്തിൽ തിലകനും കെ പി എ സി ലളിതയും ചില ജനപ്രിയ സിനിമകളിൽ പ്രദർശിപ്പിച്ച തരം രസതന്ത്രം (ഇതേപ്പറ്റി തിലകനും കെ പി എ സി ലളിതയും വിവിധ അഭിമുഖങ്ങളിൽ പരാമർശിച്ചിട്ടുണ്ട്) ഫാൽക്കേ അവാർഡ് ജേതാവായ സൗമിത്ര ചാറ്റർജിയും അപർണയും തമ്മിലുണ്ടായിരുന്നു. അപർണയുടെ ആദ്യസിനിമകളായ *തീൻ കന്യ*യും *ആകാശ് കുസും* മുതൽ തന്നെ ആ രസതന്ത്രം സംഭവിച്ചിരുന്നു. *ബക്ഷ ബാദൽ* (1965), *അപരിചിതോ* (1969), *പത്മഗോലാപ്* (1970), *ആരണ്യർ ദിൻ രാത്രി* (1970), *കുജെ ബിരായി, ജീബൻ സൈകത* (1972), *ശേഷ് പ്രിസ്തേ ദേക്കൂൺ, ഇപാർ ഒപാർ, ബിലേറ്റ് ഫേരാത്, ബസന്ത വിലാപ്, നകൽ സോണാ* (എല്ലാം 1973), *അസാതി* (1974), *നിഷിമൃഗയ, ചുതിർ പാണ്ഡെ* (1975), *നൗകാ ദുബി* (1979), *ഛബി ജോയ്നി* (1982), *ഇന്ദിര* (1983), *ശ്യാം സാഹേബ്* (1986), *മഹാപ്രിഥി* (1991), *പരോമിതാർ ഏക് ദിൻ* (2000), *15 പാർക്ക് അവന്യു* (2006) തുടങ്ങിയ 23 സിനിമകളിൽ അപർണയും സൗമിത്ര ചാറ്റർജിയും ഒന്നിച്ച് വേഷമിട്ടു.

വൈധവ്യം ഇന്ത്യയിലെ, വിശേഷിച്ച് ബംഗാളിലെ ഗ്രാമീണസാമൂഹ്യജീവിതത്തിലെ സങ്കീർണമായ ഒരു വിഷയമാണ്. ആദർശകുടുംബം എന്ന ഭാരതീയ സങ്കൽപ്പനത്തിന്റെ പരിഹാസ്യത രൂക്ഷമായ കഥാപാത്ര പകർന്നാട്ടങ്ങളിൽ അപർണ പല സിനിമകളിലും വരച്ചു കാട്ടുന്നുണ്ട്. അവർ സംവിധാനം ചെയ്ത സിനിമകളിലും അനുവാചകർ ക്ഷോഭകരമാംവണ്ണം ഹൃദയത്തിലേറ്റിയ നിരവധി വിധവാ കഥാപാത്രങ്ങൾ നമുക്ക് കാണാൻ കഴിയും. മൃണാൾ സെന്നിന്റെ *മഹാവൃഥി*യിൽ അപർണ വേഷമിട്ട ബംഗാളി വിധവ, കാഴ്ചക്കാരിൽ പിന്നേയും നീറ്റൽ പടർത്തി കടന്നുപോകുന്ന കഥാപാത്രമാണ്. സോവിയറ്റ് യൂണിയന്റെ തകർച്ചയ്ക്കും ജർമനിയുടെ ഏകീകരണത്തിനുംശേഷം ജർമനിയിൽനിന്നും കൊൽക്കത്തയിലെ വീട്ടിൽ തിരിച്ചെത്തിയ യുവാവിന്റെ, മധ്യവർഗ കുടുംബ സംഘർഷങ്ങളാണ് *മഹാവൃഥി* സിനിമയുടെ കാതൽ. കുടുംബത്തിൽ ശേഷിക്കുന്ന വിധവയായ മരുമകളായാണ് അപർണ *മഹാപ്രിവൃഥി*യിൽ വേഷമിട്ടത്. ഇതിനവർക്ക് ബംഗാൾ ഫിലിം ജേണലിസ്റ്റിന്റെ മികച്ച

സഹനടിക്കുള്ള പുരസ്കാരം ലഭിച്ചു (ബി എഫ് ജെ എ അവാർഡ്), മൃണാൾ സെന്നിന് മികച്ച സംവിധായകനുമുള്ള അവാർഡും.

സൗമിത്രയ്ക്കുശേഷം അപർണ ഏറ്റവും കൂടുതൽ ജോഡിയായി വേഷമിട്ടത് ഉത്തംകുമാറിനൊപ്പമാണ്. പലതരത്തിലുള്ള വേഷങ്ങളിലായി 13 സിനിമകളിൽ ഇവർ ഒരുമിച്ചു. '70കളിലെ സുവർണ കാലഘട്ടത്തിലായിരുന്നു അത്. *അപരിചിതോ* (1969), *കലങ്കിത നായക്* (1970), *ഏകനെ പിഞ്ചാർ, ജോയി ജയന്തി* ((1971), *മേംസാഹബ്* (1972), *നകൽ സോണ, കയാഹിനർ കഹാനി രാത്തർ രജനീഗന്ധ, സോണാർ ഗഞ്ച* (1973), *അലോർ തിക്കാന, ജതു ബംഗ്ഷാ* (1974), *കാജാലത* (1975), *നിധിറാം സർദാർ* (1976) എന്നിവയാണ് അപർണ– ഉത്തംകുമാർ സിനിമകൾ.

അപർണയുടെ സംവിധാനമികവുള്ള ചിത്രങ്ങൾ പരിശോധിക്കുന്നതിന് മുമ്പ് അഭിനേത്രി എന്ന നിലയിൽ വിഖ്യാതസംവിധായകരുമൊത്തുള്ള അപർണയുടെ കരിയർ പരിശോധിക്കുന്നത് നന്നാവും. ഇവയിൽ പ്രധാനപ്പെട്ട ചിത്രങ്ങളാണ്, റിതുപർണഘോഷിന്റെ *ഉനീഷേ ഏപ്രിലും* (1994), അനിരുദ്ധ റോയ് ചൗധരിയുടെ *അന്തഹീനും* (2009). ബർഗ്മാന്റെ *ഓട്ടം സൊനാറ്റ* (1978) എന്ന സിനിമയിൽനിന്നും ആശയം ഉൾക്കൊണ്ട് റിതുപർണഘോഷ് തീർത്ത *ഉനീഷേ ഏപ്രിൽ*, അഭിനേത്രി എന്ന നിലയിൽ അപർണയുടെ നാഴികക്കല്ലായ സിനിമയാണ്. നൃത്തത്തെ മറ്റെന്തിനേക്കാളും സ്നേഹിച്ച് കുടുംബബന്ധങ്ങൾ തന്നെ താറുമാറായിപ്പോയ നർത്തകി സരോജിനിയായാണ് അപർണ ഇതിൽ വേഷമിടുന്നത്. ഇതേത്തുടർന്ന് ഭർത്താവും മകളുമായുണ്ടാകുന്ന വ്യക്തിസംഘർഷങ്ങളാണ് *ഉനീഷേ ഏപ്രിൽ* പറയുന്നത്. ദേബശ്രീ റോയിയും ദീപാങ്കർ ഡേയും വേഷമിട്ട സിനിമയ്ക്ക് നിരവധി ദേശീയാംഗീകാരങ്ങളും ലഭിച്ചിട്ടുണ്ട്.

2009 ലെ ദേശീയ അവാർഡ് നേടിയ *അന്തഹീനിൽ* രാഹുൽ ബോസും ഷർമിള ടാഗോറും അടക്കമുള്ളവർ അപർണയ്ക്കൊപ്പം വേഷമിടുന്നുണ്ട്. മലയാളികൾക്കും പ്രിയങ്കരിയായ ശ്രേയാ ഘോഷാലിന് മികച്ച സിനിമാ പിന്നണി ഗായികക്കുള്ള ദേശീയ അവാർഡ് ലഭിക്കുന്നതും ഈ സിനിമയ്ക്കാണ്.

ആദ്യസിനിമ പലർക്കും, ഉറക്കം വരാത്ത ആലോചനകളുടെയും കഠിനപ്രയത്നത്തിന്റെയും സന്തതിയാണെങ്കിൽ അപർണയിൽ അതൊരു സ്വാഭാവികമായ പ്രസവംപോലെ സംഭവിക്കുകയായിരുന്നു. *36 ചൗരംഗി ലൈൻ* (1981) എന്ന സിനിമയിൽ ആദ്യനോട്ടക്കാരിയുടെ പരിഭ്രമം നിഴലിക്കാത്തത് അതുകൊണ്ടു തന്നെയാവണം. സത്യജിത് റായിയെ പോലുള്ള വന്മരങ്ങളുടെ തണൽ അവർ അഭിമുഖ സംഭാഷണങ്ങളിൽ അനുസ്മരിക്കുന്നതിന്റെ കാരണവും അതുതന്നെ. അഭിനേത്രി എന്ന നിലയിലും '70– '80കളിലെ ബംഗാളി സാംസ്കാരിക വ്യവഹാരത്തിൽ നിറഞ്ഞ പെൺസാന്നിധ്യം എന്ന നിലയിലും, അപർണയുടെ സർഗാത്മകത കൊടികയറുന്നത് നല്ല സിനിമയുടെ സംവിധായിക എന്ന നിലയിലാണ്.

ശശി കപൂറിന്റെ നിർമാണത്തിൽ അപർണാസെൻ കഥയെഴുതി

സംവിധാനം ചെയ്യുന്ന ആദ്യ സിനിമയാണ് *36 ചൗരംഗീ ലൈൻ*. ജെന്നിഫർ കെൻഡാൽ, ദേബശ്രീ റോയി, ധൃതിമാൻ ചാറ്റർജി തുടങ്ങിയവരാണ് മുഖ്യവേഷങ്ങൾ കൈകാര്യം ചെയ്തത്. കൊൽക്കത്തയിൽ ഈഡൻ ഗാർഡനും ഹൈക്കോടതിയും ഗവർണർ വസതിയും സ്ഥിതി ചെയ്യുന്ന ചൗരംഗീ ലൈനിലെ ഏകാകിയായ താമസക്കാരിയാണ് കോളേജ് അധ്യാപികയായ വയലറ്റ് സ്റ്റോൺഹാം (ജെന്നിഫർ കെൻഡാൽ). ആംഗ്ലോ -ഇന്ത്യൻ മധ്യവയസ്കയായ ഇവർ ഷേക്സ്പിയർ നാടകങ്ങൾ കുട്ടികളെ പഠിപ്പിക്കുന്നതിലാണ് ആനന്ദംകൊള്ളുന്നത്. ഇവരുടെ ചൗരംഗീ ലൈനിലെ ഫ്ളാറ്റിലേക്ക് പഴയ വിദ്യാർഥിയായ നന്ദിതയും കാമുകനായ സമരേഷും താമസത്തിനായി എത്തുന്നു. സമരേഷ് എഴുത്തുകാരനും; പുതിയൊരു നോവൽ എഴുതി തീർക്കാനാണ് തന്റെ ഫ്ളാറ്റിലേക്ക് വന്നതെന്ന അറിവ് വയലറ്റിനെ ആഹ്ളാദഭരിതയാക്കുന്നു. തന്റെ ഏകാന്തതയിലേക്ക് വന്നുകയറിയ പ്രണയവസന്തത്തെ അവർ ഏറെ ആഘോഷിക്കുകയാണ്. രണ്ടുപേർ പ്രണയിച്ചാൽ ലോകംതന്നെ മാറിമറിയുമെന്ന തിരിച്ചറിവ് വയലറ്റിന് മനസിലാകുന്നു. എന്നാൽ ആ പ്രണയജോഡികൾ, തങ്ങൾക്ക് സ്വസ്ഥമായി പ്രണയിക്കാനുള്ള ഒരു ആവാസസ്ഥലം മാത്രമായാണ് ചൗരംഗീ ലൈനിനെ കാണുന്നത്. തന്റെ നഷ്ടപ്രണയത്തിന്റെ തീരത്തേക്ക് അവരുടെ പ്രണയചാപല്യങ്ങൾ കൂട്ടിക്കൊണ്ടു പോകുന്നതും ഏറെ സന്തോഷത്തോടെയാണ് വയലറ്റ് കാണുന്നത്. ഇതിനിടയിൽ ആ ജോഡികൾ വിവാഹിതരായി മറ്റൊരു നഗരത്തിൽ ജീവിതം തുടങ്ങുന്നു. ഒരു ക്രിസ്തുമസ് കാലത്ത് ദമ്പതികൾക്ക് നൽകാൻ സ്വയം കേക്കും തയാറാക്കി വയലറ്റ് അവരുടെ വീട് തേടിപ്പോകുന്നു. എന്നാൽ ജീവിതത്തിന്റെ തിരക്കുകൾക്കിടയിൽ, അവർ തന്നെ എന്നെന്നേക്കും മറന്നുപോയെന്ന കയ്ക്കുന്ന യാഥാർഥ്യം തിരിച്ചറിഞ്ഞ് അവർ 36 ചൗരംഗീ ലൈനിലേക്ക് ഏകാകിയായി മടങ്ങുകയാണ്.

ജീവിതാസക്തിയുടെ ആഘോഷം ഏകാന്തതയിലെ തുരുത്തിൽ നിന്നും വ്യക്തിയെ സാമൂഹ്യ ജീവിയാക്കാൻ പ്രേരിപ്പിക്കുന്നു എന്നതും; എന്നാൽ അതെത്ര നൈമിഷികം മാത്രമാണ് എന്ന കടുത്ത യാഥാർഥ്യവും ഈ സിനിമയിൽ അപർണ കാട്ടിത്തരുന്നു. സൂക്ഷ്മമായ ജീവിത നിരീക്ഷണം, ഇന്ത്യൻ സാമൂഹ്യ ബന്ധങ്ങളിലെ കെട്ടുപാടുകളെക്കുറിച്ചുള്ള പരിഹാസം, വ്യക്തി തന്റെ തന്നെ അടിമയാണെന്ന തത്വചിന്താധിഷ്ഠിതമായ ദർശനം എന്നിവയൊക്കെകൊണ്ട് അപർണയുടെ പ്രഥമചിത്രം വേറിട്ടുനിൽക്കുന്നുണ്ട്. ആൺകാഴ്ചകളുടെ ആഘോഷമായ തിരശ്ശീലയിൽ വേറിട്ടൊരു നോട്ടം അർപ്പിക്കുകയായിരുന്നു അപർണ തന്റെ കന്നിസിനിമ തൊട്ടിങ്ങോട്ട്. മികച്ച സംവിധായികയ്ക്കുള്ള ദേശീയ അവാർഡ് (1982), മനില അന്താരാഷ്ട്ര ചലച്ചിത്രോത്സവത്തിൽ മികച്ച സിനിമയ്ക്കുള്ള ഗോൾഡൻ ഈഗിൾ പുരസ്കാരം (1982), മികച്ച പ്രാദേശിക ചിത്രത്തിനുള്ള (ഹിന്ദി) പുരസ്കാരം എന്നിവ ഈ ചിത്രത്തിന് അപർണയെ തേടിയെത്തി. അതോടൊപ്പം മികച്ച ക്യാമറയ്ക്കുള്ള ദേശീയ പു

രസ്കാരം അശോക് മേത്തയ്ക്കും ഇതിൽ ലഭിച്ചു. ജെന്നിഫർ കെൻഡാലിന് മികച്ച നടിക്കുള്ള ബ്രിട്ടനിലെ ബാഫ്ത അവാർഡും (1983) ചൗരംഗീ ലൈനിലൂടെ ലഭിച്ചു. നിർമാതാവും നടനുമായ ശശികപൂറിന്റെ ഭാര്യയായ ജെന്നിഫർ കെൻഡാലിന്റെ അഭിനയ ജീവിതത്തിലെ വഴിത്തിരിവ് കൂടിയാണ് ഈ സിനിമ. ഇംഗ്ലണ്ടുകാരിയായ ജെന്നിഫർ 51-ാം വയസിൽ ലണ്ടനിലാണ് അന്തരിക്കുന്നത്. ശശികപൂർ-ജെന്നിഫർ ദമ്പതികളുടെ മക്കളാണ് സൻജന കപൂർ, കുനാൽ കപൂർ, കരൺ കപൂർ എന്നിവർ.

കന്നി സിനിമയിൽത്തന്നെ ശ്രദ്ധേയമായ വഴിത്താരവെട്ടിയ അപർണ എഴുതി സംവിധാനം ചെയ്ത അടുത്ത സിനിമയാണ് *പരോമ* (1984). ഇതിൽ ശ്രദ്ധേയമായ വേഷവും അവർ കൈകാര്യം ചെയ്തു. രാഖി, അനിൽചാറ്റർജി, ദീപാങ്കർ ഡേ, മുകുൾ ശർമ്മ എന്നിവരും അഭിനയിച്ച ഈ സിനിമയിലും ക്യാമറയേന്തിയത് അപർണയുടെ പ്രിയപ്പെട്ട അശോക് മേത്ത തന്നെ. ആണിനൊപ്പംതന്നെ വിലമതിക്കുന്നതാണോ പെൺതൃഷ്ണയും എന്ന ചിന്ത ശക്തമായി ഉയർത്തിയ സിനിമയാണ് *പരോമ*. ബംഗാളി മധ്യവർഗ കുടുംബങ്ങളിൽ പെണ്ണ് മേധാശക്തിയുള്ളവളായി ഉയിർത്തെഴുന്നേൽക്കുന്നു എന്ന ഫെമിനിസ്റ്റ് ചിന്താഗതിയും ഈ സിനിമയിൽ അപർണ പങ്കുവയ്ക്കുന്നുണ്ട്.

മധ്യവയസിലേക്ക് കടക്കുന്ന വീട്ടമ്മയാണ് പരോമ (രാഖി). ഫോട്ടോഗ്രാഫിയുടെ ഭ്രമാത്മകമായ സ്വാധീനത്താൽ അവൾ, രാഹുൽ എന്ന ഫാഷൻ ഫോട്ടോഗ്രാഫറുമായി പ്രണയത്തിലാകുന്നു. ഫാഷൻ മാഗസിനിൽ അവതരിപ്പിക്കാൻ പരോമയുടെ പലവിധത്തിലുള്ള ചിത്രങ്ങൾ രാഹുൽ പകർത്തുകയാണ്. തന്റെ ഉടലിന്റെ സൗന്ദര്യാത്മകമായ കരുത്തിൽ വിശ്വാസം അർപ്പിച്ച് അവൾ മോഡലായി മാറുന്നു. ആ ചിത്രങ്ങൾ മാഗസിനിൽ പ്രസിദ്ധീകരിച്ചതുകണ്ട പരോമയുടെ ഭർത്താവടക്കമുള്ള ആൺലോകം ഈ പെൺകരുത്തിനെ ഭയക്കുകയും, അവളെ വീട്ടമ്മ എന്ന സ്ഥാനത്തുനിന്നും ഒഴിവാക്കുകയുമാണ്. ഭർത്താവിനാൽ ഉപേക്ഷിക്കപ്പെട്ടതോടെ-കുടുംബം എന്ന അരാഷ്ട്രീയ, അശ്ലീല സ്ഥാപനത്തിൽ നിന്നും പുറത്തായതോടെ-പരോമ മാനസിക വിഭ്രാന്തി കാട്ടുകയാണ്. മാനസിക ചികിത്സയ്ക്ക് ആൺലോകം വിധിക്കുമെങ്കിലും, അതിന്റെ വിധിന്യായത്തെ ചെറുക്കുന്നുണ്ടവൾ. തന്റെ മകൾ, തനിക്ക് പിന്തുണ നൽകുന്നുണ്ടെന്ന അറിവ് പരോമയെ ഏറെ ആഹ്ളാദവതിയാക്കുന്നു. ആൺലോകത്തിന്റെ അഭിരുചിയും തൃഷ്ണയും മാത്രമാണ് കാലം (സംസ്കാരം) അംഗീകരിക്കുന്നത് എന്ന പരമ്പരാഗത ചിന്തയെ ഉല്ലംഘിക്കുന്നതോടെ *പരോമ*യും (അപർണയും) ഫെമിനിസത്തിന്റെ ആഘോഷമാകുന്നു. ദീപാങ്കർ ഡേയ്ക്ക് മികച്ച സഹനടനുള്ള അവാർഡ് (1986) ഈ സിനിമയിലൂടെ ലഭിച്ചു.

1989 ൽ സംവിധാനം ചെയ്ത *സതി* എന്ന സിനിമയ്ക്കുശേഷം പുറത്തിറങ്ങിയ *യുഗാന്ത്* (1995), അപർണയുടെ വ്യക്തിജീവിതത്തിലെ സംഘർഷങ്ങൾക്കും സാമൂഹ്യപദവിയിലെ പരിണാമങ്ങൾക്കും അനു

പൂരകമായി പുറത്തിറങ്ങിയ സിനിമയാണ്. അതുവരെ അഭിനേത്രി എന്ന നിലയിലും സംവിധായിക എന്ന നിലയിലും അവർ ആർജിച്ച സാമൂഹ്യ പദവി, ഒരു ആക്ടിവിസ്റ്റ് എന്ന നിലയിലേക്ക് തൊണ്ണൂറുകൾ ആകുമ്പോഴേക്കും വഴിമാറിയിരുന്നു. വനിതാ പ്രസിദ്ധീകരണത്തിന്റെ എഡിറ്റർ എന്ന നിലയിലെ തന്റെ സാമൂഹ്യ ഇടപെടൽ, അത്യന്തികമായി സിനിമക്കാഴ്ചകളെയാണ് സമ്പന്നമാക്കിയത്. 1986 മുതൽ 2005 വരെ അവർ ബംഗാളിലെ *സാനന്ദ* എന്ന വനിതാ പ്രസിദ്ധീകരണത്തിന്റെ എഡിറ്ററായിരുന്നു. ആനന്ദബസാർ പത്രികയുടെ ഉടമസ്ഥതയിലുള്ള ഈ പ്രസിദ്ധീകരണം ബംഗാളിലും ബംഗ്ലാദേശിലും ഏറെ പ്രചാരമുള്ളതാണ്. തനിക്ക് പറയാനുള്ള കാര്യങ്ങൾ സിനിമയിലൂടെ പ്രക്ഷേപണം ചെയ്യുമ്പോൾത്തന്നെ ബാക്കിവച്ചത് പത്രപ്രവർത്തനത്തിലൂടെ പൂരിപ്പിച്ചു എന്നു വേണമെങ്കിൽ വിലയിരുത്താം.

അഞ്ജനാദത്തും രൂപാ ഗാംഗുലിയും വേഷമിട്ട *യുഗാന്ത്* (ബംഗാളി), 1995 ൽ മികച്ച പ്രാദേശിക സിനിമയ്ക്കുള്ള അവാർഡ് നേടി. ഇലേന സിതാറിസ്ടിക് മികച്ച ക്യാമറയ്ക്കുള്ള ദേശീയ പുരസ്കാരവും ഇതിലൂടെ ലഭിച്ചു. വ്യക്തിസംഘർഷങ്ങളുടെ ഭൂമികയിൽനിന്ന് ആഗോള മാനമുള്ള വിഷയങ്ങൾ അപർണ *യുഗാന്തിൽ* കൈകാര്യം ചെയ്യുന്നുണ്ട്. എണ്ണയ്ക്കുവേണ്ടിയുള്ള സാമ്രാജ്യത്വത്തിന്റെ ആർത്തിയും ഗൾഫ് യുദ്ധവും, നിലനിൽപ്പിന്റെ മാനുഷിക രാഷ്ട്രീയവും *യുഗാന്തിൽ* അപർണ വരച്ചിടുന്നു. വിവാഹബന്ധം അവസാനിപ്പിച്ച് കട്ടക്കിലും മുംബൈയിലും വേർപിരിഞ്ഞ് താമസിക്കുകയാണ് ദീപക്കും അനസൂയയും. ഒന്നരവർഷത്തിനുശേഷം അവിചാരിതമായി ഒരു ഗ്രാമത്തിൽ അവർ കണ്ടുമുട്ടുന്നു. അപ്പോഴും അവരുടെ പ്രണയവും അഭിരുചികളിലെ സാമ്യവും ഒരു മാറ്റവുമില്ലാതെ തുടരുകയാണ് എന്ന യാഥാർഥ്യം അവർ മനസിലാക്കുന്നു. അവരുടെ ഒന്നിക്കാനുള്ള പോരാട്ടം സാമൂഹ്യ ജീവി എന്ന നിലയിൽ എത്രത്തോളം സമൂഹത്തെ പ്രകമ്പനം കൊള്ളിക്കുന്നുവെന്ന രാഷ്ട്രീയ ചോദ്യവും അപർണ *യുഗാന്തിൽ* ചോദിക്കുന്നുണ്ട്.

രണ്ടായിരത്തിൽ മികച്ച സിനിമയ്ക്കുള്ള ദേശീയ അവാർഡ് നേടിയ അപർണയുടെ സിനിമയാണ് *പരോമിതാർ ഏക് ദിൻ* (ബംഗാളി). റിതു പർണ സെൻ ഗുപ്ത മരുമകളായും അപർണ അമ്മായിയമ്മയായും ഈ സിനിമയിൽ വേഷമിട്ടു. മകന്റെ ദാമ്പത്യത്തിൽനിന്നും തെറ്റി മറ്റൊരാളുമായി മരുമകൾ കല്യാണം കഴിഞ്ഞുപോയിട്ടും, വാർധക്യത്തിൽ കിടപ്പിലായിപ്പോയ അമ്മായിയമ്മയെ ശുശ്രൂഷിക്കാൻ മറ്റൊരു വീട്ടിൽനിന്നും വരികയാണ് ഈ സിനിമയിലെ മരുമകൾ. മാതൃബന്ധത്തിന്റെ വിപുലത വിവരിക്കുന്നതിനപ്പുറം, രണ്ട് പെൺ സൗഹൃദങ്ങളുടെ തീക്ഷ്ണതയും അതുണ്ടാക്കുന്ന പുതിയ കുടുംബസാധ്യതകളും ഈ സിനിമയിൽ അപർണ ചർച്ചയ്ക്ക് വയ്ക്കുന്നു. സൗമിത്ര ചാറ്റർജി, രാജേഷ് ശർമ്മ, സോഹിനി സൽദാർ എന്നിവർ വേഷമിട്ട ഈ സിനിമയ്ക്ക് രണ്ടായിരത്തിലെ കാർലോ ചലച്ചിത്രോത്സവം, മുംബൈ രാജ്യാന്തര ചലച്ചി

ത്രോത്സവം എന്നിവിടങ്ങളിൽ അംഗീകാരം ലഭിച്ചു. സോഹിനി സൽദാറിന് മികച്ച സഹനടിക്കുള്ള അവാർഡ്, ജയശ്രീ ദാസ് ഗുപ്തയ്ക്ക് മികച്ച ഗായികയ്ക്കുള്ള ദേശീയ അവാർഡ് എന്നിവയും ഈ ചിത്രത്തിലൂടെ ലഭിച്ചു.

അപർണയ്ക്ക് മികച്ച സംവിധാനത്തിനുള്ള ദേശീയ അംഗീകാരം ലഭിച്ച, അവരുടെ ചലച്ചിത്ര ജീവിതത്തിൽ നിർണായക വഴിത്തിരിവായ മറ്റൊരു സിനിമയാണ് *മിസ്റ്റർ ആൻഡ് മിസിസ് അയ്യർ* (2002). ഇംഗ്ലീഷ് –ഹിന്ദി സംരംഭമായ ഈ ചിത്രം, അപർണയുടെ കൃത്യമായ രാഷ്ട്രീയ നിലപാടുകൾ സജീവമായി സൂചിപ്പിക്കുന്നതും കൂടിയാണ്. എഴുത്തുകാരനെ–ഫിലിം മേക്കറെ–ക്രിയേറ്ററെ സമൂഹം എങ്ങനെയെല്ലാം വഴി നടത്തുന്നു എന്ന തുറന്ന യാഥാർഥ്യവും അയ്യർ സിനിമയിലൂടെ അപർണ അഭിമുഖീകരിച്ചു. അപരിചിത സാഹചര്യത്തിൽ കണ്ടുമുട്ടുന്ന രണ്ടുപേർ–സ്ത്രീയും പുരുഷനും–സാഹചര്യങ്ങളുടെ സമ്മർദത്താൽ സുഹൃത്തുക്കളായി, പ്രണയിനികളായി മാറുന്നതിന്റെ റൊമാന്റിക് പ്രണയകഥയായിരുന്നു തിരക്കഥയെഴുത്തിന് മുമ്പ് അയ്യർ, അപർണയുടെ മനസിലുണ്ടായിരുന്നത്. കഥയെഴുത്ത് തുടർന്നപ്പോൾ അയ്യറിലെ കഥാപാത്രങ്ങൾ, അവരെ വഴിനടത്തുകയായിരുന്നു–മികച്ച സിനിമയെന്ന അനുഭവത്തിലേക്ക്. 2001 ലെ തിരക്കഥാ രചനയുടെ കാലം എന്നത് ലോകത്തും വിശേഷിച്ചും ഇന്ത്യയിൽ ക്ഷുഭിതമായ രാഷ്ട്രീയകാലാവസ്ഥയായിരുന്നു. സെപ്തംബർ 11 ആക്രമണം, കശ്മീരിൽ ഡാനിയേൽ പേൾ എന്ന പത്രപ്രവർത്തകനെ തട്ടിക്കൊണ്ടുപോയി കഴുത്തറുത്ത് കൊന്നത്, ഡിസംബർ 13 ലെ പാർലമെന്റ് ആക്രമണം... 2002 ആകുമ്പോഴേക്കും ഇന്ത്യയെ തളർത്തിയ ഗുജറാത്തിലെ വംശഹത്യ... പ്രക്ഷുബ്ധമായ ഈ കാലാവസ്ഥയിലാണ് അപർണ എഴുതാനിരുന്നത്. ഇതിന്റെയൊക്കെ അനുഭവസത്ത *മിസ്റ്റർ ആൻഡ് മിസിസ് അയ്യരി*ന്റെ തിരക്കഥാ രചനയിൽ മഷിയായതായി അപർണ ഒരു ഇന്റർവ്യൂവിൽ അനുസ്മരിക്കുന്നുണ്ട്.

സക്കീർ ഹുസൈന്റെ പശ്ചാത്തല സംഗീതവും, വിഖ്യാതസംവിധായകൻ ഗൗതം ഘോഷിന്റെ ക്യാമറയും സിനിമയെ ഇറങ്ങുന്നതിന് മുമ്പുതന്നെ ശ്രദ്ധേയമാക്കി. അപർണയുടെ മകൾ കൊങ്കണ സെൻ ശർമ്മയാണ് മിസിസ് അയ്യരായി–മീനാക്ഷി അയ്യർ–സിനിമയിൽ വേഷമിട്ടത്. മകളെന്നതിലുപരി കഥാപാത്രത്തെ സമഗ്രമായി ഉൾക്കൊണ്ട നടി എന്ന നിലയിൽ പൂർണമായും സ്ക്രീൻ ചെയ്താണ് കൊങ്കണയെ സിനിമയിൽ പരിഗണിച്ചതെന്ന് അപർണ ലോകാർണോ ഫിലിം ഫെസ്റ്റിവലിൽ മാധ്യമങ്ങളുമായുള്ള ഇന്റർവ്യൂവിൽ അനുസ്മരിക്കുന്നുണ്ട്. രാഹുൽ ബോസാണ് രാജാ ചൗധരിയെന്ന മുസ്ലിം ചെറുപ്പക്കാരനായി വേഷമിടുന്നത്. മീനാക്ഷി അയ്യരുടെ ഒരുവയസുള്ള മകനായി സിനിമയിലുടനീളം അവതരിപ്പിച്ചത് അപർണയുടെ മരുമകളുടെ മകനെയാണ്. ക്യാമറ ഗൗതം ഘോഷിനെ ഏൽപ്പിച്ചതിനു പിന്നിലും കൃത്യമായ കണക്കുകൂട്ടലുകൾ ഉണ്ടായിരുന്നു. അപർണയും ഘോഷും തമ്മിലു

ള്ള സൗഹൃദത്തിന്റെ വിശാലമായ ആത്മതലങ്ങൾ സിനിമയെ പ്രമേയ പരമായി സമ്പന്നമാക്കാൻ സാധിച്ചതായി ഘോഷും അനുസ്മരിച്ചിട്ടുണ്ട്.

2001 സെപ്തംബറിലെ ഒരു ബസ് യാത്രയാണ് സിനിമയുടെ തുടക്കം. ഭർത്താവിനരികിലേക്ക് കൈക്കുഞ്ഞുമായി യാത്ര തിരിക്കുന്ന മീനാക്ഷി അയ്യർ, സഹസഞ്ചാരിയായ വന്യജീവി ഫോട്ടോഗ്രാഫറും മുസ്ലിമുമായ രാജാ ചൗധരിയുമായി ബസിൽ സൗഹൃദത്തിലാകുന്നു. വൃദ്ധരായ മുസ്ലിം ദമ്പതികളടക്കമുള്ള ബസ് യാത്ര തുടരവെ, ഒരു സംഘം ഹിന്ദു തീവ്രവാദികൾ ബസ് തടയുന്നു. വേഷത്തിലെ മതചിഹ്നങ്ങൾ നോക്കി, ആൾക്കാരെ വേർതിരിക്കുന്ന തീവ്രവാദിസംഘത്തിൽനിന്നും രാജാ ചൗധരിയെ, മീനാക്ഷി സ്വന്തം ഭർത്താവാണെന്ന് പറഞ്ഞ് രക്ഷിക്കുന്നു. റൂട്ട് മാറിയോടിയ ബസ് ഒടുവിൽ സംഘർഷങ്ങളെ വഹിച്ചും മറികടന്നും ലക്ഷ്യസ്ഥാനത്തേക്ക് എത്തുകയാണ്. ഗുജറാത്താനന്തര ഇന്ത്യയുടെ സാമൂഹ്യ സാഹചര്യങ്ങളും മലിനീകരിക്കപ്പെട്ട മനസിന്റെ അറ്റമില്ലാത്ത കൊടുംപാതകങ്ങളും ഈ ബസ് യാത്രയിലൂടെ അപർണ നമ്മൾക്ക് കാട്ടിത്തരുന്നു. വർത്തമാന രാഷ്ട്രീയവും അതിന്റെ അലകളും ഇത്രമാത്രം ഇഴുകിച്ചേർന്ന് പൊള്ളുന്ന ചോദ്യങ്ങളുതിർക്കുന്ന ഇന്ത്യൻ സിനിമ കൂടുതലില്ല എന്നു പറയാം.

മീനാക്ഷി അയ്യരായുള്ള വേഷപ്പകർച്ച ഏറെ ബുദ്ധിമുട്ടുള്ളതായിരുന്നുവെന്ന്, അപർണയുടെ മകളായ കൊങ്കണ തുറന്നു പറഞ്ഞിട്ടുണ്ട്. അയ്യർ സംസ്കാരത്തിന്റെ മാനറിസങ്ങളും വസ്ത്രധാരണരീതികളും പഠിക്കാനായി കൊങ്കണ രണ്ടുമാസം ചെന്നൈയിലെ മൈലാപ്പൂരിൽ താമസിക്കുന്നുണ്ട്. അമ്മയുടെ നിർദേശപ്രകാരമായിരുന്നു അത്. തമിഴ് ബ്രാഹ്മണ കുടുംബങ്ങളുടെ വീട്ടകത്തിലെ സ്ലാങ് പഠിച്ചെടുക്കാൻ സംഭാഷണ മത്രയും റെക്കോർഡ് ചെയ്തു. സിനിമയുടെ ഡബ്ബിംഗ് സമയത്ത് ഈ ശബ്ദരേഖ ഏറെ തുണച്ചിരുന്നതായും കൊങ്കണ ഓർക്കുന്നു. അതുവരെ ബംഗാളി സിനിമയിൽ മാത്രം നാമമാത്രമായി പ്രത്യക്ഷപ്പെട്ട കൊങ്കണ ദേശീയാംഗീകാരമുള്ള നടിയായി മാറുന്നത് ഈ സിനിമയിലൂടെയാണ്.

വടക്കൻ ബംഗാളിലെ ഹിമാലയൻ യാത്രാപഥങ്ങളിലാണ് സിനിമയുടെ ചിത്രീകരണം നടന്നത്, 2001 ഡിസംബറിൽ. മഞ്ഞും കുളിരും പുറത്ത് വഹിച്ച് സംഘർഷങ്ങളുടെ ചുടുനിശ്വാസം അകത്തും ഏറ്റിയുള്ള ബസ്‌യാത്ര ഗൗതം ഘോഷ് അന്യാദൃശമാംവണ്ണം ക്യാമറയിൽ പകർത്തി. ചെന്നൈ പ്രസാദ് സ്റ്റുഡിയോയുടെ സാങ്കേതിക സൗകര്യങ്ങൾ ഉപയോഗിച്ച് 50 ദിവസംകൊണ്ട് ചിത്രീകരണ ഷെഡ്യൂൾ പൂർത്തിയാക്കി. ചിത്രീകരണത്തിന് മുമ്പുതന്നെ എല്ലാ താരങ്ങളേയും അണിനിരത്തിയ റിഹേഴ്സലും മറ്റും പൂർത്തിയാക്കിയതിനാൽ, ചിത്രത്തിന്റെ പ്രൊഡക്ഷൻ ചെലവിൽ വലിയ തോതിൽ കുറവുവരുത്താൻ കഴിഞ്ഞതായി സഹനിർമാതാവ് രുപാലി മേത്ത ഓർക്കുന്നു. ക്രിയേറ്റർ എന്നതിലുപരി, സിനിമയുടെ എല്ലാത്തരത്തിലുമുള്ള മുന്നോട്ടുപോകലിന് കൈകൊടുക്കുന്ന സംവിധായികയായിരുന്നു അപർണ സെൻ. ചിത്രീകരണ

സമയത്ത് ജയ്പാൽ ഗുരിയിലെ ചരിത്രപ്രാധാന്യമുള്ള ഫോറസ്റ്റ് ബംഗ്ലാവ് നശിപ്പിച്ചതായുള്ള ആരോപണവും ഉയർന്നു. എന്നാൽ ചിത്രീകരണം കഴിഞ്ഞ് കെട്ടിടം പൂർവസ്ഥിതിയിൽ മനോഹരമാക്കിയതിനുശേഷം മാത്രമെ സംഘം ജയ്പാൽഗുരി വിട്ടുള്ളൂ.

ഹൈന്ദവ തീവ്രവാദികളുടെ എതിർപ്പുമൂലം കുറച്ച് സീനുകൾ എഡിറ്റ് ചെയ്ത് മാറ്റിയാണ് സിനിമ മുംബൈയിൽ പ്രദർശിപ്പിച്ചത്. മുംബൈ പൊലീസിന്റെ നിർദേശപ്രകാരമായിരുന്നു ഇത്. മുസ്ലീങ്ങളെല്ലാം പാകിസ്ഥാനിൽപ്പോയി തുലയാനുള്ളതാണെന്ന ഒരു തീവ്രവാദിയുടെ നിരീക്ഷണവും മുസ്ലിങ്ങൾ നികൃഷ്ടരാണെന്ന നിലയിൽ ഒരു ഗുജറാത്തി പൊലീസുകാരന്റെ സംഭാഷണവുമാണ് സിനിമയിൽനിന്നും മുംബൈ പൊലീസ് നീക്കിയത്. പ്രകോപനമുണ്ടാകുന്നതും വർഗീയ ചേരിതിരിവുമുണ്ടാക്കുന്നതാണ് ഈ പ്രസ്താവനകൾ എന്ന് പൊലീസ് കണ്ടുപിടിച്ചു കളഞ്ഞു. അതേസമയം, ശിവസേനയടക്കമുള്ള തീവ്രവാദികളുടെ വിളയാട്ടം ആസ്വദിക്കുന്ന മുംബൈ പൊലീസ് തന്നെയാണ് *മിസ്റ്റർ ആന്റ് മിസിസ് അയ്യരിൽ* മതവിരുദ്ധത കണ്ടുപിടിച്ചത് എന്നത് രസകരം തന്നെ.

ബിഷം സാഹ്നി, സുരേഖ സിക്രി, അൻജൻ ദത്ത്, ഭരത് കൗൾ എന്നിവരും വേഷമിട്ട സിനിമയ്ക്ക് 2001 ൽ മികച്ച സംവിധായിക, മികച്ച ദേശീയോദ്ഗ്രഥനചിത്രം, മികച്ച നടി (കൊങ്കണ), മികച്ച തിരക്കഥ തുടങ്ങിയ അംഗീകാരവും ലഭിച്ചു. 2002 ൽ ലോകാർണൊ ഫെസ്റ്റിവലിൽ ഈ സിനിമ ഇന്ത്യയുടെ ഔദ്യോഗിക എൻട്രിയായിരുന്നു. മത്സരസിനിമകൾക്ക് വേണ്ടുന്ന 120 മിനിറ്റിൽനിന്നും മൂന്നുമിനിറ്റ് കൂടുതൽ ഈ സിനിമ എടുത്തുവെന്ന കാരണത്താൽ, മികച്ച സിനിമയ്ക്കുള്ള അംഗീകാരത്തിൽനിന്നും *മിസ്റ്റർ ആൻഡ് മിസിസ് അയ്യർ* പുറത്തായി. അതേസമയം ഹവായ് രാജ്യാന്തര മേളയിൽ മികച്ച സിനിമയ്ക്കുള്ള അംഗീകാരം സിനിമയ്ക്ക് ലഭിച്ചു. ഫിലാഡെൽഫിയ മേളയിൽ പ്രേക്ഷകർ അംഗീകരിച്ച മികച്ച ചിത്രം, സിനി മനില രാജ്യാന്തരമേളയിൽ മികച്ച തിരക്കഥയ്ക്കുള്ള അംഗീകാരം (2003), ലോസ് ഏഞ്ചലസ് മേളയിൽ ഉദ്ഘാടന ചിത്രം (2003) എന്നീ അംഗീകാരങ്ങളും *മിസ്റ്റർ ആൻറ് മിസിസ് അയ്യർക്ക്* ലഭിച്ചു. പുസാൻ, റീഗസ് ലണ്ടൻ, മിൽ വാല്ലി, ബ്രൂൺ ഷൂവേയ്ഗ്, ഹൈ ഫാൾസ്, കാനറി ലെന്റിലെ ലാസ് പൽമാസ് തുടങ്ങിയ രാജ്യാന്തര ചലച്ചിത്രോത്സവങ്ങളിൽ അപർണയുടെ ഈ ചിത്രം പ്രശംസ പിടിച്ചു പറ്റി. 2003 ൽ സംഘടിപ്പിച്ച ഇന്ത്യയുടെ വുമൺസ് രാജ്യാന്തര മേളയിൽ അപർണ റെട്രോസ്പെക്ടീവിൽ ആദ്യ ചിത്രം കൂടിയായിരുന്നു ഇത്. ജനീവ മേളയിൽ ചിത്രം കണ്ട ഐക്യരാഷ്ട്ര സഭാ സെക്രട്ടറി ജനറൽ കോഫി അന്നൻ ചിത്രത്തെ മുഗ്ധകണ്ഠം പ്രശംസിച്ചു. അത്തവണത്തെ ഓസ്കാർ പട്ടികയിലേക്ക് ഈ സിനിമ അയച്ചുകൊടുക്കാത്തതിൽ സംവിധായകൻ ഗോവിന്ദ് നിഹലാനി ഒരു അഭിമുഖത്തിൽ അതിശയപ്പെടുന്നുണ്ട്.

ചലച്ചിത്ര നിരൂപകരുടെ ലോകവ്യാപകമായ പ്രശംസയും വിമർ

ശനവും ക്ഷണിച്ചു വരുത്തിയ അപർണയുടെ പ്രധാന ചിത്രം കൂടിയാണിത്. *ടൈം, ന്യൂയോർക്ക് ടൈംസ്, ചിക്കാഗോ റീഡർ, ദ വില്ലേജ് വോയ്സ്, മെറ്റാക്രിട്ടിക്ക് വെബ്സൈറ്റ്* തുടങ്ങിയ മാധ്യമങ്ങളിലെല്ലാം സിനിമയുടെ നിരൂപണം വന്നു. അൽപ്പനേരത്തെ ബസ് യാത്രയിൽ, കൈക്കുഞ്ഞുമായി പോകുന്ന യുവതി, സഹസഞ്ചാരിയായ മുസ്ലിം യുവാവുമായി പ്രണയത്തിലായിപ്പോകുംവിധം ബാലിശമാണോ കാര്യങ്ങൾ എന്നുവരെ ചില നിരൂപകർ ചോദിക്കുന്നുണ്ട്.

*അയ്യർക്കു*ശേഷം നീണ്ട ഇടവേളയായിരുന്നു അപർണയുടെ സിനിമാ ജീവിതത്തിൽ. 2005 ൽ, *15 പാർക്ക് അവന്യൂ* എന്ന ഇംഗ്ലീഷ് ചിത്രവുമായാണ് അപർണ വീണ്ടും എത്തുന്നത്. ആ വർഷം മികച്ച ഫീച്ചർ സിനിമക്കുള്ള അവാർഡ് *പാർക്ക് അവന്യൂ*വിന് ലഭിച്ചു. ശബാനാ ആസ്മി, കൊങ്കണാ സെൻ, സൗമിത്രാ ചാറ്റർജി, രാഹുൽ ബോസ്, വഹീദാ റഹ്മാൻ തുടങ്ങിയ വമ്പൻ താരനിര ഈ സിനിമയിലുണ്ട്. സ്കീസോഫ്രേനിയ ബാധിച്ച അനിയത്തിയും പ്രായമുള്ള അമ്മയും അഞ്ജലിയുടെ സംരക്ഷണയിലാണ്. കോളേജ് അധ്യാപികയായ അഞ്ജലി ഭർത്താവുമായി പിരിഞ്ഞാണ് സ്വന്തം വീട്ടിൽ കഴിയുന്നത്. മാനസികരോഗം മൂർച്ഛിച്ച അനിയത്തി വിഭ്രാത്മകമായ മറ്റൊരു ലോകത്തിലാണ്. പഴയ കാമുകനുമായി വിവാഹം കഴിച്ച് കുട്ടികളുമായി കൊൽക്കത്തയിലെ 15 പാർക്ക് അവന്യൂവിൽ കഴിയുകയാണ് എന്നാണ് അവൾ ചിന്തിക്കുന്നത്. തങ്ങളുടെ കുടുംബബന്ധത്തിന് തടസം നിൽക്കുകയാണ് അമ്മയും ചേച്ചിയും എന്നാണ് അവൾ ചിന്തിക്കുന്നത്. വിഭ്രാത്മകമായ അവളുടെ ജീവിതത്തിലൂടെ സഞ്ചരിച്ച് ഒടുവിൽ കുടുംബമെന്ന കടുത്ത യാഥാർഥ്യം തേടിപ്പിടിക്കുന്ന കഥ പറയുകയാണ് ഈ സിനിമ.

2010 തിരുവനന്തപുരം രാജ്യാന്തരമേളയിൽ പ്രേക്ഷകശ്രദ്ധ പിടിച്ചുപറ്റിയ അപർണയുടെ മറ്റൊരു സിനിമയാണ് *ജാപ്പനീസ് വൈഫ്.* പ്രേക്ഷകർ വോട്ടെടുപ്പിലൂടെ ആ സിനിമയ്ക്ക് രജതചകോരം അവാർഡും നൽകിക്കൊടുത്തു. ബംഗാളി എഴുത്തുകാരനായ കുനാൽ ബസുവിന്റെ *ജാപ്പനീസ് വൈഫ്* എന്ന പേരിലുള്ള ചെറുകഥയെ അടിസ്ഥാനമാക്കിയാണ് ഈ സിനിമ തയാറാക്കിയത്. മറ്റൊരാളുടെ സാഹിത്യസൃഷ്ടിയെ അടിസ്ഥാനമാക്കി അപർണ ആദ്യമായി സിനിമയെടുക്കുകയായിരുന്നു ഇതിലൂടെ. *ദി കൈറ്റ്* എന്നാണ് സിനിമയ്ക്ക് ആദ്യം അപർണ പേരിട്ടത്. എന്നാൽ പിന്നീട് കഥയുടെ പേരുതന്നെ സിനിമയ്ക്കും ചേർത്തു. രാഹുൽ ബോസ്, റീമാസെൻ, മൗഷ്മി ചാറ്റർജി എന്നിവർ അവിസ്മരണീയമാക്കിയ സിനിമയിൽ ജപ്പാനിൽനിന്നുള്ള ചിഗുസാ തക്കാക്കുവാണ് ടൈറ്റിൽ റോളിൽ അഭിനയിച്ചത്. 2008 ൽ ചിത്രീകരണം പൂർത്തിയായെങ്കിലും സിനിമ പുറത്തിറങ്ങുന്നത് 2010 ലാണ്. കൊൽക്കത്തയിലും ജപ്പാനിലെ യൊക്കൊഹോമ, സുക്കുബാ എന്നിവിടങ്ങളിലുമാണ് ചിത്രീകരണം നടന്നത്. റീമാസെന്നിന്റെ സ്ഥാനത്ത് മകൾ കൊങ്കണയെയായിരുന്നു അപർണ ആദ്യം ഉദ്ദേശിച്ചിരുന്നത്. എന്നാൽ ലജ്ജാ

ലുവായ വിധവയുടെ റോൾ റീമയ്ക്കാണ് ഏറെ ചേരുക എന്ന് അപർണ തിരിച്ചറിയുകയായിരുന്നു. ജപ്പാനിലെ 12 നടികളുമായി ഓഡീഷൻ നടത്തിയാണ് ജപ്പാനീസ് വൈഫായി ചിഗുസാ തക്കാക്കുവെ തെരഞ്ഞെടുത്തത്. ഇംഗ്ലീഷ് അറിയാത്ത തക്കാക്കുവിനൊപ്പം ഉടനീളം ദ്വിഭാഷിയെ നിലനിർത്തിയാണ് ചിത്രം പൂർത്തിയാക്കിയതെന്ന് *ടൈംസ് ഓഫ് ഇന്ത്യക്ക്* നൽകിയ അഭിമുഖത്തിൽ അപർണ അനുസ്മരിക്കുന്നുണ്ട്.

തൂലികാസൗഹൃദത്തിലൂടെ പരിചയപ്പെട്ട ജപ്പാനിലെ പെൺകുട്ടിയെ പ്രണയിക്കുകയും, അവളെ നേരിൽ കാണാതെ കല്യാണം കഴിക്കാൻ വരെ തയാറെടുക്കുന്ന ബംഗാളി യുവാവിന്റെ കഥയാണിത്. അധ്യാപകനായ സ്നേഹമയിക്ക് തൂലികാസുഹൃത്തുക്കൾക്ക് കത്തെഴുതലാണ് ഹോബി. ജപ്പാനിലെ മിയാഗിയെ അയാൾ അങ്ങനെയാണ് സുഹൃത്താക്കുന്നത്. മിയാഗിയെ കല്യാണം കഴിക്കാൻ ഉറച്ച സ്നേഹമയിയുടെ വീട്ടിൽ, അടുത്ത ബന്ധുവും വിധവയുമായ യുവതി കൊച്ചു കുട്ടിയുമായി കയറിവരുന്നുണ്ട്. ആ കുട്ടിയുമായുള്ള ആത്മബന്ധം, സ്നേഹമയിയെ യുവതിയുമായി അടുപ്പിക്കുമെങ്കിലും, ജാപ്പനീസ് പ്രണയം അയാളെ വിലക്കുകയാണ്. ഇതിനിടയിലാണ്, മിയാഗി ക്യാൻസർ രോഗിയാണെന്ന വിവരം സ്നേഹമയി അറിയുന്നത്. രോഗിയെ നേരിൽ കാണാതെ മരുന്ന് കുറിക്കുന്ന വൈദ്യന്റെ അടുത്ത് ചെന്ന് കിട്ടിയ മരുന്നുകുറിപ്പുകൾ അയാൾ മിയാഗിക്ക് ഫോണിലും കത്തിലൂടെയുമായി കൈമാറുകയാണ്. വൈദ്യനെ കണ്ടുമടങ്ങുംവഴി ബോട്ടിൽ മഴ നനഞ്ഞ് പനിക്കിടക്കയിലായ സ്നേഹമയി വൈകാതെ മരിക്കുന്നു. ഇതൊന്നുമറിയാതെ തന്റെ പ്രണയത്തെ തേടി കൊൽക്കത്തയിലേക്ക് മിയാഗി വരുന്നു. അപ്പോഴേക്കും വൈകിപ്പോയിരുന്നു. ക്യാൻസർ ചികിത്സ കഴിഞ്ഞ് മുടിയെല്ലാം കൊഴിഞ്ഞ് മുണ്ഡിത ശിരസ്കയായ മിയാഗി, സനേഹമയിയുടെ വീട്ടിലെ വിധവയ്ക്കൊപ്പം മറ്റൊരു വിധവയായി കഴിയുകയാണ് ഒടുവിൽ.

അപർണയുടേതായി ഒടുവിൽ പുറത്തിറങ്ങിയ സിനിമയാണ് *മൃണാളിനി* (2011). ഹിന്ദിയിലും ബംഗാളിയിലും ഒരേസമയത്ത് പുറത്തിറക്കിയ *മൃണാളിനിയിൽ* അപർണയും മകൾ കൊങ്കണയും ശ്രദ്ധേയ വേഷത്തിൽ എത്തുന്നുമുണ്ട്. *മിസ്റ്റർ ആൻഡ് മിസിസ് അയ്യർ, 36 ചൗരംഗീ ലൈൻ* എന്നിവയ്ക്കുശേഷം ഏറെ നിരൂപകശ്രദ്ധ പിടിച്ചുപറ്റിയ സിനിമയുമാണിത്. കൊങ്കണയെ കൂടാതെ സിനിമയിൽ വേഷമിട്ട പ്രിയാംശു ചാറ്റർജി, രജത് കപൂർ, കൗഷിക് സെൻ തുടങ്ങിയവരെല്ലാം ആദ്യമാണ് അപർണയ്ക്കൊപ്പം സഹകരിക്കുന്നത്. *പരോമിതർ ഏക് ദിൻ* എന്ന ചിത്രം കഴിഞ്ഞ് 11 വർഷത്തിനുശേഷമാണ് ഈ സിനിമയിലൂടെ ബംഗാളിഭാഷയിൽ അപർണ സിനിമയെടുക്കുന്നത്. മൃണാളിനിയെന്ന നായികാ കഥാപാത്രത്തിന്റെ വാർധക്യകാലവേഷം ചെയ്തത അപർണയാണ്. യൗവനം ചെയ്തത് മകൾ കൊങ്കണയാണെന്ന സവിശേഷതയും ഈ ചിത്രത്തിനുണ്ട്.

പ്രണയത്തിന്റെയും ജീവിതവ്യവഹാരത്തിന്റെയും തലങ്ങൾ തന്വ

ചിന്താപരമായി ഈ സിനിമയിൽ അപർണ നോക്കിക്കാണുന്നു. കൗമാരകാലത്തെ പ്രണയക്കാഴ്ചകളല്ല യൗവനമാകുമ്പോൾ ഉണ്ടാകുന്നത്. അതുതന്നെ കുടുംബസ്ഥയാകുമ്പോൾ മാറിവരും. പിന്നീട് വാർധക്യത്തിലെ അവഗണനയും ഒറ്റപ്പെടലുംകൂടി കൂട്ടിനുണ്ടാകുമ്പോഴുണ്ടാകുന്ന പ്രണയതലങ്ങൾ മറ്റൊന്നാണ്. ഇതെല്ലാം കഥാപാത്രങ്ങളുടെ വിവിധ വേഷപ്പകർച്ചകളിലൂടെ മൃണാളിനിയിൽ അപർണ ചർച്ചയ്ക്ക് വയ്ക്കുന്നുണ്ട്.

മാധ്യമങ്ങളാലും ആരാധകരാലും ഏറെ വാഴ്ത്തപ്പെട്ട മൃണാളിനി എന്ന വിശ്രുതനടി ജീവിതത്തിന്റെ ഏകാന്തമായ കോണിൽവച്ച് ആതമഹത്യയ്ക്കൊരുങ്ങുന്നു. അതിനായി അവർ മരണക്കുറിപ്പെഴുതുന്നു. ഉറക്കഗുളികകൾ വിഴുങ്ങുന്നതിന് മുമ്പ്, താൻ കടന്നുവന്ന വഴിത്താരകളിലേക്ക് അവർ തിരിഞ്ഞുനോക്കുകയാണ്. തന്നെ കുറിച്ചെഴുതിയ മാധ്യമക്കുറിപ്പുകൾ, തനിക്കു കിട്ടിയ അംഗീകാരങ്ങളും അതിന്റെ ഫലകങ്ങളും, സമൃദ്ധമായ ജീവിതവസന്തോത്സവത്തിൽ താൻ പങ്കിട്ട സുന്ദരനിമിഷങ്ങൾ എല്ലാം, തന്റെ മരണത്തിനുമുമ്പ് അഗ്നിക്കിരയാക്കാൻ അവർ തീരുമാനിക്കുന്നു. എന്നാൽ തന്റെ പ്രണയനേട്ടങ്ങളും അതിന്റെ നഷ്ടവും, സൗഹൃദങ്ങളും വേർപെടലുകളും, വിജയവും പരാജയവും, ശോകവും ഉന്മാദവും അടക്കമുള്ള പൂർവ ജീവിതോത്സവങ്ങൾ അവരെ മഥിക്കുകയാണ്. അപ്പോഴേക്കും നേരം വെളുത്തു. ആത്മഹത്യയെന്ന ചിന്തയുപേക്ഷിച്ച് പ്രഭാതത്തിൽ അവർ നടക്കാനിറങ്ങുന്നു. അവിടെ അവർ തന്റെ ആദ്യ പ്രണയസഖാവിനെ കണ്ടുമുട്ടുന്നു. പക്ഷേ, അയാൾ, പൊലീസ് അന്വേഷിക്കുന്ന ഒരു ക്രിമിനലാണ്. പുലർകാല രശ്മികളുടെ തഴുകൽ പോലെ തന്റെ ആദ്യപ്രണയവുമൊത്തുള്ള ആലോചനകൾക്കിടയിൽ മൃണാളിനിക്ക് എവിടെ നിന്നോ വെടിയേൽക്കുകയാണ്. ആ വെടി അയാൾക്കുനേരെ വരേണ്ടതായിരുന്നു. എന്നാൽ തന്റെ ആദ്യ പ്രണയത്തിന് നൽകിയ സമ്മാനംപോലെ, തന്റെ ജീവിതം ബലി നൽകി, അവർ കുഴഞ്ഞുവീഴുകയാണ്. അപ്പോൾ അവർ ഒരിക്കലും മരണത്തെക്കുറിച്ച് ചിന്തിച്ചിരിക്കില്ല.

മുംബൈയിലെ വിസ്‌ലിംഗ് വുഡ് ഇന്റർനാഷണൽ എന്ന ഫിലിം ഇൻസ്റ്റിറ്റ്യൂട്ടിൽ തിരക്കഥ കോഴ്സിന് അസൈൻമെന്റായാണ് *ഇതി മൃണാളിനി*യുടെ കഥ രൂപംകൊള്ളുന്നത്. അവിടെ വിരിഞ്ഞ തിരക്കഥ പിന്നീട് മുഴുനീള ഫീച്ചർ സിനിമയായി, കന്നി തിരക്കഥാകൃത്ത് രഞ്ജൻ ഘോഷിനൊപ്പം അപർണ മാറ്റിയെടുക്കുകയായിരുന്നു. അപർണയുടെ രീതിപ്രകാരം, ചിത്രീകരണത്തിനുമുമ്പ് അഭിനയക്കളരിയും റിഹേഴ്സലും ഈ ചിത്രത്തിനുമുണ്ടായിരുന്നു. കൊൽക്കത്തെയിലും മുംബൈയിലുമായി നടന്ന പരിശീലനത്തിൽ കൊങ്കണയും രജത് കപൂർ അടക്കമുള്ള അഭിനേതാക്കളും പങ്കെടുത്തു. കൊൽക്കത്തെയിലും കൊണാർക്കിലുമായി ചിത്രീകരണവും നടന്നു.

പുറത്തിറങ്ങാനിരിക്കുന്ന അപർണയുടെ ചിത്രമാണ് ഗോയ്നർ

ബോക്ഷോ (ആഭരണപ്പെട്ടി) എന്ന ബംഗാളി ചിത്രം. ഇതിന്റെ കഥാപാത്ര തെരഞ്ഞെടുപ്പും ഒരുക്കങ്ങളും സംബന്ധിച്ച് ബംഗാളി, ഇംഗ്ലീഷ് മാധ്യങ്ങളിൽ നിറയെ വാർത്തകൾ വന്നു. ശിർഷേന്ദു മുഖോപാധ്യായയുടെ ചെറുകഥയെ അടിസ്ഥാനമാക്കിയാണ് അപർണ ഇതിന്റെ തിരക്കഥയൊരുക്കിയത്. മൂന്നു തലമുറയിൽപ്പെട്ട പെണ്ണുങ്ങളും അവരുടെ സാമൂഹ്യബന്ധവും നർമത്തിൽ ചാലിച്ചാണ് ഈ സിനിമയിൽ അവതരിപ്പിക്കുന്നതെന്ന് മാധ്യമങ്ങളിൽ അപർണ വെളിപ്പെടുത്തിയിട്ടുണ്ട്. ആഭരണപ്പെട്ടികളോടുള്ള അവരുടെ സമീപനമാണ്, അവരുടെ സാമൂഹ്യ ബോധത്തിന്റെ അളവുകോലായി അവർ അവതരിപ്പിക്കുന്നത്. "20 വർഷം മുമ്പുതന്നെ ഞാൻ ചെയ്യേണ്ടിയിരുന്ന സിനിമയാണ് *ഗോയ്നർ ബോക്ഷോ.* പക്ഷേ, യോജിച്ച നിർമാതാക്കളെ കണ്ടെത്താൻ വൈകിയതാണ് പ്രശ്നമായത്"–ബംഗാളി പത്രത്തിന് നൽകിയ അഭിമുഖത്തിൽ അപർണ പറഞ്ഞു.

> പെണ്ണുങ്ങൾ അവരുടെ അടുത്ത തലമുറയ്ക്ക് കൈമാറുന്നതിൽ സവിശേഷതയുള്ള കാര്യമാണ് അവരുടെ ആഭരണപ്പെട്ടി. അത്, അതാത് കാലത്തെ ഓർമകളും സ്നേഹവും പരിഭവവും ഒക്കെ ഇടകലർന്ന ഒന്നാണ്. തീർച്ചയായും അതിനൊപ്പം സാമൂഹ്യ ചിത്രവും ഒഴുകിപ്പരക്കും. ആഭരണപ്പെട്ടിക്കൊപ്പമുള്ള മനസിന്റെ കൈമാറ്റം എങ്ങനെയൊക്കെ പെൺപ്രശ്നങ്ങളുടെ പരിണാമവുമായി ബന്ധപ്പെടുന്നു എന്നതാണ് ഞാൻ ഈ ചിത്രത്തിലൂടെ പരിശോധിക്കുന്നത്. 70 കൾ പശ്ചാത്തലമായ സിനിമയിൽ പക്ഷേ, കാലപരമായ രചനാപ്രതിസന്ധികൾ മറികടക്കാൻ പരിശ്രമിച്ചിട്ടുണ്ട്. ശിർഷേന്ദു മുഖോപാധ്യായയുടെ ചെറുകഥ അതേപോലെ മൊഴിമാറ്റുകയല്ല; ഏറെ വായിച്ച ആ കഥയ്ക്കൊപ്പം മാജിക്കൽ റിയലിസത്തിന്റെ സങ്കേതം ഉപയോഗിച്ചുള്ള പിന്തുടരലാണ് ഈ സിനിമ

അപർണ അഭിമുഖത്തിൽ തുടർന്നു (*ദ പയനീരിൽ* പ്രസിദ്ധീകരിച്ചത്).

മൗഷ്മി ചാറ്റർജി, കൊങ്കണ സെൻ, ശ്രബന്തി ചാറ്റർജി തുടങ്ങിയവരാണ് മുഖ്യവേഷത്തിൽ. ബോൽപൂർ, മൂർഷിദാബാദ്, സ്ഥിരം തട്ടകമായ കൊൽക്കത്ത എന്നിവിടങ്ങളിലാണ് ചിത്രീകരണം.

തനിക്കുപറയാനുള്ള കാര്യങ്ങൾ സിനിമ എന്ന മാധ്യമത്തിലൂടെ കലാപരമായി പറയുന്നതിൽ സംവിധായിക എന്ന നിലയിൽ അപർണ ഏറെ വിജയിച്ച താരമാണ്. ആ അർഥത്തിൽ ഇന്ത്യൻ വനിതാസംവിധായകരിൽ–ഇന്ത്യയിൽത്തന്നെ വേരുറപ്പിച്ച അഭിനേത്രി എന്ന നിലയിലും – അപർണയ്ക്കുള്ള പ്രാധാന്യം സവിശേഷമാണെന്നു കാണാം. 1986 ൽ പത്മശ്രീ ലഭിച്ചപ്പോൾത്തന്നെ, ഇന്ത്യൻ സിനിമയ്ക്ക് അവർ നൽകിയ സമഗ്ര സംഭാവനയാണ് അംഗീകാരത്തിന് കാരണമായത്. ഇന്ത്യയിലെയും വിദേശത്തെയും നിരവധി ചലച്ചിത്രമേളകളിൽ ജൂറിയായും മു

ഖ്യാതിഥിയായും അവർ പങ്കെടുത്തിട്ടുണ്ട്.

ചലച്ചിത്രകാരി എന്നതിലുപരി, പത്രപ്രവർത്തകയായും അപർണയുടെ നേട്ടങ്ങൾ പ്രാമുഖ്യമുള്ളതാണ്. 1986 മുതൽ 2005 വരെ *സാനന്ദ* എന്ന വനിതാപ്രസിദ്ധീകരണത്തിന്റെ മുഖ്യപത്രാധിപരായി. ബംഗാളിലും ബംഗ്ലാദേശിലുമായി വമ്പിച്ച പ്രചാരമുള്ള *സാനന്ദ*യിലൂടെ, മുഖ്യധാര അവഗണിച്ച സ്ത്രീ പ്രശ്നങ്ങൾ അപർണ രംഗത്തുകൊണ്ടുവന്നു. ശാരദ ഗ്രൂപ്പ് പ്രസിദ്ധീകരിക്കുന്ന *പരാമ* എന്ന മാഗസിന്റെ എഡിറ്ററാണിപ്പോൾ. കൊൽക്കത്ത ടി വിയുടെ ബംഗാളി 24–7 എന്ന ചാനലിന്റെ ക്രിയേറ്റീവ് ഡയറക്ടറായും പ്രവർത്തിച്ചു.

ചെറുപ്പത്തിൽ വീട്ടുകാർ ഇടപെട്ട് നടത്തിയ വിവാഹബന്ധം കുറച്ചുകാലം മാത്രമെ തുടർന്നുള്ളൂ. സഞ്ജയ് സെൻ എന്നയാളുമായി ഉണ്ടായ ആ വിവാഹത്തിൽ 'സെൻ' എന്ന കൂട്ടുപേര് അപർണയ്ക്കൊപ്പം ചേർന്നു. വൈകാതെ അവർ വേർപിരിഞ്ഞു. പിന്നീടാണ് പത്രപ്രവർത്തകനായ മുകുൾ ശർമ്മയെ അപർണ വിവാഹം കഴിക്കുന്നത്. താമസിയാതെ ആ ബന്ധത്തിനും ഉലച്ചിൽ തട്ടി. അമേരിക്കയിലെ ന്യൂജഴ്സി മൗണ്ടി കോളേജ് അധ്യാപകനായ കല്യാൺ റേയാണ് ഇപ്പോൾ ജീവിത സഖാവ്. നടി കൊങ്കണ സെൻ ശർമ്മ, കമാലിനി എന്നിവരാണ് മക്കൾ. രണ്ടു ചെറുമക്കളുമുണ്ട്.

ഫിലിമോഗ്രഫി

36 ചൗരംഗീ ലൈൻ	(1981)
പരോമ	(1984)
സതി	(1989)
യുഗാന്ത്	(1995)
പരോമിതാർ ഏക് ദിൻ	(2000)
മിസ്റ്റർ ആന്റ് മിസിസ് അയ്യർ	(2001)
15 പാർക്ക് അവന്യൂ	(2005)
ദ ജാപ്പനീസ് വൈഫ്	(2010)
ഇതി മൃണാളിനി	(2011)
ഗോയ്നർ ബാക്ഷോ	

സമാന്തരവീഥിയിലെ പെൺകരുത്ത്

ആൺനോട്ടങ്ങളുടെ ആഘോഷമാണ് ഇന്ത്യൻ സിനിമയുടെ കാതൽ. അഥവാ സ്ത്രീപ്രശ്നം ചർച്ച ചെയ്യുകയാണെങ്കിൽ അതും ആൺ നോട്ടത്തിന്റെ പരിമിതിയിൽ ചുറ്റിത്തിരിയുകയേ ഉള്ളൂ. ബോധപൂർവം തീർക്കുന്ന സമാന്തര സിനിമാ പരീക്ഷണങ്ങളിൽ ഒരു പരിധിവരെ യഥാർഥ സ്ത്രീ പ്രശ്നങ്ങൾ സമൂഹത്തിന് മുന്നിൽ എത്തിക്കാൻ കഴിഞ്ഞിട്ടുണ്ട് എന്നു പറയാം. ഇത്തരത്തിൽ സമാന്തര സിനിമാനിർമാണത്തിലൂടെ സ്ത്രീ പ്രശ്നങ്ങളും മറ്റ് അടിസ്ഥാന പ്രശ്നങ്ങളും ചർച്ചയ്ക്ക് വെച്ചവരിൽ പ്രഥമസ്ഥാനമുണ്ട് കൽപ്പനാ ലച്മിക്ക്. സംവിധായിക, തിരക്കഥാകൃത്ത്, നിർമാതാവ് എന്ന നിലയിലെല്ലാം അവർ അരികുവൽക്കരിച്ച പ്രമേയങ്ങളെ-വിശേഷിച്ച് സ്ത്രീകളുടെ-സിനിമയാക്കി. ഗായകനും എഴുത്തുകാരനുമായ ഡോ. ഭൂപേൻ ഹസാരികയുടെ മാനേജർ എന്ന നിലയിലാണ് ലച്മി സർഗപരമായ ഇടപെടൽ തുടരുന്നത്. ദീർ

കൽപ്പനാ ലച്മി

ഘകാലം ഹസാരികയുടെ മാനേജരായിരുന്നു അവർ.

കൊങ്കണി സാരസ്വത ബ്രാഹ്മണ കുടുംബത്തിൽ ജനിച്ച ലച്മിയുടെ അമ്മ ലളിതാ ലച്മി ഇന്ത്യ അറിയപ്പെടുന്ന ചിത്രകാരിയാണ്. സംവിധായകനും അഭിനേതാവുമായ ഗുരുദത്തിന്റെ സഹോദരി കൂടിയാണ് ലളിത. ചിത്രകാരി എന്ന നിലയിൽ ഏറെ പ്രശംസ പിടിച്ചു പറ്റിയ ലളിതയുടെ കരിയറിലും സിനിമാ ബന്ധങ്ങളുണ്ട്. 2007 ലെ ബോളിവുഡ് ഹിറ്റ് *താരേ സമീൻ പറി*ലെ അമീർഖാനെയും ലളിത ക്യാൻവാസിൽ പകർത്തിയിട്ടുണ്ട്. അമ്മയുടെയും മാതുലനായ ഗുരുദത്തിന്റെയും ഭൂപേൻ ഹസാരികയുടെയും, ഗുരു ശ്യാം ബനഗലിന്റെയും കലാസംരംഭങ്ങൾ തന്നെയാണ് കൽപ്പനയെന്ന സിനിമാക്കാരിയെ രൂപപ്പെടുത്തിയത്. കൽപ്പനയുടെ കലാജീവിതത്തിലേക്ക് വരുന്നതിനുമുമ്പ്, അവർക്ക് വമ്പിച്ച തോതിൽ പ്രേരണയായ ഈ മൂന്ന് കലാകാരന്മാരെയും ചെറുതായി പരിചയപ്പെടുന്നത് നന്നായിരിക്കും.

ബോളിവുഡിന് സുവർണകാലം ഇതൾ വിടർത്തിയ ആദ്യകാല പഥികരിൽ പ്രമുഖനാണ് വസന്ത്കുമാർ ശിവശങ്കർ പാദുകോൺ–ഗുരുദത്ത് – എന്ന സംവിധായകൻ. നിർമാതാവ്, അഭിനേതാവ് എന്ന നിലയിലെല്ലാം തൊട്ടതെല്ലാം പൊന്നാക്കിയ ഗുരുദത്ത് 1950 മുതൽ '60കൾ വരെ ബോളിവുഡിന്റെ അവസാനവാക്കായിരുന്നു. *പ്യാസ, കാഗസ് കേ ഫൂൽ, സാഹിബ് ബീബി ഓർ ഗുലാം, ചൗദ്‌വിൻ കാ ചന്ദ്...* അദ്ദേഹം അഭിനയിച്ചും സംവിധാനം ചെയ്തും നിർമിച്ചും പൊന്നാക്കിയ ബോളിവുഡ് ഹിറ്റുകളാണിവ. വഹീദാ റഹ്മാൻ തിരശ്ശീലയിലെത്തുന്നത് ദത്ത് സിനിമകളിലൂടെയാണ്. വഹീദ നായികയായ ദത്ത് സിനിമകൾ ഇപ്പോഴും ബോളിവുഡിലെ അനശ്വര സൃഷ്ടികളാണ്. *ടൈം മാഗസിൻ* ലിസ്റ്റ് ചെയ്ത നിത്യഹരിത നൂറ് സിനിമകളിൽ ഗുരുദത്തിന്റെ *പ്യാസ*യും *കാഗസ് കേ ഫൂലും* ഉൾപ്പെടുന്നുണ്ട്. ഇന്ത്യയുടെ ഓർസൺ വെൽസ് എന്നു വിളിപ്പേരുള്ള (ഹോളിവുഡിലെ ജനപ്രിയ സംവിധായകനും നിർമാതാവും അഭിനേതാവുമാണ് ജോർജ് ഓർസൺ വെൽസ്) ദത്തിനെ സി എൻ എൻ ചാനൽ നിത്യഹരിതരായ 25 ഏഷ്യൻ സംവിധായകരിൽ ഒരാളായി വിശേഷിപ്പിച്ചിട്ടുണ്ട്. അബ്രാർ അൽവിയുമായി ചേർന്നാണ് ദത്ത് തന്റെ അനശ്വര തിരക്കഥകൾ മിക്കതും രചിച്ചത്. *ഗുരുദത്തിനൊപ്പം 10 വർഷം: അബ്രാർ അൽവിയുടെ സ്മരണകളിലൂടെ* എന്ന സത്യസരൺ രചിച്ച പുസ്തകവും ഏറെ വായിച്ചതാണ്.

കവി, സംഗീതജ്ഞൻ, ചലച്ചിത്രകാരൻ എന്നു തുടങ്ങി സർഗജീവിതത്തിൽ തൊട്ടതെല്ലാം പൊന്നാക്കിയ ഫാൽക്കെ അവാർഡ് ജേതാവാണ് ഭൂപേൻ ഹസാരിക. ഭൂപേന്റെ മാനേജർ എന്ന നിലയിൽ ദീർഘകാല ബന്ധമാണ് കൽപ്പനയ്ക്ക് ഇദ്ദേഹവുമായി. കൽപ്പനയുടെ സിനിമയുടെ വാണിജ്യവിജയത്തിന് ഒരു ഘടകം ഭൂപേന്റെ സംഗീതവും കൂടിയാണ്. അസമിൽനിന്നു തുടങ്ങിയ ഭൂപേന്റെ കലാജീവിതം ഹിന്ദിയിലും ബംഗാളി, ബംഗ്ലാദേശ് എന്നിവിടങ്ങളിലും പരന്നൊഴുകി. അസം ഭാഷയിൽ

അദ്ദേഹം എഴുതി സംവിധാനം ചെയ്ത് ആലപിച്ച ഗാനങ്ങൾ രാജ്യം ഏറ്റുവാങ്ങി. അസമിലെയും വടക്കുകിഴക്കൻ സംസ്ഥാനങ്ങളിലെയും നാടൻപാട്ടു സംഗീതം ഹിന്ദി സിനിമയിൽ തരംഗമാക്കി മാറ്റിയതും ഭുപേനാണ്. സിനിമാ സംഗീതത്തിനുള്ള നിരവധി അംഗീകാരങ്ങൾ നേടിയ അദ്ദേഹത്തിന് പത്മവിഭൂഷണും ലഭിച്ചിട്ടുണ്ട്.

വിഖ്യാത സംവിധായകൻ ശ്യാം ബനഗലിന്റെ സഹായിയാണ് കൽപ്പന, സിനിമാ ജീവിതത്തിലേക്ക് കടക്കുന്നത്. ഗുരുദത്തുമായും പാദുകോൺ കുടുംബവുമായും അടുത്തബന്ധം പുലർത്തിയ ആളാണ് ബനഗൽ. 1977 ൽ ബനഗൽ സംവിധാനം ചെയ്ത് പുറത്തിറക്കിയ *ഭൂമിക*യുടെ വസ്ത്രാലങ്കാര സഹായിയായിരുന്നു കൽപ്പനാ ലച്മി. നവതരംഗ, സമാന്തര സിനിമാ പ്രസ്ഥാനത്തിന്റെ പ്രമുഖ വക്താവായി ബനഗൽ പേരെടുത്ത സമയമായിരുന്നു അക്കാലം. അദ്ദേഹത്തിന്റെ പ്രശസ്തമായ *ആങ്കൂർ, നിഷാന്ത്, മന്ഥാൻ* തുടങ്ങിയ സിനിമകൾ ഇന്ത്യൻ സിനിമാസ്വാദനത്തിന്റെ തലങ്ങൾതന്നെ മാറ്റിമറിച്ചിരുന്നു. ഏഴുതവണ മികച്ച സംവിധാനത്തിനുള്ള ദേശീയാംഗീകാരം നേടിയ ബനഗലിന്റെ സഹായിയായി തുടങ്ങിയത് കൽപ്പനയ്ക്കും, തന്റെ സിനിമാവഴിയേതെന്ന് കൃത്യമായി തിരിച്ചറിയാൻ ഇടയാക്കി. സ്മിതാ പാട്ടീൽ, അമോൽ പലേക്കർ, നസറുദ്ദീൻ ഷാ, അമരീഷ്പുരി തുടങ്ങിയവർ വേഷമിട്ട *ഭൂമിക* നിരവധി ദേശീയ അവാർഡ് നേടിയ സിനിമയാണ്. ചിക്കാഗോ, അൾജീറിയ തുടങ്ങിയ രാജ്യാന്തരമേളകളിലും അംഗീകാരം നേടി. നാൽപ്പതുകളിൽ സജീവമായിരുന്ന ബോളിവുഡ് നടിയുടെ (ഉഷ) ഓർമകളിലൂടെ സഞ്ചരിച്ച സിനിമയാണ് *ഭൂമിക*. പ്രമേയത്തിലും അവതരണത്തിലും ബോളിവുഡിലെ പുതിയ വഴികളിലൂടെ സഞ്ചരിച്ച സിനിമ കൂടിയാണിത്.

*ഭൂമിക*യിലെ കലാനുഭവമാണ് കൽപ്പനയെ ചലച്ചിത്രകാരിയെന്ന നിലയിൽ ഉറപ്പിച്ചു നിർത്തുന്നത്. അടുത്ത വർഷംതന്നെ അവർ ഡോക്യുമെന്ററി രംഗത്തേക്ക് തിരിയുന്നു. *ഡി ജി മൂവീ പയനീർ* (1978), *എ വർക്ക് സ്റ്റഡി ഇൻ ടീ പ്ലക്കിംഗ്* (1979), *എലോംഗ് ദ ബ്രഹ്മപുത്ര* (1981) എന്നീ ഡോക്യുമെന്ററികൾ കൽപ്പന സംവിധാനം ചെയ്തു. പരിസ്ഥിതിയുടെ പുത്തൻ ദർശനങ്ങൾ അവതരിപ്പിച്ച *എലോംഗ് ദ ബ്രഹ്മപുത്ര* ഏറെ ശ്രദ്ധേയമായ ഡോക്യുമെന്ററിയാണ്. ഇതിനുശേഷം നീണ്ട അഞ്ചുവർഷത്തെ ഇടവേളയ്ക്കുശേഷമാണ് അവർ ഫീച്ചർ സിനിമയിലേക്ക് വരുന്നത്. *ഏക് പാൽ* (1986) എന്ന ആദ്യ ഫീച്ചർ സിനിമ നിർമ്മിച്ചതും തിരക്കഥയെഴുതിയതും സംവിധാനം ചെയ്തതും കൽപ്പന തന്നെയാണ്. ശബാന ആസ്മി, നസറുദ്ദീൻ ഷാ, അമോൽ സെൻ തുടങ്ങിയവർ വേഷമിട്ട സിനിമ, പക്ഷേ വേണ്ടത്ര ശ്രദ്ധിക്കപ്പെട്ടില്ല.

ഇതിനിടയിൽ അവർ മിനിസ്ക്രീനിലും കൈവച്ചു. തൻവി ആസ്മി മുഖ്യവേഷമിട്ട *ലോഹിത് കിനാരെ* (1988) എന്ന സീരിയൽ സംവിധാനം ചെയ്തത് കൽപ്പനയാണ് (ശബാന ആസ്മിയുടെ സഹോദരനും പ്രശസ്ത ഛായാഗ്രാഹകനുമായ ബാബാ ആസ്മിയുടെ ഭാര്യയാണ് തൻവി. ഇവർ

അടൂർ ഗോപാലകൃഷ്ണന്റെ പ്രശസ്തമായ *വിധേയ*നിൽ മമ്മൂട്ടിയുടെ ഭാര്യയായും വേഷമിട്ടിട്ടുണ്ട്).

ഡോക്യുമെന്ററി, മിനി സ്ക്രീൻ, ഫീച്ചർ തുടങ്ങിയ മേഖലകളില്ലാം കൈവച്ചെങ്കിലും സംവിധായക എന്ന നിലയിൽ കൽപ്പനയെ അടയാളപ്പെടുത്തിയ സിനിമയാണ്, പിന്നീട് അവർ സംവിധാനം ചെയ്ത *രൂദാലി* (1993). ബംഗാളി എഴുത്തുകാരിയും ജ്ഞാനപീഠം ജേതാവുമായ മഹശ്വേതാ ദേവിയുടെ ചെറുകഥയെ അടിസ്ഥാനമാക്കി നിർമിച്ച *രൂദാലി* വ്യാപകശ്രദ്ധ പിടിച്ചുപറ്റി. സമ്പന്ന കുടുംബങ്ങളിലെ ആണുങ്ങൾ മരിച്ചാൽ, സങ്കടം വരുത്തിച്ച് കരയാൻ വാടകയ്ക്കെടുക്കുന്ന സ്ത്രീകളെയാണ് രൂദാലി എന്നു വിളിക്കുന്നത്. രാജസ്ഥാനിലെ ചില ഗ്രാമങ്ങളിൽ ഇപ്പോഴും ഇത്തരം രൂദാലി സമ്പ്രദായമുണ്ട്. സാമൂഹ്യ- സാമ്പത്തിക ശ്രേണിയിൽ ഉന്നതരായ കുടുംബങ്ങളിലെ വീട്ടുകാർ, കുടുംബാംഗങ്ങൾ മരിച്ചാൽ സങ്കടം പരസ്യമായി പ്രകടിപ്പിക്കാൻ വിമുഖത കാണിക്കും. അതിനെ മറികടക്കാനാണ് രൂദാലികളെ–കരച്ചിൽ പെണ്ണുങ്ങളെ–വാടകയ്ക്കെടുക്കുന്നത്.

ഭൂപേൻ ഹസാരിക, ഗുൽസാർ, ആശാ ഭോസ്ലേ തുടങ്ങിയവരാണ് *രൂദാലി*യിലെ പാട്ടുകൾ കൈകാര്യം ചെയ്തത്. സിനിമയ്ക്കൊപ്പം ഇതിലെ പാട്ടുകളും ഏറെ ശ്രദ്ധ പിടിച്ചുപറ്റി. ഹിന്ദി സിനിമയിൽ ഹിന്ദുസ്ഥാനി സംഗീതത്തിന്റെ പാരമ്പര്യം ഊട്ടിയുറപ്പിച്ച, ഭൂപേൻ ഹസാരിക സംവിധാനം ചെയ്ത, പാട്ടുകൾ ഏറെ ശ്രദ്ധേയമായി. ദിൽ ഹൂം ഹൂം കരേ...., ജൂതി മുതി മിത്വാ... തുടങ്ങിയ പാട്ടുകൾ നിത്യഹരിതങ്ങളായി തുടരുന്നു. ഗുൽസാർ എഴുതി ഭൂപേൻ ഹസാരികയും ആശാ ഭോസ്ലേയുമാണ് ഇതിലെ ആറ് ഗാനങ്ങളും പാടിയത്.

രാജസ്ഥാനിലെ കുഗ്രാമമാണ് സിനിമയുടെ പശ്ചാത്തലം. അച്ഛൻ മരിച്ച, വാർധക്യത്തിലെത്തിയ അമ്മ മാത്രം തുണനിൽക്കുള്ള യുവതിയാണ് ഷാനിചാരി (ഡിമ്പിൾ കപാഡിയ). അവരെ മുഴുക്കുടിയനായ ഒരാൾ കല്യാണം കഴിക്കുന്നു. ആ ദാമ്പത്യത്തിൽ ഉണ്ടായ മകന് മാനസിക വളർച്ചയുമില്ല. ജീവിത ദുരിതങ്ങളും ദാരിദ്ര്യവും പീഡനവും വേലികെട്ടിയ ഷാനിചാരിക്ക് ചിരിക്കാനോ കരയാനോ കഴിയാത്ത അവസ്ഥയുണ്ടാകുന്നു. ജീവിതത്തോട് പൊരുതി നിൽക്കുന്ന ഷാനിചാരി, ഒരിക്കലും കരയില്ലെന്ന് തീരുമാനിക്കുന്നു. ഇതിനിടയ്ക്ക് തന്റെ സുഹൃത്തും നാട്ടിലെ പ്രമുഖ രൂദാലിയുമായ (വാടക കരച്ചിൽക്കാരി) ബിൻകിനിക്ക് പകരക്കാരിയായി രൂദാലി ജോലിക്ക് ഷാനിചാരിക്ക് പോകേണ്ടി വരുന്നു. ഒരിക്കലും കരയില്ലെന്ന ഷാനിചാരിയുടെ നിലപാട് ഗ്രാമത്തിൽ പ്രശ്നം സൃഷ്ടിക്കുന്നു. ഇതിനിടയ്ക്കാണ് നാട്ടിലെ ജന്മിയുടെ മകന് ഷാനിചാരിയോട് പ്രണയം തോന്നുന്നത്. കഷ്ടപ്പാടിന്റെയും പട്ടിണിയുടെയും കാരണങ്ങൾ തിരയുന്ന ഷാനിചാരിക്ക് പക്ഷേ, ആ സമ്പന്ന പുത്രന്റെ പ്രണയത്തെ തിരസ്കരിക്കാൻ അധികമൊന്നും ആലോചിക്കേണ്ടിവരുന്നില്ല.

കൃത്യമായ സ്ത്രീപ്രശ്നങ്ങൾ എന്താണെന്ന് തിരിച്ചറിയുകയും

അതിനെ സ്തോഭജനകമാംവണ്ണം തിരശ്ശീലയിലേക്ക് പകർത്താനും *രുദാലി*യിലൂടെ കൽപ്പനയ്ക്ക് കഴിഞ്ഞിട്ടുണ്ട്. ഇന്ത്യൻ സമാന്തര സിനിമയുടെയും പെൺപക്ഷ കാഴ്ചകളുടെയും സമൃദ്ധമായ രൂപകങ്ങൾ അടങ്ങിയതുമായ ഈ ലച്മി ചിത്രം ഇന്ത്യൻ സിനിമയുടെ നാൾവഴികളിൽ ത്തന്നെ പ്രധാനപ്പെട്ടതുമാണ്. ഡിമ്പിൾ കപാഡിയ, രാഖി, രാജ് ബബ്ബർ , അംജത് ഖാൻ തുടങ്ങിയവർ വേഷമിട്ട *രുദാലി*യിൽ, ഷാനിചാരിയെ അനശ്വരയാക്കിയ ഡിമ്പിളിന് മികച്ച നടിക്കുള്ള ദേശീയ അവാർഡും ലഭിച്ചു. രാജസ്ഥാനിലെ കുഗ്രാമത്തെ തിരശ്ശീലയിൽ ഒരുക്കിയ സമീർ നന്ദയ്ക്ക് മികച്ച കലാസംവിധാനത്തിനു സിമ്പിൾ കപാഡിയയ്ക്ക് മികച്ച വസ്ത്രാലങ്കാരത്തിനുമുള്ള ദേശീയ അവാർഡ് *രുദാലി*യിലൂടെ ലഭിച്ചു. സിനിമ പുറത്തിറങ്ങുന്നതിന് മുമ്പായി, ഇതിൽ വേഷമിട്ട അംജത് ഖാൻ അന്തരിച്ചു. ഖാന് സമർപ്പിച്ചാണ് പിന്നീട് ഈ സിനിമ പുറത്തിറങ്ങിയത്.

നാലുവർഷത്തിനുശേഷം '97ലാണ് കൽപ്പനയുടെ അടുത്ത ചിത്രം *ധർമിയാൻ* പുറത്തിറങ്ങുന്നത്. '40കളിലെ ബോളിവുഡ് നടിയുടെ ആത്മാന്വേഷണങ്ങളിലൂടെയും വൈയക്തിക ദുഃഖങ്ങളിലൂടെയും സഞ്ചരിച്ച ഈ സിനിമയ്ക്ക് പക്ഷേ, പ്രേക്ഷകരുടെയും നിരൂപകരുടെയും കാര്യമായ ശ്രദ്ധ പിടിച്ചുപറ്റാനായില്ല. മകന്റെ ഷണ്ഡത്വം കണ്ടുപിടിക്കുന്ന അമ്മയുടെ മനോസഞ്ചാരങ്ങളും സിനിമയ്ക്ക് വിഷയമാകുന്നുണ്ട്. സാഗർ ഗുപ്ത തിരക്കഥയെഴുതിയ ഈ സിനിമയിൽ തബു, കിരൺ ഖേർ, ആരിഫ് സക്കറിയ തുടങ്ങിയവർ വേഷമിട്ടു. പതിവുപോലെ ഭൂപേൻ തന്നെയാണ് ഈ സിനിമയുടെയും സംഗീതം നിർവഹിച്ചത്. മലയാളിയായ സന്തോഷ് ശിവൻ ക്യാമറ ചലിപ്പിച്ച സിനിമയെന്ന പ്രത്യേകതയും *ധർമിയാനു*ണ്ട്.

കൽപ്പനാ ലച്മി, *ധർമിയാനു*ശേഷം 2001 ൽ പുറത്തിറക്കിയ ശ്രദ്ധേയസിനിമയാണ് *ദമൻ.* ഗാർഹിക പീഡനത്തിന്റെ ഉള്ളറകളിലേക്ക് വെളിച്ചം വീശിയ ഈ സിനിമ, ഇന്ത്യൻ മധ്യവർഗ കുടുംബങ്ങളിലെ പെണ്ണ് എന്താണെന്ന് ചർച്ച ചെയ്യുന്നു. പ്രമേയപരമായ ഉന്നതിയും *ദമൻ* എന്ന സിനിമ മുന്നോട്ടുവയ്ക്കുന്ന സാമൂഹ്യദൗത്യവും കണക്കിലെടുത്ത് കേന്ദ്രസർക്കാർതന്നെ ഈ സിനിമയുടെ വിതരണം ഏറ്റെടുത്തു. മുഖ്യവേഷത്തിലഭിനയിച്ച രവീണ ഠണ്ഡന് മികച്ച നടിക്കുള്ള അംഗീകാരവും ഈ സിനിമയിലൂടെ ലഭിച്ചു. അസമിലും വടക്കുകിഴക്കൻ സംസ്ഥാനങ്ങളിലും വീട്ടകങ്ങളിൽ തുടരുന്ന പെൺവിവേചനത്തിന്റെയും അടിച്ചമർത്തലിന്റെയും കഥയാണ് *ദമൻ* പറയുന്നത്.

നാട്ടിലെ പ്രമുഖ സമ്പന്നരായ സൈക്കിയ കുടുംബത്തിലെ രണ്ടാൺ മക്കളാണ് സഞ്ജയും സുനിലും. ധനപരമായും സാമൂഹ്യപരമായും ഉന്നതിയിൽ നിൽക്കുന്ന കുടുംബത്തിലെ ധൂർത്തപുത്രനാണ് സഞ്ജയ്. പെരുമാറ്റത്തിലെ വൈകല്യവും മദ്യപാനവും അവസാനിപ്പിക്കാൻ, സഞ്ജയിനെ വിവാഹം കഴിപ്പിക്കാൻ വീട്ടുകാർ തയാറെടുക്കുന്നു. ഇതിനായി നാട്ടിലെ പാവപ്പെട്ട വീട്ടിലെ പെൺകുട്ടിയുമായി വിവാഹം ആലോചി

ക്കുന്നു. ആദ്യമൊക്കെ വിവാഹത്തെ ശക്തിയായി എതിർത്ത സഞ്ജയ്, സ്വത്തു തരില്ലെന്ന വീട്ടുകാരുടെ നിർബന്ധത്തിനുവഴങ്ങി സമ്മതിക്കുന്നു. അങ്ങനെയാണ് സഞ്ജയിന്റെ ഭാര്യയായി ദുർഗ (രവീണ ഠണ്ഠൻ) സൈക്കിയ കുടുംബത്തിലേക്ക് എത്തുന്നത്. എന്നാൽ വീട്ടുകാരോടും സമൂഹത്തോടുമുള്ള സഞ്ജയിന്റെ പക ദുർഗയോടാണ് തീർക്കുന്നത്. ആദ്യരാത്രിയിൽത്തന്നെ അയാൾ ഭാര്യയുടെ മുന്നിൽവച്ച് ഒരു വേശ്യ യെ പ്രാപിക്കുന്നു. തുടർന്നുള്ള രാത്രികളിലും കടുത്ത മർദനമാണ് ദുർ ഗയ്ക്ക് ഏൽക്കേണ്ടി വരുന്നത്. കിടപ്പറയിലുണ്ടായ ബലാത്സംഗത്തിന്റെ ഭാഗമായാണ് ദുർഗയ്ക്ക് ഒരു പെൺകുഞ്ഞ് ജനിക്കുന്നത്. അത് സഹോ ദരൻ സുനിലിന്റെ കുട്ടിയാണെന്നാണ് സഞ്ജയ് ആരോപിക്കുന്നത്. മകൾക്ക് 12 വയസാകുമ്പോഴേക്കും, മകളെ ധനാഢ്യനായ ഒരു മുതു ക്കനെക്കൊണ്ട് കല്യാണം കഴിപ്പിക്കാൻ സഞ്ജയ് തീരുമാനിക്കുന്നു. അതുവരെ ജീവിതത്തിന്റെ എല്ലാ ദുരിതങ്ങളും ചെറുത്ത ദുർഗ, പക്ഷേ, മകളെ കുരുതി കൊടുക്കുന്ന തീരുമാനത്തിനെ ശക്തിയുക്തം എതിർ ക്കുന്നു. എല്ലാത്തരം ചെറുത്തുനിൽപ്പുകളും അവസാനിച്ചതോടെ, മകളു മായി ഒളിച്ചോടുകയാണ് ദുർഗ. എന്നാൽ പൊലീസിന്റെ സഹായത്താൽ സഞ്ജയ് ദുർഗനെയും മകളെയും കണ്ടെത്തുന്നു. വീട്ടിലേക്ക് മാടി നെപ്പോലെ തെളിച്ചുകൊണ്ടു പോകാൻ ശ്രമിച്ച ഭർത്താവിനെ ദുർഗ വെട്ടി ക്കൊല്ലുന്നു. വീട്ടകത്തിലെ കരാളനീതിയെ, പെണ്ണെന്ന അടിമയ്ക്ക് ചു മടെടുക്കുന്ന കഴുതയുടെപോലും വില കൽപ്പിക്കാത്ത നിർദയമായ ആൺ ലോകത്തെ ദുർഗ വെട്ടിനിരത്തുന്നു.

*രുദാലി*യിലെ പോലെതന്നെ ശക്തമായ സ്ത്രീപക്ഷ ദർശനങ്ങളും ചെറുത്തുനിൽപ്പും വിവരിക്കുന്ന സിനിമയിൽ രവീണ ഠണ്ഠൻ, റീമാ സെൻ, സയാജി ഷിൻഡെ, സഞ്ജയ് സൂരി തുടങ്ങിയവരും വേഷമിട്ടു.

കൽപ്പനയുടേതായി ഒടുവിൽ പുറത്തിറങ്ങിയ ഫീച്ചർ സിനിമയാ ണ് *ചിങ്കാരി* (2006). കൽപ്പനതന്നെ നിർമിച്ച് സംവിധാനം ചെയ്ത ഈ സിനിമയ്ക്ക് തിരക്കഥയൊരുക്കിയത് ഭൂപേൻ ഹസാരികയാണ്. അദ്ദേഹത്തിന്റെ *പോസ്റ്റുമാനും വേശ്യയും* എന്ന നോവലിനെ അടിസ്ഥാ നമാക്കിയാണ് *ചിങ്കാരി*ക്ക് തിരക്കഥയെഴുതിയത്. കൽപ്പനയും തി രക്കഥയൊരുക്കാൻ ഭൂപേനെ സഹായിച്ചു. അതേസമയം സിനിമയ്ക്ക് സംഗീതമൊരുക്കിയത് ഭൂപേൻ ഹസാരികയായിരുന്നില്ല. ഇത്തവണ ആ ദൗത്യം ആദേഷ് ശ്രീവാസ്തവയ്ക്കായിരുന്നു.

ഇന്ത്യൻ ഗ്രാമങ്ങളിലെ പൗരോഹിത്യ മേധാവിത്വവും, അതെങ്ങ നെ നിസ്സാരരായ പെൺ ജീവിതങ്ങൾക്കുപോലും സ്വസ്ഥത കൊടുക്കു ന്നില്ലായെന്നതും *ചിങ്കാരി* ചർച്ചയാക്കുന്നു. വിപണിയിലും നിരൂപക ശ്രദ്ധയിലും തോറ്റുമടങ്ങിയ സിനിമയാണെങ്കിലും, *ചിങ്കാരി* മുന്നോട്ടു വയ്ക്കുന്ന ജീവിതക്കാഴ്ചകൾ സമൂഹം പരിഗണിക്കാൻ ഇപ്പോഴും മടി ക്കുന്നുണ്ട്. അതുതന്നെയാണ് *ചിങ്കാരി*യുടെ പ്രമേയത്തിലെ പ്രത്യേ കതയും.

നാട്ടിലെ പ്രധാന കാളി സേവകനാണ് ബുവൻ പാണ്ഡെ (മിഥുൻ ചക്രവർത്തി). അമ്പലത്തിൽ പുരോഹിതനാണെങ്കിലും, അയാൾ വിധിക്കുന്നതാണ് ആ നാട്ടിലെ മതം. അയാൾ നിഷ്കർഷിക്കുന്നതാണ് ആചാരം. കാളിഭക്തിയിലുള്ള നാട്ടുകാരുടെ വിശ്വാസത്തെ ചൂഷണം ചെയ്ത് അയാൾ സമൂഹത്തെ നിരന്തരം പീഡിപ്പിക്കുന്നു. നാട്ടിലെ പ്രധാന വേശ്യയായ ബസന്തിയാണ് (സുസ്മിതാ സെൻ) ബുവൻ പാണ്ഡെയുടെ മറ്റൊരു ഇര. ആചാരങ്ങളുടെ പേരിൽ ബസന്തിയെ രാക്ഷസീയമായി കാമിക്കുന്നതും ദ്രോഹിക്കുന്നതും അയാൾ പതിവാണ്. ഇതിനിടയിലേക്കാണ് നാട്ടിൽ പുതുതായി ഒരു പോസ്റ്റുമാൻ വരുന്നത്. നാട്ടിലെ സ്പന്ദനങ്ങൾ തൊട്ടറിഞ്ഞ, അന്യനാട്ടുകാരനായ അയാൾ ബസന്തിയെയും അവളുടെ ചെറിയ മകളെയും സംരക്ഷിക്കാമെന്ന് വാഗ്ദാനം ചെയ്യുന്നു. ബസന്തിയുടെയും പോസ്റ്റ്മാന്റെയും പ്രണയമറിഞ്ഞ പുരോഹിതൻ, അവരെ കാളിയുടെ പേരിൽ ചോദ്യം ചെയ്യുന്നു. തന്റെ പുരുഷ യുക്തികൾക്ക് സുഖം പകരാനുള്ള ഉപകരണം മാത്രമായ ബസന്തിയെ മറ്റൊരാൾ പ്രണയിക്കുന്നതറിഞ്ഞ പുരോഹിതൻ, പോസ്റ്റുമാനെ കൊലപ്പെടുത്തുന്നു. ജീവിതത്തിലെ അവസാന അഭയവും നഷ്ടപ്പെട്ട ബസന്തി, നാട്ടുകാരെയും സംഘടിപ്പിച്ച് കാളിക്ഷേത്രത്തിലേക്ക് പോകുകയാണ്. ക്ഷേത്രം ആക്രമിച്ച്, കാളിയുടെ മുന്നിൽവച്ച് അവൾ പുരോഹിതനെ വെട്ടിക്കൊല്ലുന്നു. അവളുടെ വെട്ട് ഏൽക്കുന്നത്, പരമ്പരാഗതമായി ഇന്ത്യയിൽ തുടരുന്ന പുരുഷകേന്ദ്രീകൃതമായ ആത്മീയ സംസ്കാരത്തിനു മേലും കണ്ണില്ലാത്ത, കാപട്യംനിറഞ്ഞ ദൈവനീതിയിലേക്കുമാണ്.

ഫിലിമോഗ്രാഫി

ഡി ജി മൂവി പയനീർ	(1978)
എ വർക്ക് സ്റ്റഡി ഇൻ ടീ പ്ലക്കിംഗ്	(1979)
എലോംഗ് ദ ബ്രഹ്മപുത്ര	(1981)
ഏക് പാൽ	(1986)
ലോഹിത് കിനാരെ	(1988)
രുദാലി	(1993)
ദർമിയാൻ ഇൻ ബിറ്റുവീൻ	(1997)
ദമൻ	(2001)
ക്യോൻ	(2003)
ചിങ്കാരി	(2006)

പെൺ സിനിമയിലെ ആഗോള ദർശനം; രാഷ്ട്രീയം

കന്നിചിത്രമായ *സലാം ബോംബെ*യിലൂടെതന്നെ തിരശ്ശീലയുടെ കരുത്ത് ലോകസിനിമയ്ക്ക് കാണിച്ച സംവിധായികയാണ് മീരാ നായർ. സിനിമ ഏകാന്തമായ നിർമാണപ്രക്രിയ മാത്രമല്ലെന്നും, അത് തിരശ്ശീല പിന്നിട്ടും സമൂഹത്തിലേക്ക് പടർന്നുകയറുന്നുവെന്നും മീരയുടെ കലാപ്രവർത്തനം നമ്മോട് പറയുന്നു. മുംബൈയിലെ തെരുവുബാല്യങ്ങളുടെ പ്രശ്നങ്ങൾ ചർച്ച ചെയ്ത *സലാം ബോംബെ*യ്ക്കുശേഷം അവർ രൂപീകരിച്ച സലാം ബാലക് ട്രസ്റ്റ് ഇപ്പോഴും സക്രിയമാണ്. സിനിമാപ്രവർത്തനത്തിൽനിന്നും കിട്ടുന്ന വരുമാനം ഈ ട്രസ്റ്റുവഴി തെരുവു ബാല്യങ്ങൾക്കായി അവർ ഇപ്പോഴും ചെലവഴിക്കുന്നു.

മീരാ നായർ

പേര് സൂചിപ്പിക്കുന്നതുപോലെ പിതൃവേരുകൾ മലയാളത്തിലാണെങ്കിലും ഒഡീഷയിലെ റൂർക്കലയിലാണ് മീര ജനിച്ചതും വളർന്നതും. സിംലയിലെ ലോറോട്ടെ കോൺവെന്റിൽ പ്രാഥമിക വിദ്യാഭ്യാസം നേടി. തുടർന്ന് ഡൽഹി സർവകലാശാലയിൽ സോഷ്യോളജി വിദ്യാർഥിയായിരിക്കെയാണ്

മീരയുടെ കലാപ്രവർത്തനം തുടങ്ങുന്നത്. തെരുവ് നാടകസംഘങ്ങൾക്കൊപ്പം സാമൂഹ്യവിമർശനവും രാഷ്ട്രീയ ചിന്തകളും പങ്കുവച്ച മീര, ഉന്നത പഠനത്തിനായി ഹാർവാർഡിൽ പോകുന്നതോടെയാണ്, സിനിമയാണ് തന്റെ തട്ടകമെന്ന് തിരിച്ചറിയുന്നത്. ഇന്നിപ്പോൾ ന്യൂയോർക്ക് ആസ്ഥാനമായി മീരാബായ് ഫിലിംസ് രൂപീകരിച്ച് സിനിമാ പ്രവർത്തനം നടത്തുന്ന മീരയുടെ സിനിമകളിൽ, ശക്തമായ ഇന്ത്യൻ-ഏഷ്യൻ സാംസ്കാരിക അന്തർധാരകൾ സജീവമായുണ്ട്. ഒരുവേള ഹോളിവുഡ് വേദികളിൽ മീരയുടെ സിനിമകളിലെ വ്യക്തിത്വം എന്നു പറയുന്നതും ഈ ഇന്ത്യൻ കാഴ്ചകളുടെ സമഗ്രത തന്നെയാണ്. വിപണി എന്ന അർഥത്തിലും ആഴത്തിലുള്ള സാംസ്കാരിക സാന്നിധ്യം എന്ന നിലയിലും ഇന്ത്യൻ കാഴ്ചകൾക്ക് ഹോളിവുഡിൽ ചെറുതല്ലാത്ത സാന്നിധ്യമുണ്ടല്ലോ.

നാടകപ്രവർത്തനത്തിന്റെ ആഴം പരിപോഷിപ്പിച്ച മീര, ടെലിവിഷൻ ഡോക്യുമെന്ററികളിലൂടെയാണ് ദൃശ്യ-മാധ്യമ ലോകത്തെത്തുന്നത്. ഏറ്റെടുക്കുന്ന വിഷയങ്ങളുടെ സങ്കീർണമായ ഉൾപ്പരപ്പിലേക്ക് കണ്ണുപായിച്ച മീരയുടെ ആദ്യ ഡോക്യുമെന്ററി *ജമാ സ്ട്രീറ്റ് മസ്ജിദ് ജേണലാണ്* (1979). മുസ്ലിം യാഥാസ്ഥിതിക കുടുംബത്തിന്റെ ഇന്ത്യൻ അസ്തിത്വം വിചാരണ ചെയ്യുന്ന ഡോക്യുമെന്ററിയാണിത്. തുടർന്ന് '82 ൽ പുറത്തിറങ്ങിയ *സോ ഫാർ ഫ്രം ഇന്ത്യ*യിലാണ് മീരയുടെ കലാജീവിതത്തിലെ ആഗോളദർശനം വ്യക്തമാകുന്നത്. ന്യൂയോർക്കിലേക്ക് കുടിയേറിയ ഇന്ത്യക്കാരനും അയാളുടെ നാട്ടിലുള്ള ഭാര്യയുടെയും ജീവിത സംഘർഷങ്ങളാണ് ഇതിലെ പ്രമേയം. വ്യക്തിജീവിതത്തിൽനിന്നും രാജ്യങ്ങൾ തമ്മിലുള്ള പാലം പണിയലിലേക്കുള്ള രാഷ്ട്രീയ-സാംസ്കാരിക മാനങ്ങൾ ഈ സിനിമയിൽ മീര ചർച്ചയ്ക്ക് വയ്ക്കുന്നുണ്ട്. മുംബൈയിലെ ബാർ നർത്തകിമാരെക്കുറിച്ചുള്ള *ഇന്ത്യ കാബറെ*യും (1985) ഏറെ ശ്രദ്ധനേടിയ ഡോക്യുമെന്ററിയാണ്. അമേരിക്കൻ, ഗ്ലോബൽ വില്ലേജ്, ഏഥൻസ് ചലച്ചിത്രോത്സവം തുടങ്ങിയ മേളകളിൽ അംഗീകാരം നേടിയ ഡോക്യുമെന്ററിയാണിത്. തുടർന്ന് '87ൽ *ചിൽഡ്രൻ ഓഫ് എ ഡിസേഡ് സെക്സ്* എന്ന ഡോക്യുമെന്ററിയിലൂടെ മുംബൈ ബാല്യങ്ങളുടെ നടുക്കുന്ന യാഥാർഥ്യം മീര ചൂണ്ടിക്കാട്ടി.

തൊട്ടടുത്ത വർഷം (1988) തന്നെ മീരയുടെ വിഖ്യാതമായ ആദ്യ ഫീച്ചർ സിനിമ *സലാം ബോംബെ* പുറത്തിറങ്ങി. ഡോക്യുമെന്ററി സംവിധാനത്തിന്റെ ഭാഗമായി നടത്തിയ ഗവേഷണങ്ങളുടെ സൂക്ഷ്മത ഫീച്ചർ മേഖലയിലും അസാധാരണ കൈവഴക്കത്തോടെ മീര പ്രകടിപ്പിക്കുന്നുണ്ട്. ആത്യന്തികമായി സിനിമ, പ്രമേയം കൈകാര്യം ചെയ്യുന്ന സംവിധായികയുടേത് മാത്രമാണ് എന്ന സത്യം മീരയുടെ സിനിമകളിൽ പ്രകടമാണ്. അറിയപ്പെടുന്ന നടന്മാർ-താരങ്ങൾ-ആരും തന്നെയില്ലാതെ, തെരുവു ബാല്യങ്ങളിൽനിന്നും പറിച്ചെടുത്ത നടന്മാരെ വച്ചാണ് മീര ആദ്യ സിനിമയായ *സലാം ബോംബെ* സംവിധാനം ചെയ്തത്. വലിയ വായിലെ സദാചാര പ്രസംഗങ്ങളോ സാരോപദേശ കഥകളോ- പറയാൻ

ഒത്തിരി അവസരങ്ങളുണ്ടായിട്ടും–മീര ഈ സിനിമയിൽ പടച്ചു വിടുന്നില്ല. മൊത്തം മീരാനായർ സിനിമകളിലെ പ്രതിനിധാനം ഇന്ത്യൻ/ ലോകസാഹചര്യങ്ങൾ തന്നെയാണ്. *സലാം ബോംബെ*യിൽ, സന്ദർഭങ്ങളുടെ നിരവധി ഘട്ടങ്ങളിലൂടെ സഞ്ചരിക്കുന്ന കൃഷ്ണ എന്ന കുട്ടി അവസാനം ബാക്കിയാകുന്നതും പ്രതീക്ഷവറ്റിയ തെരുവിൽ തന്നെയാണ്. എല്ലാ പ്രശ്നങ്ങളും പരിഹരിച്ചുവെന്ന സമാധാനത്തിൽ തീയേറ്റർ വിടുന്ന പ്രേക്ഷകനെ മീര എന്നും പുച്ഛത്തോടെയും പരിഹാസത്തോടുമാണ് നേരിടുന്നത്. കടുത്ത യാഥാർത്ഥ്യങ്ങൾ കല്ലുപോലെ മുന്നിൽ നിൽക്കുമ്പോൾ നമുക്കെങ്ങനെ ഇത്രമാത്രം അരാഷ്ട്രീയ രസികന്മാരായി മാറി നിൽക്കാനും തിയേറ്ററിൽനിന്നും ഇറങ്ങിപ്പോകാനും കഴിയും എന്ന വലിയ ചോദ്യവും *സലാം ബോംബെ*യിൽ മീര ചോദിക്കുന്നുണ്ട്. സിനിമാ പരിണാമത്തിന്റെയും അനുവാചകരുടെ കാഴ്ചാ രസതന്ത്രത്തിന്റെയും വഴിത്തിരിവ് സൃഷ്ടിച്ച സിനിമ എന്ന നിലയിൽ സവിശേഷ സ്ഥാനമാണ് ചലച്ചിത്ര വിദ്യാർഥികൾ *സലാം ബോംബെ*യ്ക്ക് നൽകുന്നത്. കാൻ മേളയിൽ മികച്ച സിനിമ, പ്രേക്ഷക അവാർഡ്, മികച്ച വിദേശ ചിത്രം എന്നീ അംഗീകാരം ഈ സിനിമയ്ക്ക് ലഭിച്ചു. '88 ലെ മികച്ച ഹിന്ദി സിനിമക്കുള്ള ദേശീയാംഗീകാരവും ലഭിച്ചു. നാഷണൽ ബോർഡ് ഓഫ് റിവ്യൂ അവാർഡ്, മോൺട്രിയൽ ലോക ചലച്ചിത്രമേള, ലോസ് ആഞ്ചലസ് മേള തുടങ്ങിയ ഇടങ്ങളിലും *സലാം ബോംബെ*യ്ക്ക് അംഗീകാരം ലഭിച്ചിട്ടുണ്ട്. ന്യൂയോർക്ക് ടൈംസ് ലിസ്റ്റ് ചെയ്ത ആയിരം ലോകോത്തര നിത്യഹരിത സിനിമയിൽ ഈ സിനിമയും ഉൾപ്പെട്ടിട്ടുണ്ട്.

സഹോദരനുമായി ശണ്ഠകൂടിയ കൃഷ്ണ, ദേഷ്യത്തിൽ സഹോദരന്റെ സൈക്കിൾ കത്തിക്കുന്നു. കുപിതയായ അമ്മ, അവനോട്, നശിപ്പിച്ച സൈക്കിൾ വിലയായ അഞ്ഞൂറ് രൂപ വേലയെടുത്ത് വീട്ടിലെത്തിക്കാൻ ആവശ്യപ്പെടുന്നു. അഞ്ഞൂറ് രൂപയില്ലാതെ വീട്ടിലേക്ക് മടങ്ങരുതെന്ന് ചട്ടം കിട്ടിയ, കൃഷ്ണ സർക്കസ് കമ്പനിയിൽ ജോലിക്ക് ചേർന്നെങ്കിലും തുടരാനായില്ല. പിന്നീട് അവൻ ബോംബെയിലേക്ക് തീവണ്ടി കയറുന്നു. അവിടെ തെരുവിൽ അലയുന്ന കുട്ടികളുമായി ചങ്ങാത്തം ചേരുന്ന അവന്റെ സുഹൃത്തുക്കൾ പോക്കറ്റടിയിലും കവർച്ചയിലും വൈദഗ്ധ്യം നേടിയവരാണ്. സ്ഥിരം മയക്കുമരുന്നു തീറ്റക്കാരനായ ചിലും എന്ന സുഹൃത്ത്, കൃഷ്ണയ്ക്ക് ഒരു ജോലി സംഘടിപ്പിച്ചു കൊടുക്കുന്നു. ചൈപു എന്ന പേരിൽ ചായക്കടയിൽ ജോലിയെടുത്തെങ്കിലും, അവിടന്ന് കിട്ടുന്ന വരുമാനംകൊണ്ട് നാട്ടിലേക്ക് പോകാൻ കഴിയില്ലെന്ന് അവനറിയാം. അപ്പോഴും അമ്മയ്ക്ക് വാഗ്ദാനം ചെയ്ത അഞ്ഞൂറ് രൂപയായിരുന്നു അവന്റെ മനസിൽ. ഇതിനിടയിലാണ് ചായക്കടയ്ക്കരികിലുള്ള സോളാ എന്ന വേശ്യയുമായി അവൻ പ്രണയത്തിലാകുന്നത്. അവളുമായി ഒളിച്ചോടുന്നതിനിടയിൽ, പിടിക്കപ്പെടുകയും തുടർന്ന് ജോലി നഷ്ടപ്പെടുകയും ചെയ്യുന്നു. ഇതിനിടയിൽ ചിലും എന്ന സുഹൃത്തുമായി കവർച്ചക്കിറങ്ങിയ കൃഷ്ണയെ പൊലീസ് അറസ്റ്റ് ചെയ്ത് ബാ

ലശിക്ഷാ മന്ദിരത്തിലാക്കുന്നു. എന്നാൽ അവിടെനിന്നും രക്ഷപ്പെട്ട കൃഷ്ണ, തെരുവിന്റെ ഇരുൾ മൂലയിലേക്ക് ഓടി മറയുകയാണ്. തോട്ടികളുടെ, വേശ്യകളുടെ, കുപ്രസിദ്ധ കവർച്ചാ സംഘങ്ങളുടെ ആലയമായ തെരുവിൽ അവനും അംഗമാകാനാണ് ആ ഓട്ടം. അപ്പോഴും വീട്ടിലേക്ക് മടങ്ങുന്നതും അമ്മയ്ക്ക് അഞ്ഞൂറ് രൂപ നൽകുന്നതുമായ നിറമുള്ള സ്വപ്നങ്ങൾ കൃഷ്ണ കാണുന്നുണ്ടായിരുന്നു.

ജീവിതത്തിന്റെ ചളിക്കുണ്ടിലേക്ക് വീണുപോയ ഒരാൾ, നന്മയിലേക്ക് തിരിച്ചുവരുന്ന ചേരുംപടി ഫീച്ചർ കഥാപരിസരത്തുനിന്നും പ്രേക്ഷകരെ ഞെട്ടിച്ചാണ് മീര *സലാം ബോംബെ* ചിത്രീകരിച്ചത്. തെരുവിന്റെ ഇരുൾ മൂല എന്ന നഗ്നയാഥാർഥ്യം അതേപോലെതന്നെ മീര ചിത്രീകരിക്കുന്നുണ്ട്. മുംബൈ തെരുവുകൾ തന്നെയായിരുന്നു ലൊക്കേഷൻ. അഭിനേതാക്കളും തെരുവിൽനിന്നും കണ്ടെടുത്ത മുത്തുകൾ. അവർക്ക് ക്യാമ്പ് വച്ച് പ്രത്യേക പരിശീലനം നൽകി. വിദ്യാർഥിക്കാലത്തെ നാടകാനുഭവങ്ങളാണ് ഇതിന് മീരയ്ക്ക് തുണയായത്. മുഖ്യകഥാപാത്രത്തെ അവതരിപ്പിച്ച ഷഫീഖ് സെയ്ദ് ഇപ്പോൾ ബാംഗ്ലൂരിൽ ഓട്ടോറിക്ഷാ ഡ്രൈവറാണ്. സിനിമയിൽ കറുത്ത സന്തതിയായി തെരുവിലേക്കുതന്നെ മടങ്ങുന്ന കൃഷ്ണ ആണെങ്കിലും, ജീവിതത്തിൽ സെയ്ദ് മികച്ച ഓട്ടോ ഡ്രൈവറാണ്. മീര രൂപീകരിച്ച സലാം ബാലക് ട്രസ്റ്റ് പ്രവർത്തനം തുടങ്ങിയതും ആദ്യ സിനിമയിലെ 'താരങ്ങളെ' പുനരധിവസിപ്പിച്ചാണ്. ഡൽഹിയിലും ഭുവനേശ്വറിലും ഈ ട്രസ്റ്റിന്റെ പ്രവർത്തനം മീര വ്യാപിപ്പിച്ചിട്ടുണ്ട്.

മുംബൈ ജീവിതം ആധാരമാക്കി മീരയുടെതന്നെ *ഇന്ത്യ കാബറെ, ചിൽഡ്രൻ ഓഫ് എ ഡിസേർഡ് സെക്സ്* തുടങ്ങിയ ഡോക്യുമെന്ററികളുടെ തുടർച്ചയാണ് ഈ സിനിമ എന്നു കാണാം. അതിനു മുമ്പ് ആനന്ദ് പട്വർധന്റെ *ഔവർ സിറ്റി* (1985) എന്ന ഡോക്യുമെന്ററി മഹാനഗരത്തിന്റെ ജീവിതം ചർച്ചയാക്കിയിരുന്നു. ഇപ്പോഴും ഡോക്യുമെന്ററികളായാലും (*വെർട്ടിക്കൽ സിറ്റി*- അവിജിത് മുകുൾ കിഷോർ), ഫീച്ചർ സിനിമയായാലും (*സ്ലം ഡോഗ് മില്യനയർ*- ഡാനി ബോയൽ) മുംബൈ അപാരമായ പ്രമേയ തീരം തന്നെ. തിരക്കഥയിൽ മീരയുടെ സ്ഥിരം പങ്കാളിയായ സൂണി താറപോറെവാലയുമായുള്ള കൂട്ടുകെട്ടും അനശ്വരമാകുന്നത് ഈ ചിത്രത്തിലൂടെയാണ്. മീരാ നായരുമായുള്ള സൂണിയുടെ രസതന്ത്രം *സലാം ബോംബെയ്ക്ക്* പുറമെ *മിസിസിപ്പി മസാല, ദ നെയിം സേക്ക്, മൈ ഓൺ കൺട്രി* തുടങ്ങിയ സിനിമകളിലും പ്രേക്ഷകർക്ക് അനുഭവിക്കാനാകുന്നുണ്ട്.

രാജ്യാന്തരതലത്തിൽത്തന്നെ ശ്രദ്ധനേടിയ തിരക്കഥാകൃത്തും ഫോട്ടോഗ്രാഫറുമായ സൂണി താറപോറെവാല *ലിറ്റിൽ സുസു* (2009) എന്ന സിനിമയും സംവിധാനം ചെയ്തിട്ടുണ്ട്. മുംബൈയിൽ ജനിച്ചുവളർന്ന സൂണി ഹാർവാറഡിൽനിന്നും ബിരുദം നേടിയതിനുശേഷമാണ് ചലച്ചിത്രരംഗത്തേക്ക് എത്തുന്നത്. മീരയുമായുള്ള ബന്ധം അവരെ ന്യൂയോർ

ക്കിൽ എത്തിച്ചു. ന്യൂയോർക്ക് സർവകലാശാലയിൽനിന്നും ഫിലിം തിയറി ആൻഡ് ക്രിട്ടിസിസം വിഷയത്തിൽ ബിരുദാനന്തരബിരുദവും കരസ്ഥമാക്കി. തുടർന്നാണ് മീരയുടെ സിനിമകൾക്ക് അവർ തിരക്കഥയൊരുക്കുന്നത്. ജബ്ബാർ പട്ടേൽ സംവിധാനം ചെയ്ത മമ്മൂട്ടി നായകനായ ഡോ. *ബാബാസാഹേബ് അംബേദ്കർ* (2000), സ്റ്റർല ഗുന്നാർസൺ സംവിധാനം ചെയ്ത *സച്ച് എ ലോംഗ് ജേണി* (1998) തുടങ്ങിയ സിനിമകൾക്കും സൂണി തിരക്കഥയെഴുതി.

ലണ്ടനിലെ മോഡേൺ ഗാലറിയിലടക്കം സൂണിയുടെ ഫോട്ടോഗ്രാഫി പ്രദർശനം നടത്തിയിട്ടുണ്ട്. പാർസി വിഭാഗത്തിൽപ്പെട്ട സൂണി, തന്റെ ജനസമൂഹത്തിലെ ദൃശ്യവിസ്മയങ്ങൾ ഉൾപ്പെടുത്തിയ, *പാർസീസ്- ദ സെരാസ്ട്രിയൻസ് ഓഫ് ഇന്ത്യ- എ ഫോട്ടോഗ്രാഫിക് ജേണി* എന്ന പേരിൽ പുസ്തകമിറക്കിയിട്ടുണ്ട്. മുംബൈയിൽ ദന്തഡോക്ടറായ ഫിർദോസ് ബാടിവാലയാണ് ഭർത്താവ്. ഇവരുടെ രണ്ടുമക്കളും *ലിറ്റിൽ സുസു* എന്ന സിനിമയിൽ മുഖ്യവേഷത്തിൽ അഭിനയിച്ചു. മുംബൈയിൽ ജീവിക്കുന്ന മധ്യവർഗ പാർസി കുടുംബത്തിലെ കുട്ടികളുടെ ജീവിതത്തോടുള്ള സമീപനങ്ങളെ ഹാസ്യാത്മകമായി സമീപിക്കുന്ന *ലിറ്റിൽ സുസു*, മികച്ച കുടുംബക്ഷേമ ചിത്രത്തിനുള്ള ദേശീയ അവാർഡ് കരസ്ഥമാക്കിയിട്ടുണ്ട്.

സലാം ബോംബെ എന്ന കന്നി ഫീച്ചർ ചിത്രത്തിനുശേഷം പുറത്തിറങ്ങിയ മീരയുടെ *മിസിസിപ്പി മസാല*യും (1991) ഏറെ ശ്രദ്ധേയമായി. സൂണി തന്നെയാണ് ഇതിന്റെയും തിരക്കഥ. ഡെൻസൽ വാഷിംഗ്ടൺ, റോഷൻ സേത്ത്, ഷർമിള ടാഗോർ, സരിത ചൗധരി തുടങ്ങിയവർ വേഷമിട്ടു. അമേരിക്കയിലെ ആഫ്രിക്കൻ വംശജന്റെയും ഇന്ത്യൻ വംശജയുടെയും പ്രണയകഥ പറയുന്ന ചിത്രം, മീരയുടെ ആഗോള സിനിമാ ദർശനങ്ങൾ സജീവമായി പ്രേക്ഷകരിലെത്തുകയാണ്. ഉഗാണ്ടയിലെ കംപാലയിൽ ജീവിക്കുന്ന ഇന്ത്യൻ കുടുംബമാണ് ജയ്‌യും ഭാര്യ കിണ്ണുവും മകൾ മിനയും. 24 വയസുകാരിയായ മിന ജോലിസ്ഥലത്തുവച്ച് ഒരു ആഫ്രിക്കൻ വംശജനുമായി പ്രണയത്തിലാകുന്നു. ഇതേ തുടർന്ന് ഇവരുടെ കുടുംബങ്ങൾ തമ്മിലുണ്ടാകുന്ന സംഘർഷവും, അതിനെ കവച്ചുവച്ചുള്ള പ്രണയസാഫല്യവുമാണ് പ്രമേയം. അതിർത്തിയും സംസ്കാരവും തൊലിനിറവും ഭേദിച്ച് മുന്നേറുന്ന പ്രണയമെന്ന പ്രമേയം എങ്ങനെയൊക്കെ രാജ്യാന്തരസൗഹൃദങ്ങൾക്കും കാരണമാകും എന്ന ചിന്തയും മീര ഈ സിനിമയിൽ പങ്കുവയ്ക്കുന്നുണ്ട്.

1993 ൽ മീര സംവിധാനം ചെയ്ത് പുറത്തിറക്കിയ *ദ ഡേ ദ മെർസിഡസ് ബികം എ ഹാറ്റ്* എന്ന സിനിമയ്ക്കുശേഷമാണ് *ദ പെരസ് ഫാമിലി* (1995) എന്ന കോമഡി ചിത്രം വരുന്നത്. ക്രിസ്ത്യൻ ബെല്ലിന്റെ ഇതേപേരിലുള്ള നോവലാണ് മീര സിനിമയാക്കിയത്. അമേരിക്കയിൽ കുടുങ്ങിയ ക്യൂബൻ അഭയാർഥികളുടെ ജീവിതമാണ് സിനിമയുടെ പ്രമേയം. തമ്മിൽ അപരിചിതരാണെങ്കിലും അമേരിക്കയിലെ അഭയാർഥി

ജീവിതം സുഗമമാകാൻ അവർ, ഒരു കുടുംബമായി അഭിനയിക്കുകയാണ്. അവരുടെ പേരിനൊപ്പം പെരസ് എന്നുകൂടി ചേർത്ത് തങ്ങൾ ഒറ്റക്കുടുംബമാണെന്ന് അവർ പ്രഖ്യാപിക്കുന്നു. അമേരിക്കയിൽ കഴിയുന്ന അഭയാർഥി കുടുംബങ്ങളുടെ, വിശേഷിച്ച് ക്യൂബക്കാരുടെ സാമൂഹ്യജീവിതം എത്രത്തോളം രാഷ്ട്രീയമായി പ്രതിസന്ധിയിലാക്കുന്നു എന്ന പര്യാലോചനയും ഈ സിനിമ മുന്നോട്ടുവയ്ക്കുന്നുണ്ട്.

കറുത്തഹാസ്യം വിഷയമാക്കിയ പെരസ് കുടുംബത്തിനുശേഷമാണ് മീരയുടെ ഏറെ വിവാദമായ കാമസൂത്ര- *എ ടെയ്ൽ ഓഫ് ലൗ* (1996) പുറത്തിറങ്ങിയത്. ചിത്രീകരണസമയത്തു തന്നെ വിവാദത്തിലമർന്ന സിനിമയുടെ പേരുപോലും മറച്ചുവച്ചാണ് നിർമാണപ്രക്രിയ മീര മുന്നോട്ടുകൊണ്ടുപോയത്. അധികൃതരുടെ ഇടപെടൽ ഭയന്ന് *മായ ആൻഡ് താര* എന്ന പേരിലാണ് സിനിമയുടെ ചിത്രീകരണം തുടങ്ങിയത്. സഭ്യേതരമായ നഗ്നത പ്രദർശിപ്പിക്കുന്നുവെന്നും, ഇന്ത്യൻ സംസ്കാരത്തിന് യോജിക്കാത്ത തരത്തിലുള്ള സ്വവർഗരതിയെ പ്രോത്സാഹിപ്പിക്കുന്നുവെന്നുമുള്ള ആരോപണങ്ങൾ സിനിമയുടെ തുടക്കംമുതലേ ഉയർന്നിരുന്നു. അതുകൊണ്ടുതന്നെ അധികൃതരുടെ കൂടെക്കൂടെയുള്ള നിരീക്ഷണങ്ങൾ ചിത്രീകരണസമയത്തുതന്നെ ഉണ്ടായിരുന്നു.

16-ാം നൂറ്റാണ്ടിലെ താര എന്ന രാജകുമാരിയുടെയും (സരിത ചൗധരി) തോഴി മായയുടെയും (ഇന്ദിരാവർമ്മ) പ്രണയകഥയാണ് സിനിമയുടെ പ്രമേയം. പെൺ സ്വവർഗരതി വിഷയമാക്കിയ സിനിമ എന്ന നിലയിൽ ഇന്ത്യൻ പ്രേക്ഷകർ തുടക്കം മുതലേ നെറ്റി ചുളിച്ചാണ് സിനിമ കണ്ടത്. ഭാരതീയ സാംസ്കാരിക ധാരയുമായി വിളക്കിച്ചേർന്ന *കാമസൂത്ര*യുടെ കച്ചവടവൽക്കരണം ആരോപിച്ച് ഒരുവിഭാഗവും സിനിമയ്ക്കെതിരെ രംഗത്തുണ്ടായിരുന്നു. അതേസമയം, ശക്തമായ പെൺപ്രമേയം കൈകാര്യം ചെയ്ത സിനിമ എന്ന നിലയിൽ *കാമസൂത്രയ്ക്ക്* ഇന്ത്യൻ സിനിമാചരിത്രത്തിൽ കാര്യമായ സ്ഥാനമുണ്ട്. അരങ്ങിലും അണിയറയിലും സ്ത്രീകഥാപാത്രങ്ങളുടെ ശക്തമായ സാന്നിധ്യംതന്നെയാണ് സിനിമയുടെ പ്രധാന സവിശേഷത. മീരയ്ക്കൊപ്പം ഹെലന ക്രിയലും തിരക്കഥയിൽ സഹകരിച്ചു. സരിത ചൗധരി, ഇന്ദിരാവർമ്മ എന്നിവർക്ക് പുറമെ രേഖ, നവീൻ ആൻഡ്രൂസ്, അരുന്ധതി നാഗ് എന്നിവരും സിനിമയിൽ വേഷമിട്ടു. 1996 ലെ സൻസെബാസ്റ്റ്യൻ രാജ്യാന്തരമേളയിൽ മികച്ച ചിത്രത്തിനുള്ള നോമിനേഷൻ ഇതിന് ലഭിച്ചു. ക്യാമറ കൈകാര്യം ചെയ്ത ഡെക്ലൻ ക്യൂന്നിന് '98ൽ മികച്ച ക്യാമറാമാനുള്ള ഇൻഡിപ്പെന്റന്റ് സ്പിരിറ്റ് അവാർഡും ലഭിക്കുകയുണ്ടായി.

*കാമസൂത്ര*യുടെ വിവാദങ്ങൾക്കുശേഷം രണ്ടു വർഷം കഴിഞ്ഞ് മീര തയാറാക്കിയ ടി വി ചിത്രമാണ് *മൈ ഓൺ കൺട്രി.* വൈദ്യശാസ്ത്രരംഗത്തെ ചികിത്സയുടെ നൈതികതയും കാരുണ്യവും ചർച്ചയാകുന്ന *മൈ ഓൺ കൺട്രി* ഡോ. എബ്രഹാം വർഗീസിന്റെ ഇതേ പേരിലുള്ള പുസ്തകത്തെ ദൃശ്യവൽക്കരിക്കുകയായിരുന്നു. 1994 ൽ മികച്ച പുസ്തകമായി *ന്യൂയോർ*

ക്ക് ടൈംസ് തെരഞ്ഞെടുത്ത പുസ്തകം, അജ്ഞാത അസുഖം ബാധിച്ച യുവാവിന്റെ കഥയാണ്. ഇയാളോടുള്ള ഡോക്ടർമാരുടെ സമീപനം, മരുന്നിനേക്കാൾ ഗുണം ചെയ്യുന്നതാണെന്ന വൈദ്യശാസ്ത്ര ധാർമികതയാണ് ഇവിടെ ചർച്ച ചെയ്യുന്നത്. മീരയുടെ സ്ഥിരം കൂട്ടുകെട്ടായ സൂണി തറാപോറെവാലയാണ് *മൈ ഓൺ കൺട്രി*യുടെയും തിരക്കഥ തയാറാക്കിയത്.

2001 ലാണ് മീരയുടെ വിഖ്യാതമായ *മൺസൂൺ വെഡ്ഡിങ്* പുറത്തിറങ്ങുന്നത്. ഡൽഹിയിൽ നടന്ന പരമ്പരാഗത പഞ്ചാബി കല്യാണം പ്രമേയമായ സിനിമയ്ക്ക് തിരക്കഥയൊരുക്കിയത് സബ്രിനാ ധവാനാണ്. പൂർണമായും ഇന്ത്യയിൽ, വിശേഷിച്ച് ഡൽഹിയിൽ ചിത്രീകരിച്ച മീരയുടെ പ്രധാനപ്പെട്ട ചിത്രത്തിലൊന്നാണിത്. പ്രിയപ്പെട്ട മകളുടെ വിവാഹം ഒരു മഴക്കാലത്ത് ആഘോഷപൂർവമായി നടത്താൻ തീരുമാനിക്കുകയാണ് ലളിത് വർമ്മ (നസറുദ്ദീൻ ഷാ). വിദേശത്ത് വേരുകളുള്ള വരനുമായുള്ള വിവാഹത്തിന് പരമ്പരാഗത പഞ്ചാബി ചടങ്ങുകളാണ് മോടി കൂട്ടുന്നത്. ഇതിനിടയിൽ വിദേശത്തുനിന്നും എത്തുന്ന ബന്ധുക്കളും, ഇന്ത്യയിൽ പരമ്പരാഗത ചടങ്ങുകൾ മുറുകെപ്പിടിക്കുന്ന വീട്ടുകാരും തമ്മിലുള്ള പാരസ്പര്യവും തർക്കങ്ങളും അതുണ്ടാക്കുന്ന ധർമസങ്കടങ്ങളുമാണ് സിനിമയെ സജീവമാക്കുന്നത്. ലിലിത് ദുബെ, ഷെഫാലി ഷാ, വസുന്ധരാ ദാസ്, വിജയ റാസ, തിലോത്തമ ഷോം എന്നിവർ വേഷമിട്ടു. വെനീസ് മേളയിൽ ഗോൾഡൻ ലയൺ, ലാറ്റർണ മാജിക് എന്നീ അവാർഡും കാനിബറാ മേളയിൽ മികച്ച സിനിമയ്ക്കുള്ള പ്രേക്ഷക അവാർഡും സീ സിനിമയുടെ രാജ്യാന്തര അവാർഡും *മൺസൂൺ വെഡ്ഡിങ്ങി*ന് ലഭിച്ചു.

അടുത്തവർഷം എച്ച് ബി ഒ യ്ക്കുവേണ്ടി മീര തയാറാക്കിയ സിനിമയാണ് *ഹിസ്റ്ററിക്കൽ ബ്ലൈൻഡ്നെസ്* മിനി സ്ക്രീനിൽ ഏറെ നിരൂപകശ്രദ്ധ പിടിച്ചുപറ്റിയ ഈ സിനിമ പൂർണമായും വിദേശത്ത് ചിത്രീകരിച്ചു.

സെപ്തംബർ 11 ന്റെ പ്രക്ഷുബ്ധമായ ലോകരാഷ്ട്രീയ സാഹചര്യത്തിനിടയിൽ (2002), ഒരു പരീക്ഷണ സിനിമാ സംരംഭത്തിലും മീര പങ്കെടുത്തു. വിവിധ രാജ്യങ്ങളിലെ 11 സംവിധായകർ പങ്കെടുത്ത *സെപ്തംബർ 11* എന്ന ചിത്രത്തിൽ ഇന്ത്യൻ 'സെഗ്മെന്റ്' തയാറാക്കിയത് മീരയാണ്. 11 മിനിറ്റ് 9 സെക്കന്റ് നീണ്ട ഈ ഇന്ത്യൻ ഭാഗത്തിൽ തീക്ഷ്ണമായ രാഷ്ട്രീയ കാഴ്ചകൾ മീര അവതരിപ്പിക്കുന്നുണ്ട്. ഫ്രഞ്ച് നിർമാണ സംരംഭമായ സിനിമ, രാജ്യാന്തരതലത്തിൽ ഏഴ് തലക്കെട്ടുകളിലായാണ് റിലീസ് ചെയ്തത്.

ഇരട്ടഗോപുരം തകർന്നതിനെക്കുറിച്ച് രണ്ടു കുട്ടികൾ നിഷ്കളങ്കരായി സംസാരിക്കുന്നതും; അതുവഴി ഇറാന്റെ ലോകരാഷ്ട്രീയ വീക്ഷണം പ്രച്ഛന്നമായും ചർച്ച ചെയ്യുന്നതുമായ ഈ സിനിമയിലെ ഇറാൻ ഭാഗം ഏറെ ചർച്ച ചെയ്യപ്പെട്ടതാണ്. വിഖ്യാത വനിതാ സംവിധായിക സമീറ

മക്മൽബഫാണ് ഈ ഹ്രസ്വചിത്രം സംവിധാനം ചെയ്തത്. "അഫ്ഗാനിസ്ഥാനൊഴികെയുള്ള രാജ്യങ്ങൾക്കെല്ലാം സെപ്തംബർ 11 സംബന്ധിച്ച് വ്യക്തമായ അഭിപ്രായമുണ്ടായിരിക്കും. അതെന്താണെന്ന് എന്നോട് ചോദിച്ചാൽ, രണ്ടുകുട്ടികൾ നിഷ്കളങ്കമായി അതിനെ എങ്ങനെ സമീപിക്കുന്നു എന്നു പറയാനാണ് എനിക്ക് തോന്നുന്നത്. അതാണ് ഞാൻ ഈ ചിത്രത്തിൽ കാണിച്ചതും" –സമീറ ഈ സിനിമയെക്കുറിച്ച് നിഷ്കളങ്കമായി പ്രതികരിച്ചതിങ്ങനെ. ഈ സിനിമയിൽ ചിലിയൻ സംഗീതജ്ഞനായ പാബ്ലോ തയാറാക്കിയ ചിലി സെഗ്മെന്റും ഏറെ ചർച്ച ചെയ്യപ്പെട്ടു. ചിലിയിലെ സാൽവദോർ അലൻഡെയുടെ നിഷ്കാസനവും വേൾഡ് ട്രേഡ് സെന്റർ ആക്രമണവും തമ്മിലുള്ള രാഷ്ട്രീയ പാരസ്പര്യം ചൂണ്ടിക്കാട്ടി അമേരിക്കൻ ജനതയ്ക്ക് എഴുതുന്ന കത്തിന്റെ രൂപത്തിലാണ് ഈ ഹ്രസ്വചിത്രം തയാറാക്കിയത്. അമേരിക്കയുടെ സെപ്തംബർ 11 നെ അപലപിക്കുമ്പോൾത്തന്നെ ചിലിയുടെ സ്വന്തം സെപ്തംബർ 11 നെയും ഓർമിപ്പിക്കാൻ പാബ്ലോ ഈ സിനിമയിലൂടെ ആഹ്വാനം ചെയ്യുന്നു. (ലാറ്റിനമേരിക്കയിൽ ജനാധിപത്യത്തിലൂടെ അധികാരത്തിലേറിയ ആദ്യ മാർക്സിസ്റ്റുകാരനായ സാൽവദോർ അലൻഡെയെ 1973 സെപ്തംബർ 11 നാണ് അമേരിക്കൻ സാമ്രാജ്യത്വത്തിന്റെ പിന്തുണയോടെ പ്രതിവിപ്ലവകാരികൾ കൊലപ്പെടുത്തുന്നത്. സോഷ്യലിസ്റ്റ് പാർട്ടി ഓഫ് ചിലിയുടെ നേതാവായ അലൻഡെ, 1970 നവംബർ 4 മുതൽ 1973 സെപ്തംബർ 11 വരെയാണ് അധികാരത്തിലുണ്ടായിരുന്നത്).

അമോസ് ഗീതായ് (ഇസ്രായേൽ), ഷോ ഹീ ഇമാമുറ (ജപ്പാൻ), സീൻ പെൻ (അമേരിക്ക), ക്ലോഡ് ലിലിച്ച് (ഫ്രാൻസ്), യൂസുഫ് കഹീൻ (ഈജിപ്ത്), ഇഡ്രിസാ ഔഡ്രിഗോ (ബുർക്കിനാ ഫസോ), കെൻ ലൂച്ച് (ബ്രിട്ടൻ), അലക്സാൻഡ്രോ ഗോൺസാൽവസ് ഇനാരിറ്റു (മെക്സിക്കോ) തുടങ്ങിയവരാണ് മീര നായരെ കൂടാതെ ചിത്രത്തിൽ സഹകരിച്ച മറ്റു സംവിധായകർ.

ഇതിനിടയിൽ മേഘാലയിലെ സാമൂഹ്യ–രാഷ്ട്രീയ ജീവിതത്തെ കുറിച്ച് *സ്റ്റിൽ ദ ചിൽഡ്രൻ ആർ ഹിയർ* (2003) എന്ന ഡോക്യുമെന്ററിയും മീര തയാറാക്കി. അതു കഴിഞ്ഞാണ് 2004 ൽ വാനിറ്റി ഫെയർ എന്ന ബ്രിട്ടീഷ്–അമേരിക്കൻ കോസ്റ്റ്യൂം ഡ്രാമ ഫിലിം മീര തയാറാക്കുന്നത്. വില്യം മേക്ക്പീസിന്റെ ഇതേ പേരിലുള്ള നോവലാണ് സിനിമയാക്കിയതെങ്കിലും, കേന്ദ്രകഥാപാത്രത്തിൽ നിർണായക മാറ്റങ്ങൾ വരുത്തിയാണ് മീര ദൃശ്യവൽക്കരിച്ചത്. പൗരാണിക യൂറോപ്യൻ സംസ്കാരവും വേഷവിധാനവും സവിശേഷമായ രീതിയിലാണ് (നാടകീയമായ രീതിയിൽ) സിനിമയിൽ കാണിക്കുന്നത്. 1802 ലെ ലണ്ടനിലെ പ്രഭുജീവിതമാണ് സിനിമ പ്രമേയമാക്കുന്നത്. വെനീസ് ചലച്ചിത്രോത്സവത്തിൽ മികച്ച സിനിമയ്ക്കുള്ള നോമിനേഷൻ *വാനിറ്റി ഫെയർ* നേടി.

മീരയ്ക്കൊപ്പം വീണ്ടും സൂണി തറാപോറെവാല പ്രവർത്തിച്ച സിനിമയാണ് 2006 ൽ പുറത്തിറങ്ങിയ *ദ നെയിംസേക്ക്*. ഇർഫാൻ ഖാനും

തബുവും മുഖ്യവേഷത്തിലഭിനയിച്ച നെയിംസേക്ക് ബുക്കർ ജേതാവ് ജുമ്പാ ലാഹിരിയുടെ ഇതേ പേരിലുള്ള നോവലിനെ അടിസ്ഥാനമാക്കി യുള്ളതാണ്. കൊൽക്കത്തയിലും ന്യൂയോർക്കിലും ചിത്രീകരിച്ച സിനിമ, അമേരിക്കയിലേക്ക് കുടിയേറിയ ഇന്ത്യൻ കുടുംബത്തിന്റെ ജീവിതസംഘർഷങ്ങളാണ് പ്രമേയമാക്കിയത്. കൊൽക്കത്തയിൽ ജനിച്ച ദമ്പതികളും തുടർന്ന് അവർ ന്യൂയോർക്കിലെത്തി, അവിടെ ജനിച്ച അവരുടെ മക്കളും തമ്മിലുള്ള സാംസ്കാരിക സംഘർഷങ്ങൾ ചിത്രത്തിൽ ചർച്ചയാകുന്നു. അമേരിക്കൻ സംസ്കാരവുമായി ഇഴുകിച്ചേർന്ന മകൻ, ഡേറ്റിംഗും ചടുലമായ ജീവിതവേഗവും സ്വായത്തമാക്കിയതിൽ രക്ഷിതാക്കൾ അസ്വസ്ഥമാകുന്നു. മകൻ സമ്പന്നയായ കോക്കേഷ്യൻ യുവതിയുമായി പ്രണയത്തിലാകുകയും ഒന്നിച്ചു ജീവിക്കുകയും ചെയ്യുന്നത് വേദനയോടെയാണ് രക്ഷിതാക്കൾ കാണുന്നത്. ഒടുവിൽ അച്ഛൻ ഹൃദയാഘാതം വന്ന് മരിച്ചപ്പോൾ, ഇന്ത്യൻ സ്വത്വം തേടി ന്യൂയോർക്കിലെ വീട് വിറ്റ് നാട്ടിലേക്ക് മടങ്ങാൻ ആ കുടുംബം തീരുമാനിക്കുന്നു. കുടിയേറിപ്പാർക്കലിന്റെ തിരക്കുകൾക്കിടയിൽ വേരിന്റെ തനിമ എന്തെന്ന് ഏറ്റവും അവസാനം മാത്രം തിരിച്ചറിയുന്ന ഏറ്റവും സാധാരണമായ ജീവിതദുരന്തമാണ് *ദ നെയിംസേക്കിൽ* മീര ദൃശ്യവൽക്കരിച്ചത്.

അടുത്തവർഷം തയാറാക്കിയ മൈഗ്രേഷൻ എന്ന ഡോക്യുമെന്ററിക്കുശേഷം ന്യൂയോർക്ക് *ഐ ലൗവ് യു* എന്ന സിനിമയിലെ ഒരു ഭാഗത്തിൽ മീര പങ്കാളിയായി. സെപ്തംബർ 11 ന്റെ രീതിയിൽ ഇവിടെയും 11 ഹ്രസ്വചിത്രങ്ങളുടെ സമാഹാരമാണ് ഉള്ളത്. ഇതിൽ കോഷർ വെജിറ്റേറിയൻ എന്ന ഭാഗം നർമധുരമായി മീര തയാറാക്കി. നഗരജീവിതത്തിലെ പ്രണയവും പങ്കിടലും നർമത്തിലൂടെ ചാലിച്ചാണ് ഇതിലെ സിനിമകൾ തയാറാക്കിയത്. അമേരിക്കയിൽ 2009 ൽ റിലീസായ ചിത്രം അതിനുമുമ്പ് ടൊറന്റോ മേളയിൽ പ്രദർശിപ്പിച്ചു. ഇതിന്റെ വിജയത്തിനുശേഷം തുടർന്നും ഇത്തരത്തിലുള്ള പരീക്ഷണസിനിമകളിൽ മീര സഹകരിച്ചു. 2008 ൽ പുറത്തിറങ്ങിയ '8' എന്ന സിനിമയിൽ എട്ട് ഹ്രസ്വചിത്രങ്ങളാണുള്ളത്. മനുഷ്യാവകാശങ്ങളും അരികുവൽക്കരിച്ച ജീവിതപ്രശ്നങ്ങളും വിവിധ ഭാഗങ്ങളിലൂടെ ചർച്ചയ്ക്കെടുത്ത സിനിമാ കൂട്ടായ്മയാണിത്. *ഹൗ കാൻ ഇറ്റ് ബി* എന്ന മീരയുടെ ഹ്രസ്വചിത്രം ഇതിൽ ഏറെ നിരൂപക ശ്രദ്ധ നേടി. നഗരത്തിലെ സ്ത്രീ പ്രശ്നങ്ങളും ആൺ– പെൺ തുല്യത സംബന്ധിച്ച രാഷ്ട്രീയ ചർച്ചയും ഈ ഹ്രസ്വചിത്രത്തിൽ മീര പങ്കുവച്ചു. ദാരിദ്ര്യവും പട്ടിണിയും വിഷയമാക്കിയ അബ്ദുറഹ്മാൻ സീസാക്കോയുടെ *തിയാസ് ഡ്രിം*, കുട്ടികളുടെ വിദ്യാഭ്യാസം വിഷയമാക്കിയ ഗയിൽ ഗാർസിയ ബർണലിന്റെ *ദ ലെറ്റർ*, ശിശുമരണ നിരക്കിനെക്കുറിച്ച് പ്രതിപാദിച്ച ഗുസ് വാൻ സാന്തിന്റെ *മാൻഷൻ ഓൺ ദ ഹിൽ*, പ്രസവിച്ച അമ്മമാരുടെ ആരോഗ്യം സംബന്ധിച്ച വസ്തുതകൾ പറഞ്ഞ ജാൻ കുന്നെനിന്റെ *ദ സ്റ്റോറി ഓഫ് പാൻഷിൻ ബേക്ക*, എയ്ഡ്സ് വിഷയമാക്കിയ ഗസ്പർ നോയുടെ *സിഡ*, പരിസ്ഥിതി സംതുലനത്തെപ്പറ്റി പ്രതി

പാദിച്ച ജാൻ ചാമ്പ്യന്റെ *ദ വാട്ടർ ഡയറി*, ആഗോള വികസനം ചർച്ച ചെയ്ത വിം വെൻഡേഴ്സഡെന്റെ *പേഴ്സൺ ടു പേഴ്സൺ* എന്നിവയാണ് '8' എന്ന പരീക്ഷണ സിനിമാ കൂട്ടായ്മയിൽ മീരയ്ക്കൊപ്പമുണ്ടായ ഹ്രസ്വ ചിത്രങ്ങൾ.

ആദ്യ വനിതാ പൈലറ്റും പെൺജീവിതങ്ങൾക്ക് എക്കാലത്തും ആത്മവിശ്വാസത്തിന്റെ വലിയ ചിഹ്നവുമായ അമേലിയ ഇറാർട്ടിന്റെ ജീവിതത്തെക്കുറിച്ച് തയാറാക്കിയ *അമേലിയ* എന്ന സിനിമയാണ് മീര അടുത്തതായി സംവിധാനം ചെയ്ത് പുറത്തിറക്കിയത്. ഹിലാരി സ്വാംഗ് അമേലിയ ആയ സിനിമ കാര്യമായ നിരൂപകശ്രദ്ധ പതിയാത്ത സിനിമയാണ്. ഗ്രന്ഥകാരിയും സാഹസിക ജീവിതം ഇഷ്ടപ്പെടുന്നവളുമായ അമേലിയയുടെ ജീവിതം ഇന്ത്യയടക്കമുള്ള രാജ്യങ്ങളിലെ സ്ത്രീകൾക്ക് ആവേശം പകരുന്നതാണെന്ന തിരിച്ചറിവാണ്, ആ ജീവിതത്തിലേക്ക് ക്യാമറ പായിക്കാൻ മീര തയാറായത്. അറ്റ്ലാന്റിക് സമുദ്രം ആദ്യമായി ആകാശത്തിലൂടെ മറികടന്ന വനിത, കൂടുതൽ സ്ത്രീകളെ ആകാശസഞ്ചാരത്തിലേക്ക് പ്രേരിപ്പിച്ച ധീരവനിത തുടങ്ങിയ സവിശേഷതകളുള്ള അമേലിയയുടെ വ്യക്തി-സാമൂഹ്യ ജീവിതമാണ് സിനിമയിൽ പ്രമേയമാക്കിയത്. 1939 ൽ വിമാനത്തിൽ ലോകം ചുറ്റാനിറങ്ങിയ അമേലിയ ജനുവരി അഞ്ചിന് മധ്യ അറ്റ്ലാന്റിക്കിലെ ഹൗളാണ്ട് ദ്വീപിന് മുകളിൽ അപ്രത്യക്ഷയാകുകയായിരുന്നു. ജീവിതംപോലെതന്നെ മരണത്തിലും ലോകത്തെ വിസ്മയിപ്പിച്ച അമേലിയ ഇപ്പോഴും, പെൺധീരതയുടെ പ്രതീകമായാണ് ലോകം വാഴ്ത്തുന്നത്.

മുല്ലപ്പൂ വിപ്ലവവും വാൾസ്ട്രീറ്റ് പ്രക്ഷോഭവും ചൂടുപിടിപ്പിച്ച നവലോക രാഷ്ട്രീയ സാഹചര്യത്തിലേക്ക് വെളിച്ചംവീശിയ രാഷ്ട്രീയ ത്രില്ലറാണ് മീരയുടെ ഏറ്റവും അവസാനം റിലീസ് ചെയ്ത *ദ റലക്ടന്റ് ഫണ്ടമെന്റലിസ്റ്റ്*. 2012 ലെ ഗോവ രാജ്യാന്തരമേളയിൽ സമാപന ചിത്രമായ *റലക്ടന്റ് ഫണ്ടമെന്റലിസ്റ്റ്*, അവിടെ ഇന്ത്യൻ സിനിമയുടെ നൂറാം വാർഷികം പ്രമാണിച്ച് ഏർപ്പെടുത്തിയ സെന്റനറി അവാർഡും കരസ്ഥമാക്കി. 2012 ലെ വെനീസ് മേളയിൽ ഉദ്ഘാടന ചിത്രവുമായിരുന്നു ഇത്. പാകിസ്ഥാനി എഴുത്തുകാരനായ മൊഹ്സിൻ ഹമീദ് എഴുതിയ നോവലിന്റെ ചലച്ചിത്രഭാഷ്യമാണിത്. ബോളിവുഡ് നടന്മാരോടൊപ്പം ഓംപുരിയും ശബാന ആസ്മിയും ചിത്രത്തിൽ വേഷമിടുന്നുണ്ട്.

ജോലി, രാഷ്ട്രീയം, കുടുംബം തുടങ്ങിയ കാരണങ്ങളാൽ ഇതര രാജ്യങ്ങളിലേക്കും സംസ്കാരങ്ങളിലേക്കും കുടിയേറി പാർക്കേണ്ടിവരുന്ന, അസ്തിത്വദുഃഖംപേറുന്ന മനുഷ്യന്റെ മാനസികസംഘർഷങ്ങൾ മീരയുടെ ചിത്രങ്ങളിലെ പ്രധാന പ്രമേയമാണ്. ഇത്തരം സംഘർഷങ്ങൾ സമകാലീന ലോക രാഷ്ട്രീയ സാഹചര്യങ്ങളുമായി കോർത്തിണക്കുന്നതിൽ അന്യാദൃശ്യമായ കരവിരുതാണ് മീര പ്രകടിപ്പിക്കുന്നത്. *റിലക്ടന്റ് ഫണ്ടമെന്റലിസ്റ്റ്* അതിന്റെ മകുടോദാഹരണമാണ് എന്നു പറയാം. വാൾസ്ട്രീറ്റിൽ ജോലി ചെയ്യുന്ന ചെങ്കീസ് എന്ന പാകിസ്ഥാൻകാരന്റെ അമേരിക്കൻ പ്രണയവും, എന്നാൽ അതുണ്ടാക്കുന്ന രാഷ്ട്രീയ-സാമൂഹ്യ ഭീതി

യും ഏറെ നടുക്കത്തോടെ ഈ സിനിമയിൽ കാണിക്കുന്നുണ്ട്. മുസ്ലിം, കുടിയേറ്റക്കാരൻ, സാംസ്കാരികമായ അപരിചിത്വം പേറുന്നവൻ തുടങ്ങിയ കാരണങ്ങളാൽ, അവൻ യാഥാസ്ഥിതികനാണ് എന്ന ലേബൽ സ്വാഭാവികമായി ഏറ്റെടുക്കേണ്ടി വരുന്നു. ഇത് അവന്റെ വ്യക്തിജീവിതത്തിലെ പ്രണയത്തെപ്പോലും-ഏറ്റവും സ്വകാര്യമെന്ന് നാം കരുതുന്ന വേളകളിൽപ്പോലും- ചോദ്യം ചെയ്യപ്പെടുകയാണ്. അത്തരം ചോദ്യം ചെയ്യപ്പെടലിൽനിന്ന്, സൂക്ഷ്മ നോട്ടങ്ങളിൽനിന്ന് കുതറിമാറൽ കൂടിയാണ് മുല്ലപ്പൂ-വാൾസ്ട്രീറ്റ് പ്രക്ഷോഭങ്ങളുടെ ഒരുതലം എന്ന് മീര പറഞ്ഞുവയ്ക്കുന്നുണ്ട്. ചെങ്കീസിന്റെ അമേരിക്കൻ ജീവിതത്തിനിടയിൽ സെപ്തംബർ 11 ആക്രമണവും ഇന്ത്യൻ പാർലമെന്റ് ആക്രമണവും സാന്ദർഭികമായി കടന്നുവരുന്നുണ്ട്.

ഇപ്പോൾ ന്യൂയോർക്കിൽ സ്ഥിരതാമസമാക്കിയ മീരാ നായരുടെ രാഷ്ട്രീയ ദർശനങ്ങൾ രൂപപ്പെടുന്നത്, രാജ്യാന്തര യാത്രകളിലൂടെയും; മറ്റേത് ഇന്ത്യൻ സംവിധായകർക്കും ലഭിക്കാത്ത രാഷ്ട്രീയ അനുഭവങ്ങളുമായിരിക്കണം. കൊളംബിയ സർവകലാശാലയുടെ സ്കൂൾ ഓഫ് ആർട്സിൽ ഫിലിം ഡിവിഷൻ വിസിറ്റിങ് പ്രൊഫസർ കൂടിയാണ് മീരാനായർ. അവരുടെ ഭർത്താവ് മഹമൂദ് മംമ്ദാനിയും അവിടെ അധ്യാപകനാണ്. *മിസിസിപ്പി മസാല*യുടെ ചിത്രീകരണത്തിനായി ഉഗാണ്ടയിലേക്കുള്ള യാത്രയിലാണ് മീര മംമ്ദാനിയെ കണ്ടുമുട്ടുന്നതും പ്രണയത്തിൽ ഏർപ്പെടുന്നതും. ഈ ദമ്പതികൾക്ക് ഒരു മകനുണ്ട്-സൊഹ്റാൻ. മീരയുടെ ആദ്യ ഭർത്താവ് മിറ്റ്ച്ച് എപ്സ്റ്റൈൻ പ്രശസ്ത ഫോട്ടോഗ്രാഫർ കൂടിയാണ്. യോഗയുടെ പ്രചാരകയും പരിശീലകയും കൂടിയായ മീര, തന്റെ സിനിമകൾ ചിത്രീകരിക്കുന്നതിനുമുമ്പ് നടീനടന്മാർക്ക് ഏകാഗ്രത ആവശ്യമായ യോഗമുറകൾ പരിശീലിപ്പിക്കാറുണ്ട്. ഇതോടൊപ്പം സലാം ബാലക് ട്രസ്റ്റിന്റെ പ്രവർത്തനങ്ങളുമായി ഇന്ത്യയിലും സജീവമാണ് അവർ.

ഫിലിമോഗ്രാഫി

ജമാ സ്ട്രീറ്റ് മസ്ജിദ് ജേണൽ	(1979)
സോ ഫാർ ഫ്രം ഇന്ത്യ	(1982)
ഇന്ത്യാ കാബരറ്റ്	(1985)
ചിൽഡ്രൻ ഓഫ് എ ഡിസേഡ് സെക്സ്	(1987)
സലാം ബോംബെ	(1988)
മിസിസിപ്പി മസ്സാല	(1991)
ദ ഡേ ദ മേർസിഡസ് ബികം എ ഹാറ്റ്	(1993)
ദ പെരസ് ഫാമിലി	(1995)
കാമസൂത്ര: എ ടെയ്ൽ ഓഫ് ലൗ	(1996)
മൈ ഓൺ കൺട്രി	(1998)
മൺസൂൺ വെഡ്ഡിങ്	(2001)
ഹിസ്റ്ററിക്കൽ ബ്ലൈൻഡ്നസ്	(2002)

സെപ്തംബർ 11 (ഇന്ത്യാ സെഗ്മെന്റ്)	(2002)
സ്റ്റിൽ ദ ചിൽഡ്രൻ ആർ ഹിയർ	(2003)
വാനിറ്റി ഫെയർ	(2004)
ദ നെയിംസേക്ക്	(2006)
മൈഗ്രേഷൻ	(2007)
ന്യൂയോർക്ക്, ഐ ലൗ യു	
(കോഷർ വെജിറ്റേറിയൻ സെഗ്മെന്റ്	(2009)
8 (ഹൗകാൻ ഇറ്റ് ബീ സെഗ്മെന്റ്)	(2008)
അമേലിയ	(2009)
ദ റലക്ടന്റ് ഫണ്ടമെന്റലിസ്റ്റ്	(2013)

സ്വാതന്ത്ര്യ പ്രഖ്യാപനം; പെണ്ണിന്റെയും കലയുടെയും

മീരാ നായരുടേതുപോലുള്ള കലാ–ജീവിത പശ്ചാത്തലം കൈമുതലുള്ള പ്രശസ്ത ഇന്ത്യൻ സംവിധായികയാണ് ദീപാമേത്തയും. ഇപ്പോൾ കാനഡക്കാരിയാണെങ്കിലും, ബാല്യകാലം ബാക്കിവച്ച ജന്മനാടിന്റെ ഇന്ത്യൻ ഓർമകൾ, ഒരു വെള്ളിരേഖപോലെ ദീപയുടെ സിനിമകളിൽ ദർശിക്കാം. സിനിമയിലും ജീവിതത്തിലും കലാപകാരിയായ ദീപയുടെ *ഫയർ, എർത്ത്, വാട്ടർ* ത്രയങ്ങൾ ഏറെ വിവാദം സൃഷ്ടിച്ചതാണ്. അമീർഖാൻ, സീമാ ബിശ്വാസ്, ശബാനാ ആസ്മി, ജോൺ അബ്രഹാം, രാഹുൽ ഖന്ന, നന്ദിതാ ദാസ് തുടങ്ങിയ, ഇന്ത്യൻ സിനിമയിലെ കരുത്തരാണ് ദീപയുടെ ത്രയം സീരീസിൽ വേഷമിട്ടത്. ഇവയുടെയെല്ലാം ശബ്ദസന്നിവേശം നിർവഹിച്ചത് എ ആർ റഹ്മാനാണെന്ന പ്രത്യേകതയുമുണ്ട്.

ദീപാ മേത്ത

1950 ൽ പഞ്ചാബിലെ അമൃതസറിലാണ് ജനിച്ചതെങ്കിലും ദീപയുടെ കുട്ടിക്കാലം ഡൽഹിയിലായിരുന്നു. സിനിമാ വിതരണക്കാരനായ

അച്ഛൻ ജോലി ആവശ്യാർഥം തലസ്ഥാനത്തേക്ക് മാറുകയായിരുന്നു. അവിടെ പെൺപള്ളിക്കൂടത്തിൽ പഠനം തുടർന്ന ദീപയുടെ സിനിമാചിന്തകൾ മുളയ്ക്കുന്നതും ഡൽഹിയിൽ വച്ചാണ്. അച്ഛന്റെ സിനിമാവഴികൾ അതിന് അബോധമായ പ്രേരണയായിരിക്കാമെന്ന് ദീപ അനുസ്മരിക്കുന്നുണ്ട്. ഡെറാഡൂണിലെ ബോഡിംഗ് സ്കൂളിൽനിന്നും സ്കൂൾ വിദ്യാഭ്യാസവും തുടർന്ന് ഡൽഹി സർവകലാശാലയിൽനിന്നും ഫിലോസഫിയിൽ ബിരുദവും നേടി. അതിനുശേഷം ഡോക്യുമെന്ററി സംവിധാനത്തിലൂടെയാണ് ദീപക്കാഴ്ചകളുടെ ലോകത്തെത്തുന്നത്. ഇതിനിടയ്ക്ക് കാനഡയിൽനിന്നും ഇന്ത്യയിലെത്തിയ ഡോക്യുമെന്ററി സംവിധായകൻ പോൾ സാൾട്സ്മാനെ പരിചയപ്പെട്ടത് ദീപയുടെ കരിയറിൽ വഴിത്തിരിവായി. സാൾട്സ്മാനൊപ്പം കാനഡയിലേക്കുപോയ ദീപ, വൈകാതെ അദ്ദേഹത്തെ വിവാഹം ചെയ്തു. കാനഡയിലും സിനിമാപ്രവർത്തനം തുടർന്ന ദീപ കുട്ടികൾക്കുവേണ്ടിയുള്ള ഡോക്യുമെന്ററികൾ നിർമിച്ചു. ഇതിൽ *99: എ പോർട്രൈറ്റ് ഓഫ് ലൂയിസ് ടൻഡി മർച്ച്* എന്ന ഡോക്യുമെന്ററി കാനഡയിൽ ഏറെ ചർച്ചയായി.

തുടർന്നാണ് ഫീച്ചർ സിനിമാലോകത്തിലേക്ക് ദീപ കടക്കുന്നത്. ആദ്യസിനിമ *സാം ആൻഡ് മീ* (1991). ഇന്ത്യക്കാരനായ ബാലന്റെയും അരോഗദൃഢഗാത്രനായ ജൂതവൃദ്ധന്റെയും ആത്മബന്ധത്തിന്റെ കഥയാണിത്. ഓംപുരിയാണ് മുഖ്യവേഷം കൈകാര്യം ചെയ്തത്. കാൻ ഫെസ്റ്റിവലിൽ ക്യാമറ ഡീ ഓർ അംഗീകാരം ദീപയ്ക്ക് ഈ കന്നിച്ചിത്രത്തിന് തന്നെ ലഭിച്ചു. ഇന്ത്യയിലും കാനഡയിലുമായി സിനിമാജീവിതം തുടരുമ്പോഴും ഇടയ്ക്ക് ടി വി സീരിയലിലും ദീപ പ്രവർത്തിച്ചു. ജോർജ് ലൂക്കാസിന്റെ ടിവി സീരിയലായ *ദ യംഗ് ഇന്ത്യാന ജോൺസ് ക്രോണിക്കിളി*ൽ രണ്ട് എപ്പിസോഡ് സംവിധാനം ചെയ്തത് ദീപയാണ്. 1993 ൽ സംപ്രേഷണം ചെയ്ത *ബനാറസ്,* '96ൽ സംപ്രേഷണം ചെയ്ത *ട്രാവൽസ് വിത്ത് ഫാദർ* എന്നിവയാണിവ.

1994 ൽ ദീപ സംവിധാനം ചെയ്ത രണ്ടാമത്തെ സിനിമയാണ് *കാമില.* വിഖ്യാത അമേരിക്കൻ അഭിനേത്രി ജസിക്ക ടണ്ടിയുടെ അന്ത്യനിമിഷങ്ങളാണ് സിനിമയ്ക്ക് പ്രമേയമായത്. മീരാ നായർ പൈലറ്റ് അമേലിയയുടെ കഥ പറഞ്ഞപോലെ, അരങ്ങിൽ തിളങ്ങിയ പെൺകരുത്തിന്റെ കഥ ദീപ *കാമില*യിലൂടെ പങ്കുവയ്ക്കുകയായിരുന്നു. വാർധക്യത്തിന്റെ അവസാനനാളിലും അരങ്ങിലെ തീയായി കാമില മാറിയതും കരുത്തിന്റെ പ്രതീകമായി കലാലോകം വാഴ്ത്തിയതും ദീപ സിനിമയിൽ പറയുന്നുണ്ട്. ബ്രിട്ടനിൽ ജനിച്ച ജസിക്കയുടെ 67 വർഷം നീണ്ട അഭിനയജീവിതം അമേരിക്കയിലെ അരങ്ങിന്റെകൂടി നാൾവഴിയായിരുന്നു. അരങ്ങിൽ നൂറിലേറെ വേഷങ്ങൾക്ക് ചായമിട്ട ജസിക്ക അറുപതിലധികം സിനിമ– ടി വി വേഷങ്ങൾ കൈകാര്യം ചെയ്തു. എണ്ണത്തിന്റെയും കാമ്പിന്റെയും കാര്യത്തിൽ ജസിക്കയുടെ ഈ റെക്കോർഡ് ഇന്നും ഹോളിവുഡിന് അത്ഭുതമാണ്. 1989 ൽ ഓസ്കാർ അവാർഡ് നേടുമ്പോൾ, ഈ അംഗീകാരം നേടിയ ഏറ്റവും പ്രായംകൂടിയ അഭിനേത്രിയായിരു

ന്നു അവർ. *ഡ്രൈവിങ് മിസ് ഡേയ്സിയി*ലെ അഭിനയമായിരുന്നു അംഗീകാരം നേടിക്കൊടുത്തത്. ഇതിന് ബാഫ്ത, ഗോൾഡൺ ഗ്ലോബ് അംഗീകാരങ്ങളും ജസിക്കയ്ക്ക് ലഭിച്ചു. 1994 ൽ 85–ാം വയസിൽ മരിക്കുന്നതിന് നാലുവർഷം മുമ്പാണ്, താനൊരു അണ്ഡാശയ ക്യാൻസർ രോഗിയാണെന്ന് തിരിച്ചറിയുന്നത്. അപ്പോഴേക്കും ഹൃദ്രോഗവും കണ്ണുരോഗവും ജസിക്കയെ വലച്ചിരുന്നു. ഈ മഹാമാരിക്കൊപ്പം ചേർന്നുതന്നെ ജസിക്ക അരങ്ങിൽ ജീവിച്ചു. ജീവിതം കത്തിത്തീരുമ്പോഴേക്കും വലിയ ഒരു കലാസ്മാരകമായി ആ ജീവിതം മാറി. പരീക്ഷണത്തിന്റെയും പോരാട്ടത്തിന്റെയും പെൺകരുത്തിന്റെയും ഈ അന്ത്യനാളുകളാണ് ദീപാമേത്ത *കാമില*യിൽ പറയുന്നത്. ജനപ്രിയ നടിയുടെ നാൾവഴികളിലൂടെ ദീപയുടെ സഞ്ചാരം, ദീപയുടെ ഹോളിവുഡിലുള്ള വിലാസം ഉറപ്പിച്ചു എന്നുതന്നെ പറയാം.

ദീപയുടെ വിവാദ ത്രയ സിനിമകളിൽ ആദ്യസൃഷ്ടിയായ *ഫയർ* പുറത്തിറങ്ങുന്നത് 1996 ലാണ്. ഭിന്ന ലൈംഗികതയടക്കമുള്ള വ്യക്തി സ്വാതന്ത്ര്യത്തെക്കുറിച്ച് ഇന്ത്യയിൽ സജീവമായി ചർച്ച നടക്കാൻ *ഫയർ* എന്ന സിനിമ കാരണമായി. അതേസമയം, വ്യക്തി സ്വാതന്ത്ര്യത്തിന്റെ പരിധി സംബന്ധിച്ച് യാഥാസ്ഥിതികർ വലിയ തോതിൽ ബഹളവും സൃഷ്ടിക്കുന്നുണ്ട്. ഭാരതീയ സംസ്കാരം അതിന്റെതന്നെ സമ്പന്നതയാൽ സമൃദ്ധമാണെന്നും പടിഞ്ഞാറ് നോക്കികൾ കലയിലൂടെയും വെട്ടിത്തുറന്ന പ്രദർശനത്തിലൂടെയും അന്തരീക്ഷം മലിനീകരിക്കുകയാണെന്നും ഒരുകൂട്ടർ വാദിച്ചു. ഫലത്തിൽ *ഫയർ* സിനിമയെ വെള്ളമൊഴിച്ച് നശിപ്പിക്കാനുള്ള ശ്രമമാണ് അവർ നടത്തിയതെങ്കിലും മറ്റൊരുതരത്തിൽ വ്യക്തി സ്വാതന്ത്ര്യത്തെക്കുറിച്ചുള്ള വലിയ ചർച്ചയും അതോടൊപ്പം സാധ്യമായി. ബാബ്റി മസ്ജിദിന്റെ തകർച്ചാനന്തരമുള്ള ഇന്ത്യൻ രാഷ്ട്രീയവും ഹിന്ദുത്വ പ്രത്യയശാസ്ത്രത്തിന്റെ ഇടപെടലും, ഫയർ എന്ന സിനിമയുടെ പരിസ്ഥിതിയെ സ്വാധീനിച്ചിട്ടുണ്ട് എന്നു കാണാനാകും. ബാബരി മസ്ജിദിന്റെ തകർച്ചയ്ക്കുശേഷം ഫാസിസ്റ്റ് പ്രത്യയശാസ്ത്ര മനോബോധം അരികുവൽക്കരിച്ച ചിന്താഗതികളെയും സ്ത്രീ പ്രശ്നങ്ങളെയും ഉയർത്തിക്കൊണ്ടുവരാനുള്ള ആദ്യശ്രമമായിരുന്നു *ഫയർ* എന്ന സിനിമ. അത്തരത്തിലുള്ള രാഷ്ട്രീയ ഇടപെടലിന് സമയമായി എന്ന കൃത്യമായ ധാരണയും സിനിമയുടെ നിർമാണത്തിനിടയിൽ ദീപയ്ക്കുണ്ടായിരുന്നു എന്ന് സിനിമ സൂക്ഷ്മമായി നിരീക്ഷിച്ചാൽ നമുക്ക് അറിയാനാകും.

ശബാന ആസ്മിയും നന്ദിതാ ദാസും മുഖ്യവേഷത്തിലെത്തിയ *ഫയർ*, ഇസ്മത് ചൗഗ്തായിയുടെ *ലിഹാഫ്* എന്ന പ്രണയ കഥയുടെ പ്രേരണയിൽ എടുത്ത സിനിമയാണ്. ഭിന്ന–സ്വവർഗ ലൈംഗികത ചർച്ചയാക്കിയ ആദ്യ ഇന്ത്യൻ സിനിമ.

കലാരൂപം എന്നതിലുപരി, ആവിഷ്കാരസ്വാതന്ത്ര്യത്തിന്റെയും വലിയ വലിയ ചർച്ചകൾ *ഫയറി*ലൂടെ ദീപാ മേത്ത മുന്നോട്ടുവച്ചു. സീതയുടെയും ഭർത്താവിന്റെ ബന്ധു രാധയുടെയും തീക്ഷ്ണ സൗഹൃദമെന്നോ ആത്മബന്ധമെന്നോ വിളിക്കാവുന്ന അടുപ്പത്തിന്റെ കഥയാണ് *ഫയർ.*

ഭർതൃഗൃഹത്തിലെയും ഭർത്താവിന്റെയും അവഗണനകൾ, പ്രതിസന്ധികൾ തുടങ്ങിയവ രാധയുമായുള്ള ബന്ധത്തിന്റെ ഇഴയടുപ്പംകൊണ്ട് സീത മറികടക്കുന്നതാണ് പ്രമേയം. കപട സദാചാര വാദികളുടെയും സംസ്കാര സമ്പന്നരെന്ന് മേനി നടിക്കുന്നവരുടെയും ഇടയിലേക്ക് വീണ *ഫയർ* എന്ന വെള്ളിടി താങ്ങാൻ, രാഷ്ട്രീയപരമായി കലാപകലുഷിതമായ അന്നത്തെ ഇന്ത്യൻ യാഥാസ്ഥിതികർക്ക് കഴിഞ്ഞില്ല. ഇതാണ് *ഫയറി*നെതിരായ ഹിന്ദുത്വ തീവ്രവാദികളുടെ പ്രതിഷേധത്തിന്റെ കാതൽ. നായികയുടെ സീത എന്ന പേര് മാറ്റണമെന്ന തീട്ടൂരം ആദ്യം *ഫയറി*നുമേൽ ഇന്ത്യൻ സെൻസർ ബോർഡിൽ നിന്നുമുണ്ടായി. ഗർഭത്തിൽത്തന്നെ സിനിമ വിവാദമാകുന്ന അവസ്ഥ വന്നു. സീതയ്ക്കുപകരം നീതയായി 1998 നവംബർ 13 ന് സിനിമ 'എ' സർട്ടിഫിക്കറ്റും പതിച്ച് പ്രദർശനത്തിനെത്തി.

മൂന്നാഴ്ചയോളം ഇന്ത്യയിലെ വിവിധ നഗരങ്ങളിൽ നിറഞ്ഞ സദസിൽ പ്രദർശിപ്പിച്ചതിനുശേഷമാണ് സിനിമയ്ക്കെതിരെ കലാപം ഉയരുന്നത്. ഡിസംബർ രണ്ടിന് മുംബൈയിൽ സിനിമാക്സ് തിയേറ്ററിൽ ഇരച്ചുകയറിയ ഇരുന്നൂറോളം ശിവസേനക്കാർ, സിനിമ പ്രദർശിപ്പിക്കരുതെന്ന് ആവശ്യപ്പെട്ട് തിയേറ്റർ അടിച്ചു തകർത്തു. തുടർന്ന് ആ സ്ഫുലിംഗം ഹിന്ദു തീവ്രവാദികൾ ഏറ്റെടുത്തു. ഡിസംബർ മൂന്നിന് ഡൽഹിയിലും വിശിഷ്യാ അവിടത്തെ റീഗൽ തിയേറ്ററിലും സമാനമായ അനുഭവമുണ്ടായി. സിനിമ കാണിച്ച കൊൽക്കത്തയിലെയും സൂറത്തിലെയും പുണെയിലെയും തിയേറ്ററുകൾ ബജ്റംഗ്ദൾ, ശിവസേന പ്രവർത്തകർ തകർത്തു. മഹാരാഷ്ട്രയിൽ ഭരണത്തിലുണ്ടായിരുന്ന സർക്കാരിന്റെ പ്രേരണയാലാണ് തീവ്രവാദികൾ അഴിഞ്ഞാടിയത്. "പ്രക്ഷോഭകരെ ഞാൻ അഭിനന്ദിക്കുന്നു. ഇത്തരം സിനിമകൾ പ്രദർശിപ്പിക്കാൻ പാടില്ല. കാരണം അത് നമ്മുടെ സംസ്കാരത്തിനും ദേശീയതയ്ക്കും എതിരാണ്"- ഇന്ത്യൻ സെൻസർ ബോർഡിന്റെ സർട്ടിഫിക്കറ്റുള്ള സിനിമയെക്കുറിച്ച്, മഹാരാഷ്ട്ര മുഖ്യമന്ത്രി മനോഹർ ജോഷി അന്ന് പറഞ്ഞ വാക്കുകളാണിത്. സാമൂഹ്യ ശരീരത്തിനേറ്റ എയ്ഡ്സ് എന്നാണ് ഈ സിനിമയെ ബാൽതാക്കറെ വിശേഷിപ്പിച്ചത്. പകരാൻ ഏറെ സാധ്യതയുള്ളതിനാലാണ് തങ്ങൾ എതിർക്കുന്നതെന്നും അദ്ദേഹം വിശേഷിപ്പിച്ചു. നായികമാർക്ക് സീത, രാധ എന്നുപേരിട്ടത് ഹിന്ദുത്വത്തെ തകർക്കാനാണെന്ന വാദവും താക്കറെ ഉയർത്തി. ദാമ്പത്യം അസംതൃപ്തിയിലായ പെണ്ണുങ്ങൾ മറ്റു പെണ്ണുങ്ങളെ തേടിപ്പോയാൽ, വിവാഹം എന്ന സങ്കൽപ്പം തന്നെ തകരും. കുട്ടികളെ ഉണ്ടാക്കുക എന്ന ജൈവഘടനതന്നെ തകർന്നുപോകും- ശിവസേനയുടെ വനിതാസംഘടനയുടെ പ്രസ്താവന ഇങ്ങനെ പോയി. ചുരുക്കത്തിൽ സംഘപരിവാറിന്റെ വാദത്തിൽ, ഈ സിനിമ ഇന്ത്യൻ പാരമ്പര്യത്തിനും സംസ്കാരത്തിനും യോജിക്കാത്തതും; വിശിഷ്യ സ്ത്രീകൾക്ക് ഏറെ അപകടമുണ്ടാക്കുന്നതുമാണെന്ന് പ്രഖ്യാപിക്കുന്നു.

തീവ്രവാദികളുടെ വാദം പരിഗണിച്ച് സിനിമ വീണ്ടും സെൻസർ ബോർഡിന് മുന്നിലെത്തി. ഇതിനെതിരെയും ആവിഷ്കാര സ്വാതന്ത്ര്യ

ത്തിനെതിരെയും രാജ്യമെങ്ങും കലാകാരന്മാർ ശബ്ദമുയർത്തി. *ഫയർ* സിനിമയെയും ദീപയെയും പിന്തുണച്ച് നടൻ ദിലീപ് കുമാറും സംവിധായകൻ മഹേഷ് ഭട്ടും രംഗത്തിറങ്ങി. പിന്നീട് ദിലീപ് കുമാറിനെതിരെയും ശിവസേനക്കാർ ബഹിഷ്കരണ ആഹ്വാനം മുഴക്കി. അദ്ദേഹത്തിന്റെ വസതിയിലെത്തി ഭീഷണി മുഴക്കി. മുംബൈ സിനിമാക്സിൽ രണ്ടാഴ്ചയ്ക്ക് ശേഷം *ഫയർ* വീണ്ടും പ്രദർശനം തുടങ്ങി. ഇത്തവണ *ബി ജെ പി* തന്നെ സിനിമയ്ക്കെതിരെ രംഗത്തിറങ്ങി. അതേസമയം, സെൻസർ ബോർഡ് അവസാന പരിശോധനയും കഴിഞ്ഞ് കാര്യമായ തിരുത്തലൊന്നും വരുത്താതെ, 1999 ഫെബ്രുവരി 12 ന് *ഫയർ* വീണ്ടും രാജ്യമാകെ പ്രദർശനത്തിനെത്തി.

തൊണ്ണൂറിന്റെ അവസാനം പ്രക്ഷുബ്ധമായ ഇന്ത്യൻ രാഷ്ട്രീയത്തിൽ, തങ്ങളുടെ ഗതിവിഗതികൾ സുഗമമാക്കാൻ ഹിന്ദുത്വശക്തികൾ *ഫയർ* സിനിമയെയും ഇന്ധനമാക്കി എന്നുവേണം കരുതാൻ. ബാബ്റി മസ്ജിദിന്റെ താഴികക്കുടം തകർത്തതിനുശേഷം ഇന്ദ്രപ്രസ്ഥത്തിലേക്കുള്ള യാത്രക്കിടയിൽ, *ഫയറി*ന്റെ തീയും ഹിന്ദുത്വശക്തികൾ ആയുധമാക്കി. ഒടുവിൽ ഗുജറാത്തിലേക്കുള്ള യാത്രക്കിടയിൽ, എവിടെയോ പൊലിഞ്ഞു വീണ ആവിഷ്കാരസ്വാതന്ത്ര്യത്തിന്റെ വിങ്ങലുകൾ *ഫയർ* സിനിമയിൽ ദീപ മേത്ത കാട്ടിത്തരുന്നുണ്ട്. *ഫയർ* വെറും സ്വവർഗാനുരാഗ സിനിമയാണെന്ന കാഴ്ചപ്പാടിനോട് ദീപ ഏറെ പ്രതിഷേധിച്ചിരുന്നു. അതിൽ അവർ തികഞ്ഞ അസന്തുഷ്ടിയും പ്രകടിപ്പിച്ചു. "*ഫയർ* ഒരുഘട്ടത്തിലും സ്വവർഗാനുരാഗ സിനിമ മാത്രമാകുന്നില്ല. ബന്ധങ്ങളുടെ ആഴവും അതിന്റെ സാധ്യതകളുമാണ് ഞാൻ *ഫയറി*ൽ ചർച്ചയ്ക്ക് വച്ചത്"- ഒരു അഭിമുഖത്തിൽ ദീപ മേത്ത വെളിപ്പെടുത്തി.

*ഫയറി*നെതിരായ പ്രതിഷേധം ദീപയെ ശരിക്കും കൂടുതൽ കരുത്തുറ്റവളാക്കി. ഫയറിന്റെ രീതിശാസ്ത്രത്തിന്റെ കൂടുതൽ സാധ്യതകൾ അവർ അന്വേഷിക്കുന്നുണ്ട്. അതാണ് *എർത്ത്* എന്ന സിനിമയുടെ (1998) രൂപീകരണത്തിന് പിന്നിൽ. ത്രയം സീരീസിലെ രണ്ടാമത്തെ ചിത്രം. 1947 ന് മുമ്പ് ലാഹോറിലെ ഒരു കുടുംബത്തിന് വിഭജനാനന്തരം സംഭവിക്കുന്ന സാമൂഹ്യ ആഘാതമാണ് സിനിമയുടെ പ്രമേയം. സമ്പന്ന പാർസി കുടുംബത്തിലെ അംഗമായ പെൺകുട്ടി ലെന്നിയുടെ ആത്മഗതത്തിലൂടെയാണ് സിനിമ വികസിക്കുന്നത്. പ്രദേശത്തിലെ ഹിന്ദു, മുസ്ലിം, സിക്, പാർസി മതവിഭാഗങ്ങളുടെ സംഘർഷമൊന്നും ആ വീടിനെ ബാധിക്കുന്നില്ല. വീട്ടിലെ വേലക്കാരിയായ സുന്ദരിയെ പ്രണയിക്കുന്ന ഐസ്ക്രീം കച്ചവടക്കാരൻ മുസ്ലിമാണ്. ആദ്യമൊന്നും അവർക്കത് കാര്യമായ പ്രശ്നമായിരുന്നില്ല. എന്നാൽ രാഷ്ട്രീയ കാലാവസ്ഥ മാറി, വിഭജനം അടുത്തതോടെ സംഗതികൾ മാറിമറിയുകയാണ്. വ്യക്തിപരമായ അവരുടെ ഭൂമികയിൽ വേർപെടലിന്റെയും വിഭജനത്തിന്റെയും കരാളത കടന്നുവരുന്നു. അമീർ ഖാൻ, നന്ദിതാ ദാസ്, ശബാന ആസ്മി എന്നിവർ വേഷമിട്ട *എർത്തി*ന് ഏഷ്യൻ ചലച്ചിത്രോത്സവത്തിൽ മികച്ച സിനിമയ്ക്കുള്ള അംഗീകാരം ലഭിച്ചു. രണ്ടായിരത്തിലെ ഓസ്കാർ നോമിനേഷനിൽ

ഇന്ത്യയുടെ ഔദ്യോഗിക എൻട്രിയായും ഈ സിനിമയെ പരിഗണിച്ചു.

ദീപയുടെ ത്രയം സീരീസിലെ മൂന്നാമത്തെ ചിത്രമാണ് *വാട്ടർ* (2005). ഇതിന്റെ സംവിധാനത്തിനുമുമ്പ് *ബോളിവുഡ്–ഹോളിവുഡ്, ദി റിപ്പബ്ലിക് ഓഫ് ലൗ* എന്നീ സിനിമകളും ദീപ സംവിധാനം ചെയ്തിട്ടുണ്ട്. *ഫയറി*ലും *എർത്തി*ലും കൈകാര്യം ചെയ്ത തീക്ഷ്ണമായ സാമൂഹ്യദർശനങ്ങൾ തന്നെയാണ് *വാട്ടറി*ലും ദീപ മുന്നോട്ടുവച്ചത്. അനുരാഗ് കശ്യപ് തിരക്കഥയെഴുതിയ *വാട്ടർ* സിനിമ പുറത്തിറങ്ങിയശേഷം ഇത് നോവലായും പ്രസിദ്ധീകരിച്ചു. ബപ്സി സിധ്വയാണ് *വാട്ടർ*: എ നോവൽ എന്ന തലക്കെട്ടിൽ നോവലിറക്കിയത്. 2007 ലാണ് *വാട്ടർ* ഇന്ത്യയിൽ റിലീസ് ചെയ്തത്. 2005 ൽത്തന്നെ ടോറന്റോ മേളയിൽ ഉദ്ഘാടന ചിത്രമായി *വാട്ടർ* പ്രദർശിപ്പിച്ചു. സീമാ ബിശ്വാസ്, ലിസാ റേ, ജോൺ എബ്രഹാം, വഹീദാ റഹ്മാൻ തുടങ്ങിയവരാണ് സിനിമയിൽ വേഷമിട്ടത്. പതിവുപോലെ എ ആർ റഹ്മാൻ തന്നെയാണ് *വാട്ടറി*ലും സംഗീതം നിർവഹിച്ചത്.

നാൽപ്പതുകളിൽ, ഹിന്ദു ആചാരത്തിന്റെ ഭാഗമായി വാരാണസിയിലെ ആശ്രമങ്ങളിൽ നടതള്ളിയ വിധവകളുടെ ജീവിതമാണ് സിനിമയുടെ പ്രമേയം. ബാല്യവിവാഹങ്ങൾ പ്രചാരത്തിലുണ്ടായിരുന്ന അക്കാലത്ത്, ചെറുപ്രായത്തിൽത്തന്നെ വിധവകളാകുന്ന സാമൂഹ്യസാഹചര്യവും ഉണ്ടായിരുന്നു. ഇവരും ക്രൂരമായ, വിധവകളെ നടതള്ളൽ ആചാരപ്രകാരം വാരാണസിയിലെ ഷെൽട്ടറിൽ പ്രവേശിപ്പിച്ചു. ഒരുവേള വ്യഭിചാരത്തിനു വരെ ഇടയാക്കുന്ന ഭീഷണമായ അവസ്ഥയാണ് സിനിമയിലൂടെ ദീപ പറയുന്നത്. ചുയിയ എന്ന പെൺകുട്ടി ഏഴാം വയസിലാണ് വിധവയായത്. അവളെ മൊട്ടയടിച്ച് വെള്ള സാരിയുടുപ്പിച്ച് വിധവാ മന്ദിരത്തിലേക്ക് വീട്ടുകാർ തള്ളിയിടുന്നു. ബാല്യത്തിന്റെ പാൽപ്പുഞ്ചിരിപോലും കൈമോശം വരാത്ത സാഹചര്യത്തിലാണ് ചുയിയ അവിടെയെത്തിയത്. ആശ്രമത്തിന്റെ തലപ്പത്തുള്ള മധുമതി, സുഹൃത്തും പിമ്പുമായ ഗുലാബിയുമായി അവിഹിത ബന്ധമുള്ളവളാണ്. അവൾക്ക് കഴിക്കാൻ കഞ്ചാവും ലഹരിയും എത്തിക്കുന്ന ഗുലാബി, അതിന് പകരമായി ആശ്രമത്തിലെ പെൺകുട്ടികളെ വേശ്യാവൃത്തിക്ക് ആവശ്യപ്പെടുകയാണ്. സുന്ദരിയായ കല്യാണിയെ ഇങ്ങനെ വ്യഭിചാരത്തിന് ഗുലാബി പലപ്പോഴും കടത്തിക്കൊണ്ടുപോയിട്ടുണ്ട്.

ആശ്രമത്തിൽ അൽപ്പം വായനയും കാര്യഗൗരവവുമുള്ള വിധവയാണ് ശകുന്തള. അമ്മ അൽപ്പകാലം തന്നെ ഇവിടെ കൊണ്ടുവിട്ടതാണെന്നും ഞാൻ വീട്ടിലേക്ക് തിരിച്ചുപോകുമെന്നുമാണ് ചുയിയ ശകുന്തളയോട് പറഞ്ഞത്. ചുയിയക്ക് കല്യാണിയോടും ഏറെ ഇഷ്ടമാണ്. കല്യാണിക്ക് നാരായണുമായുള്ള പ്രണയത്തെക്കുറിച്ചും അവൾക്കറിയാം. അയാളുമായി കൊൽക്കത്തയിൽ പോയി കുടുംബജീവിതം നയിക്കാനാണ് കല്യാണിയുടെ പദ്ധതി എന്നറിഞ്ഞ ചുയിയയുടെ കുഞ്ഞുമനസ്സ് വേദനിക്കുകയാണ്. വീട്ടുകാരുടെ സമ്മതമില്ലാതെ വേറെയിടത്തേക്കു പോകുകയോ? നിഷ്കളങ്കയായ ചുയിയ കല്യാണിയെപ്പറ്റി മധുമതിയോട്

പരാതി പറയുന്നു. ഇതറിഞ്ഞ മധുമതി, കല്യാണിയെ പൂട്ടിയിട്ടു. പക്ഷേ, ശകുന്തള ഇടപെട്ട് കല്യാണിയെ നാരായണിന്റെ അടുത്തേക്ക് എത്തിക്കുന്നു. എന്നാൽ കാമുകനുമായി വീട്ടിലേക്ക് പോകുമ്പോഴാണ് കല്യാണി, ആ ദുരന്തകഥ അറിയുന്നത്, നാരായണിന്റെ അച്ഛനുമായി താൻ കിടക്ക പങ്കിട്ടിട്ടുണ്ടെന്ന ദുരന്തം. അതിന്റെ ആഘാതം താങ്ങാനാകാതെ അവൾ പുഴയിൽ ചാടി മരിക്കുന്നു. ഇരയെ നഷ്ടപ്പെട്ട ആശ്രമക്കാർ, ചുയിയയെ അടുത്ത വ്യഭിചാരകർമത്തിനായി നിയോഗിക്കാൻ ശ്രമിക്കുകയാണ്. ഈ നീക്കത്തെ എതിർത്ത ശകുന്തള ചുയിയയെ കല്യാണിയുടെ കാമുകൻ നാരായണിനെ ഏൽപ്പിക്കുന്നു. പുതിയ ഭാവിയിലേക്ക് തീവണ്ടിയിലൂടെ ചുയിയ സഞ്ചരിക്കുന്നു.

*ഫയറി*ന്റെയും *എർത്തി*ന്റെയും മുന്നനുഭവമുണ്ടായിരുന്ന ഹിന്ദു തീവ്രാദികൾ, ഈ സിനിമയുടെ ചിത്രീകരണ സമയത്തുതന്നെ പ്രകോപനം സൃഷ്ടിച്ചു. ഹിന്ദുവിരുദ്ധമാണ് ദീപയുടെ സിനിമകൾ എന്ന ഏകപക്ഷീയമായ പ്രചാരണം നടത്തിയാണ് അവർ ചിത്രീകരണം തടഞ്ഞത്. ഒരുവേള ശ്രീലങ്കയിലേക്ക് വരെ *വാട്ടറി*ന്റെ ചിത്രീകരണം മാറ്റേണ്ടിയും വന്നു. ഇക്കാലത്തെ സഹനാനുഭവങ്ങളെക്കുറിച്ച് ദീപയുടെ മകൾ ദേവയാനി ഒരു പുസ്തകം തന്നെയെഴുതി. *ഷൂട്ടിംഗ് വാട്ടർ- എ മദർ ഡോട്ടർ ജേണി ആന്റ് ദ മേക്കിംഗ് ഓഫ് ദ ഫിലിം* എന്ന പുസ്തകത്തിൽ വിവരിച്ചിട്ടുണ്ട് ആ അമ്മയുടെയും മകളുടെയും കലാസഞ്ചാരം, സ്വപ്ന സഞ്ചാരം. *വാട്ടർ* എന്ന സിനിമ യാഥാർഥ്യമാക്കിയതിന്റെ രാഷ്ട്രീയ സാഹചര്യം...

ഗൗരവമായ രാഷ്ട്രീയ-സാമൂഹ്യ വിഷയങ്ങൾ കൈകാര്യം ചെയ്ത ദീപയുടെ ആക്ഷേപഹാസ്യ സിനിമയാണ് *ബോളിവുഡ്-ഹോളിവുഡ്* (2002). ത്രയം സീരീസിലെ *വാട്ടറി*ന് മുമ്പായി ചെയ്ത ഈ സിനിമ, ഇന്ത്യയുടെ പരമ്പരാഗത ബോളിവുഡ് നൃത്ത രീതികളെയും മാനറിസങ്ങളെയും അതിന്റെ പരിഹാസ്യതയെയും നർമം ചാലിച്ച് വീക്ഷിക്കുന്നുണ്ട്. രാഹുൽ ഖന്ന, ലിസാ റേ, മൗഷ്മി ചാറ്റർജി തുടങ്ങിയവർ വേഷമിട്ട സിനിമ കാനഡയിലും മുംബൈയിലുമായാണ് വികസിക്കുന്നത്.

കരോൾ ഷീൽഡ്സിന്റെ നോവലിനെ ആസ്പദമാക്കി 2003 ൽ ദീപ സംവിധാനം ചെയ്ത കോമഡി സിനിമയാണ് *ദ റിപ്പബ്ലിക് ഓഫ് ലൗ.* ടൊറന്റോ മേളയിൽ പ്രദർശിപ്പിച്ച സിനിമ 2003ലാണ് റിലീസാകുന്നത്. വിദേശ താരങ്ങൾ അണിനിരന്ന ഈ സിനിമ പൂർണമായും ടൊറന്റോയിലാണ് ചിത്രീകരിച്ചത്. പള്ളിറേഡിയോയിൽ അവതാരികയായ നായികയുടെ ജീവിതത്തെപ്പറ്റിയാണ് സിനിമ പറയുന്നത്. ഈ സിനിമയ്ക്ക് ശേഷമാണ് ത്രയം സീരീസിലെ അവസാനത്തെ ചിത്രമായ *വാട്ടർ* സിനിമയിലേക്ക് ദീപ പോകുന്നത്.

ബോളിവുഡ് നടി പ്രീതി സിന്റയുടെ അഭിനയചാതുര്യം വെളിപ്പെടുത്തിയ, ദീപയുടെ വിഖ്യാത ചിത്രമാണ് *ഹെവൻ ഓൺ എർത്ത്. വിദേഷ്* എന്ന പേരിൽ ഹിന്ദിയിലേക്കും റീമേക്കു ചെയ്ത ഈ ചിത്രം ഏറെ പ്രേക്ഷകശ്രദ്ധ നേടി. കനേഡിയക്കാരനായ യുവാവുമായി കല്യാണത്തിന്

കാത്തിരിക്കുന്ന പഞ്ചാബി പെൺകുട്ടിയുടെ വേഷമാണ് പ്രീതി സിന്റയ്ക്ക്. ചിക്കാഗോ ചലച്ചിത്രോത്സവത്തിലും (2008) സ്റ്റാർ ഡസ്റ്റ് മേളയിലും (2010) മികച്ച നടിക്കുള്ള അംഗീകാരം ഈ വേഷത്തിലൂടെ പ്രീതി സിന്റയെ തേടിയെത്തി. ദീപാ മേത്തയ്ക്ക് മികച്ച തിരക്കഥയ്ക്കുള്ള അവാർഡും ദുബായ് ചലച്ചിത്രോത്സവത്തിൽ (2008) ഈ സിനിമയിലൂടെ ലഭിച്ചു.

നർമ കഥാചിത്രങ്ങളുടെ ഇടവേളയ്ക്കുശേഷവും ത്രയം സീരീസിനും ശേഷം ദീപയുടെ ഏറെ പ്രശസ്തമായ, ഏറ്റവും ഒടുവിൽ പുറത്തിറങ്ങിയ ചിത്രമാണ് *മിഡ്നൈറ്റ്സ് ചിൽഡ്രൻ*. സൽമാൻ റുഷ്ദിയുടെ ഏറെ വിവാദമായ നോവലിന്റെ ചലച്ചിത്രഭാഷ്യമാണിത്. ആവിഷ്കാര സ്വാതന്ത്ര്യത്തിന്റെ പല തരത്തിലുള്ള ചർച്ചകളും ദീപയുടെ മുൻകാല സിനിമകൾ പുറത്തിറങ്ങിയപ്പോൾ ഉണ്ടായിട്ടുണ്ട്. അതിന് സമാനമായ അനുഭവമാണ് ഈ സിനിമ പുറത്തിറങ്ങിയപ്പോൾ ഉണ്ടായത്. 2012 ലെ തിരുവനന്തപുരം രാജ്യാന്തര ചലച്ചിത്രോത്സവത്തിൽ സമാപന ചിത്രമായ ഈ സിനിമ പ്രദർശിപ്പിച്ചതിന്റെ പേരിൽ ഇവിടെയും ബഹളമുണ്ടായി. കോൺഗ്രസ് ദേശീയ രാഷ്ട്രീയത്തിന്റെ മഹനീയ പാരമ്പര്യത്തെ വികലമാക്കി കാണിക്കുന്നു എന്നാരോപിച്ചാണ്, സിനിമയ്ക്കെതിരെ ഒരു കൂട്ടർ പ്രതിഷേധിച്ചത്. മേളയിൽ രണ്ടുഘട്ട പ്രദർശനമുണ്ടായിരുന്ന സിനിമ, ഒറ്റത്തവണ മാത്രം കാണിച്ചതും വിവാദത്തിന് മൂർച്ചകൂട്ടി. ഇതിന്റെ ചിത്രീകരണവും പ്രതിഷേധം ഭയന്ന് രഹസ്യമായാണ് ദീപ പൂർത്തിയാക്കിയത്. തിരുവനന്തപുരം മേളയ്ക്ക് മുമ്പ് ടൊറന്റോ, വാൻകൂവർ, ബി എഫ് ഐ ലണ്ടൻ മേളകളിൽ ഈ സിനിമ പ്രദർശിപ്പിച്ചു.

റുഷ്ദിയുമായി ചേർന്ന് 2008 ൽത്തന്നെ ചിത്രം നിർമിക്കാൻ ദീപ പദ്ധതിയിട്ടിരുന്നു. അദ്ദേഹത്തിന്റെ *ഷാലിമാർ ദ ക്ലോൺ* എന്ന നോവലാണ് ആദ്യം സിനിമയാക്കാൻ പരിഗണിച്ചത്. കൂടുതൽ ചർച്ചയ്ക്ക് ശേഷമാണ് *മിഡ്നൈറ്റ്സ് ചിൽഡ്രനി*ലേക്കെത്തിയത്. 600 പേജുള്ള നോവൽ രണ്ടുവർഷം കൊണ്ടാണ് റഷ്ദി 130 പേജുള്ള തിരക്കഥയായി രൂപാന്തരപ്പെടുത്തിയത്. ഹിന്ദു, മുസ്ലിം തീവ്രവാദികളുടെ ഭീഷണിയുള്ളതുകൊണ്ട് ശ്രീലങ്കയിലാണ് ചിത്രീകരണം പൂർത്തിയാക്കിയത്. ഇന്ത്യൻ സാഹചര്യം സൃഷ്ടിക്കാൻ ഫർണിച്ചറുകളടക്കം കപ്പലിൽ കൊളംബോയിലേക്ക് കൊണ്ടുപോയാണ് ചിത്രീകരണം നടന്നത്. ഇമ്രാൻ ഖാൻ, ഇർഫാൻ ഖാൻ, കൊങ്കണ റാവത്ത്, റാണി മുഖർജി തുടങ്ങിയവരെയാണ് ദീപ ആദ്യം പരിഗണിച്ചത്. പലവിധ കാരണങ്ങൾകൊണ്ട് അവരെ ലഭിക്കാതിരുന്നതിനാൽ സത്യബാബ, ശ്രേയ ശരൺ, ശബാന ആസ്മി, അനുപം ഖേർ തുടങ്ങിയവരെ വച്ചാണ് സിനിമ ചിത്രീകരിച്ചത്.

ലങ്കയിൽ ചിത്രീകരണ സമയത്ത് ഇറാൻ സർക്കാരിന്റെ നയതന്ത്ര പ്രശ്നം സംബന്ധിച്ച പരാതിയും ദീപയ്ക്കെതിരെ ഉണ്ടായി. പ്രസിഡന്റ് മഹീന്ദ്ര രജപക്സെ ഇടപെട്ടാണ് ചിത്രീകരണത്തിന് തുടർ അനുമതി ദീപയ്ക്ക് ലഭിക്കുന്നത്.

സ്വാതന്ത്ര്യം കിട്ടിയ 1947 ആഗസ്ത് 14 ലെ അർധരാത്രിയിൽ ജനി

ച്ച രണ്ട് കുട്ടികളുടെ ജീവിതത്തോടൊപ്പമാണ് സിനിമ സഞ്ചരിക്കുന്നത്. രാജ്യത്തിന്റെ സാമൂഹ്യ-രാഷ്ട്രീയ സാഹചര്യം എങ്ങനെയൊക്കെ അവിടത്തെ ഏറ്റവും സാധാരണക്കാരായ ആൾക്കാരെപ്പോലും ബാധിക്കുന്നു എന്ന അന്വേഷണമാണ് ദീപ മേത്ത ഈ സിനിമയിലൂടെ നടത്തുന്നത്. അടിയന്തരാവസ്ഥ അടക്കമുള്ള ഫാസിസത്തിന്റെ ഇടയ്ക്കിടെയുണ്ടായ മുറിപ്പെടുത്തലുകളെ ദീപ അനുസ്മരിക്കുന്നു. വിചാരിച്ചതുപോലെ മതമൗലിക വാദികളുടെ ആക്രമണം സിനിമയ്ക്കെതിരെ ഉണ്ടായില്ലെങ്കിലും, ഇന്ത്യയിലെ പ്രധാന രാഷ്ട്രീയ കക്ഷിയുടെ വിമർശനം ചിത്രത്തിനുമേൽ ഉണ്ടായി. റുഷ്ദിയുടെ നോവൽ ഇറങ്ങിയ കാലത്തും ഇതേപോലുള്ള മുറുമുറുപ്പുകൾ രാജ്യത്ത് പ്രകടമായതാണ്.

ദീപ മേത്തയുടെ ചിത്രീകരണത്തിലുള്ള അടുത്ത സിനിമയാണ് *ദ എക്സൽഷൻ* (ബഹിഷ്കരണം). തൊലിനിറവുമായി ബന്ധപ്പെട്ട രാഷ്ട്രീയമാണ് ഇത്തവണ ദീപ ചർച്ചയ്ക്ക് വയ്ക്കുന്നത്. വർധക്യത്തിലേക്ക് കടക്കുന്ന ഇന്ത്യൻ ബിസിനസുകാരന്റെ റോളിൽ അമിതാഭ് ബച്ചനെയാണ് ദീപ പ്രതീക്ഷിക്കുന്നത്. ഇക്കാര്യം അദ്ദേഹവുമായി സംസാരിച്ചെങ്കിലും അന്തിമതീരുമാനമായില്ലെന്ന് ദീപ ഒരഭിമുഖത്തിൽ (റെഡ്ഡിഫ് കോം) പറയുന്നുണ്ട്.

ദീപ മേത്ത ആദ്യം വിവാഹം ചെയ്ത പോൾ സാൾട്സ്മാനിൽ ഒരു മകളുണ്ട്- ദേവയാനി. ഇപ്പോൾ ദീപയുടെ പ്രൊഡക്ഷൻ മാനേജർ കൂടിയായ ദേവയാനി ഗ്രന്ഥകാരിയും കലാവിമർശകയും കൂടിയാണ്. ദേവയാനിയുടെ പിതാവ് പോൾ സാൾട്സ്മാൻ കനേഡിയൻ സംവിധായകനും നിർമാതാവുമാണ്. രണ്ടുതവണ ഗ്രാമ്മി അവാർഡ് നേടിനിട്ടുണ്ട്. മൂന്നുറോളം സിനിമയുടെ അണിയറയിൽ പ്രവർത്തിച്ച സാൾട്സ്മാൻ, കാനഡയിൽ അറിയപ്പെടുന്ന പൊതുപ്രവർത്തകൻ കൂടിയാണ്.

വിഖ്യാത നിർമാതാവ് ഡേവിഡ് ഹാമിൽടണാണ് ഇപ്പോൾ ദീപയുടെ ഭർത്താവ്. ദീപ സംവിധാനം ചെയ്ത *ഫയർ, വാട്ടർ, ബോളിവുഡ്- ഹോളിവുഡ്, മിഡ്നൈറ്റ്സ് ചിൽഡ്രൻ* എന്നിവ നിർമിച്ചതും ഹാമിൽടണാണ്. 2009 ലെ ഓസ്കാർ ചിത്രമായ *അവതാർ* നിർമിച്ചതും ഡേവിഡ് ഹാമിൽടൺ തന്നെ.

ദീപയുടെ സഹോദരൻ ദിലീപ് മേത്തയും അറിയപ്പെടുന്ന ഫോട്ടോഗ്രാഫറും സംവിധായകനുമാണ്. സഹോദരിയുടെ *വാട്ടർ* എന്ന സിനിമയുടെ ചിത്രീകരണ സമയത്തുണ്ടായ പ്രേരണയിലാണ്, ദിലീപ് തന്റെ കന്നി ചിത്രമായ *ദ ഫോർഗോട്ടൺ വുമൺ* സംവിധാനം ചെയ്തത്. ദീപയുമായി സഹകരിച്ച് തിരക്കഥയെഴുതിയ *കുക്കിംഗ് വിത്ത് സ്റ്റെല്ല* എന്ന സിനിമയും ദിലീപ് സംവിധാനം ചെയ്തിട്ടുണ്ട്. *ന്യൂയോർക്ക് ടൈംസ്, ന്യൂസ് വീക്ക്, നാഷണൽ ജ്യോഗ്രഫിക്ക്, ടൈം* എന്നിവിടങ്ങളിൽ ഫോട്ടോഗ്രാഫർ കൂടിയായിരുന്നു ദിലീപ് മേത്ത. ഭോപ്പാൽ ദുരന്തഭൂമിയിലൂടെ ക്യാമറയേന്തിയുള്ള അഞ്ചുവർഷം നീണ്ട ദിലീപിന്റെ യാത്ര ഏറെ അംഗീകാരം നേടിയിട്ടുണ്ട്.

ഫിലിമോഗ്രാഫി

സാം ആന്റ് മീ	(1991)
കാമില	(1994)
ഫയർ	(1996)
എർത്ത്	(1998)
ബോളിവുഡ്/ ഹോളിവുഡ്	(2002)
ദ റിപ്പബ്ലിക് ഓഫ് ലൗ	(2003)
വാട്ടർ	(2005)
ഹെവൻ ഓൺ എർത്ത്	(2008)
മിഡ്നൈറ്റ്സ് ചിൽഡ്രൻ	(2012)
ദ എക്സലൽഷൻ	

ആദ്യകിരണങ്ങൾ
തട്ടം നീക്കിയ ധീരത

പെൺചിന്തകൾക്ക് ഇന്ത്യയിൽ ആദ്യമായി തിരശ്ശീലയൊരുക്കിയ നടിയും സംവിധായികയുമാണ് ഫാത്തിമാ ബീഗം (1892–1983). സിനിമയിൽ ഇന്നത്തെ വെള്ളിവെളിച്ചമോ പ്രശസ്തിയോ; എന്തിന് കല എന്ന നിലയിൽ നിലനിൽപ്പുണ്ടാകുമോ എന്നുപോലും കരുതാൻ വയ്യാത്ത നിശ്ശബ്ദസിനിമകളിലെ ഇന്നലെകളിലാണ് ഫാത്തിമയുടെ സാന്നിധ്യം മുഴങ്ങിക്കേട്ടത്. സമ്പന്നവും പരമ്പരാഗതവുമായ രാജകുടുംബത്തിൽ നിന്നുമാണ് ഫാത്തിമ സിനിമയിലെത്തുന്നതും നിർമാതാവ്, അഭിനേത്രി, സംവിധായിക എന്ന നിലയിലെല്ലാം ചരിത്ര വനിതയാകുന്നതും. തട്ടം നീങ്ങിയാൽ പെണ്ണ് ഉരുകിത്തീരുമെന്ന് ആശങ്കപ്പെടുന്ന; പെൺപെരുമാറ്റമാണ് ആൺലോകത്തിന്റെ നിയന്ത്രണം തെറ്റിക്കുന്നത് എന്നതുപോലുള്ള ചിന്തകൾ വ്യാപരിക്കുന്ന ഇക്കാലത്തുപോലും ഫാത്തിമാ ബീഗം ഒരു അത്ഭുതമാണ്.

ഉർദു മുസ്ലിം കുടുംബത്തിൽ പിറന്ന ഫാത്തിമയെ ഗുജറാത്തിലെ സച്ചിനിലെ

ഫാത്തിമ ബീഗം

നവാബാണ് കല്യാണം കഴിക്കുന്നത്. സച്ചിനിലെയും ഹൈദരാബാദിലെയും മുസ്ലിം രാജകുടുംബത്തിലും കലാലോകത്തും ഫാത്തിമയുടെ വേരുകൾ തലമുറകൾ പടർന്ന് ഇപ്പോഴും ഒഴുകുന്നുണ്ട്. നിശ്ശബ്ദസിനിമയിലെ നിത്യഹരിത നായിക സുബൈദ, സുൽത്താന, ഷെഹ്സാദി എന്നിവരും അമ്മയുടെ കൈപിടിച്ചാണ് കലാലോകത്ത് സജീവമായത്. ആദ്യ ശബ്ദസിനിമയായ *ആലംആര*യിലെ നായിക കൂടിയാണ് സുബൈദ. സുബൈദയെ കല്യാണം കഴിച്ചത് ഹൈദരാബാദിലെ മഹാരാജാവായ നർസിംഗിർ ധൻരാജ്ഗിർ ആണ്.

ഫാത്തിമ ഉർദു നാടകലോകത്തുനിന്നാണ് നിശ്ശബ്ദസിനിമയിലേക്കെത്തുന്നത്. അക്കാലത്ത് കോഹിനൂർ, ഇംപീരിയൽ സ്റ്റുഡിയോകളിലെ സ്ഥിരം അഭിനേത്രിയായിരുന്നു അവർ. ഖാൻ ബഹാദൂർ അർദേഷിർ ഇറാനിയുടെ നിശ്ശബ്ദസിനിമ *വീർ അഭിമന്യു*വാണ് (1922) ഫാത്തിമ വേഷമിട്ട ആദ്യസിനിമ. അപ്പോൾ അവർക്ക് 30 വയസ്സ്. ഇതേപേരിൽ തെലുങ്കിൽ പിന്നീട് സിനിമ ഇറങ്ങിയിട്ടുണ്ടെങ്കിലും നിശ്ശബ്ദ *അഭിമന്യു*വുമായി അതിന് ബന്ധമൊന്നുമില്ല. *അഭിമന്യൂ*വിന് ശേഷം സിനിമയിൽ സജീവമായ അവർ നാല് വർഷത്തിനുശേഷം 1926 ൽ ഫാത്തിമ ഫിലിംസ് എന്ന പേരിൽ നിർമാണക്കമ്പനി തുടങ്ങി. ഫാത്തിമ ഫിലിംസ് പിന്നീട് വിക്ടോറിയ-ഫാത്തിമ ഫിലിംസ് എന്ന പേരിലാണ് പ്രവർത്തനം തുടങ്ങിയത്. ഇതിന്റെ ബാനറിലാണ് ഫാത്തിമ അഭിനയിച്ച് തിരക്കഥയൊരുക്കി സംവിധാനം ചെയ്ത് സിനിമകൾ പുറത്തിറക്കിയത്. കറുപ്പിലും വെളുപ്പിലും നാടകീയമായി ജീവിതം പറഞ്ഞ ഫാത്തിമയുടെ ആദ്യകാല സിനിമകൾ പൂണെ ആർക്കൈവ്സിലുണ്ട്.

*ബുൾബുൾ-ഇ-പരിസ്ഥാനാ*ണ് ഫാത്തിമയുടെ പേരിൽ സംവിധാനം ചെയ്ത് പുറത്തിറങ്ങിയ സിനിമ. മകൾ സുബൈദ നായികയായി ഈ സിനിമ ഒരു നാഴികക്കല്ലായിരുന്നു. ശബ്ദംപോലും അന്യവൽക്കരിക്കപ്പെട്ട, വെറും കറുപ്പ് വെളുപ്പ് നിഴലുകളായി മാത്രം സിനിമയെ കണ്ട ഇന്നലെകളിലെ രജതരേഖയാണ് *ബുൾബുൾ-ഇ-പരിസ്ഥാൻ*. 1983 ൽ 91-ാം വയസിലാണ് അവർ മരിക്കുന്നത്. സിനിമയുടെ മായാപ്രപഞ്ചം ത്രിമാനദൃശ്യങ്ങളിലേക്ക് വഴിമാറുന്നതും അവർ ജീവിച്ചിരിക്കെ അറിഞ്ഞിരുന്നു. എന്നാൽ ആ നിറക്കൂട്ടിലേക്കൊന്നും ആഴ്ന്നിറങ്ങാൻ അവർ ആഗ്രഹിച്ചിരുന്നില്ല. ആ സിനിമാ കരിയർ-അഭിനേതാവ് എന്ന നിലയിൽ പ്രത്യേകിച്ചും-1938 ൽ *ദുനിയാ ക്യാഹെ* എന്ന സിനിമയോടെ അവസാനിച്ചു. 16 വർഷം നീണ്ട സിനിമാ ജീവിതമാണ് അവരുടേതെങ്കിലും ആ ചരിത്രത്തിന് മക്കളിലൂടെയും അല്ലാതെയും ധന്യമായൊരു പിന്തുടർച്ചയുണ്ട്. അവർ ആദ്യംവേഷമിട്ട *വീർ അഭിമന്യു* എന്ന നിശ്ശബ്ദ ചിത്രത്തിൽ മകൾ സുൽത്താനയും പ്രധാന റോളിലുണ്ടായിരുന്നു.

നിശ്ശബ്ദ-ശബ്ദ സിനിമാലോകത്തെ ആദ്യ നായികയായ സുൽത്താന റസാഖ് കറുപ്പിലും വെളിപ്പിലും; നിശ്ശബ്ദതയിലും ശബ്ദത്തിലും നിത്യഹരിത നായികയായിരുന്നു. സഹോദരിമാരായ സുബൈദ, ഷെഹ്സാദി,

അമ്മ ഫാത്തിമ എന്നിവരുമായി ചേർന്നുള്ളതാണ് ആ കലാജീവിതം.

ആദ്യ ശബ്ദസിനിമ *ആലംആര*യിലെ (1931) നായികയും ഫാത്തിമയുടെ മകൾ സുബൈദയാണ്. തിരശ്ശീലയിൽ പ്രണയത്തിന്റെ നനുത്ത ഈണങ്ങൾ മീട്ടിയ *ദേവദാസ്, മേരി ജാൻ* തുടങ്ങിയ സിനിമകളുടെ ഓർമകളിലും സുബൈദയുടെ നിഴലുകൾ വിളങ്ങിനിൽപ്പുണ്ട്. അമ്മയുടെ കൈപിടിച്ച്, സമ്പന്നതയുടെ രാജപദവിയിൽ കൊച്ചു രാജകുമാരിയായി വിഹരിക്കെ വെറും 12-ാം വയസിലാണ് സുബൈദ *കോഹിനൂർ* എന്ന സിനിമയിൽ നായികയാകുന്നത്. സഹോദരി സുൽത്താനയ്ക്കൊപ്പവും സുബൈദ നിരവധി സിനിമകളിൽ വേഷമിട്ടു. 1925 നുശേഷം ഈ സഹോദരിമാരുടെ നായികാകാലമായിരുന്നു തിരശ്ശീലയിൽ. *കലാചോർ, ദേവദാസി, ദേഷ് കാ ദുഷ്മൻ, ബുൽബുൽ-ഇ-പരിസ്ഥാൻ, ലൈല മജ്നു, നാനന്ദ് ബോജയ്* തുടങ്ങിയ നിശ്ശബ്ദ സിനിമകളിൽ സുബൈദ ഇപ്പോഴും തെളിഞ്ഞുനിൽക്കുന്നു.

*ആലംആര*യ്ക്കുശേഷം നായികാപദവിയിലെ സൂപ്പർ സ്റ്റാറായി സുബൈദ നിരവധി വർഷം തുടർന്നു. അക്കാലത്തെ ഇതിഹാസ-പുരാണ സ്ത്രീനായികമാർക്കെല്ലാം സുബൈദയുടെ മുഖമായിരുന്നു. നിശ്ശബ്ദതയിൽനിന്നും ശബ്ദതയിലേക്കുള്ള പരാവർത്തനത്തിൽ എല്ലാ അടരിലും നായകത്വം വഹിച്ച അവർ ഈ രണ്ടു ഘട്ടങ്ങളിലെയും റാണിയായി തിളങ്ങി. ഹൈദരാബാദ് രാജാവായ നരസിംഗീർ ധൻരാജഗുറിനെ വിവാഹം കഴിച്ചതോടെ ഹിന്ദുമതം സ്വീകരിച്ച സുബൈദ 1988 ൽ മുംബൈയിലാണ് അന്തരിച്ചത്. ഇവരുടെ മക്കളും കൊച്ചുമക്കളും ഇപ്പോഴും മുംബൈയിലെ മുഖ്യധാര ബിസിനസ് പ്രമുഖന്മാരാണ്.

പരീക്ഷണങ്ങൾ കുടിയേറിയ തിരശ്ശീല

പരീക്ഷണ നാടകങ്ങൾ മൂർച്ഛ കൂട്ടിയ തീയറ്റർ പരിസരത്തു നിന്നാണ് വിജയമേത്ത എന്ന നടിയുടെയും സംവിധായികയുടെയും വരവ്. 1960 കളിലെ മറാത്തി പരീക്ഷണ നാടകരംഗത്തെ പ്രധാന മുഖമായിരുന്നു വിജയ. അവർ നേതൃത്വം കൊടുത്ത രംഗയാനിലെ കലാചലനങ്ങൾ ഇപ്പോഴും മറാത്തി വേദിയിൽ അടങ്ങിയിട്ടില്ല. വിജയ് തെണ്ടുൽക്കർ, അരവിന്ദ് ദേശ്പാണ്ഡെ, ശ്രീറാം ലഗു തുടങ്ങിയവരാണ് തീയറ്ററിലെ വിജയയുടെ സഹപ്രവർത്തകർ. ഗുജറാത്തിലെ ബറോഡയിൽ 1934 ൽ ജനിച്ച വിജയ മുംബൈയിൽനിന്നും ബിരുദത്തിനുശേഷം തീയറ്റർ പഠനത്തിനായി ഡൽഹിയിലേക്ക് പോയി. നാടകലോകത്ത് പുതിയ ധാര തീർത്ത രംഗയാന്റെ പ്രവർത്തനവുമായി നാട്ടിലെത്തിയശേഷം പരീക്ഷണ നാടകങ്ങളിൽ മുഴുകി. വിജയമേത്ത നിർമിച്ച *ഏക് ശൂന്യ ബജരാവോ* എന്ന നാടകം ഇപ്പോഴും സമകാലീന പരീക്ഷണ നാടകവേദിയിൽ പ്രധാനപ്പെട്ടതാണ്. ബ്രഹ്തിന്റെ നാടകങ്ങളും അവർ മറാത്തിയിലേക്ക് പരിചയപ്പെടുത്തി. ഇക്കാലത്തുതന്നെയാണ്

വിജയമേത്ത

ഇന്ത്യയിലാകമാനം പ്രാദേശിക നാടകവേദിയിലും പുത്തൻ ചലനങ്ങൾ ഉണ്ടാകുന്നത്. ബ്രഹ്ത്തിന്റെ നാടകങ്ങൾ അതിന്റെയൊക്കെ തിലകക്കുറിയായി പ്രാദേശിക ഭാഷാനാടകസങ്കേതങ്ങളെ വിസ്മയിപ്പിച്ചു. ഒരുകൂട്ടം ബുദ്ധിജീവികളുടെ ആഭിമുഖ്യത്തിൽ അരങ്ങിലെ അനുഭവങ്ങൾ ലോകവ്യാപകമായി കൊടുക്കൽ വാങ്ങലുകൾ നടത്തിയ കാലമായിരുന്നു അത്. ഭാസന്റെ *മുദ്രരാക്ഷസം* ജർമനിയിലെ കലാകാരന്മാരുമായി ചേർന്ന് വിജയ ജർമനിയിൽ അവതരിപ്പിച്ചു. പരമ്പരാഗത സംസ്കൃത നാടകവേദിയെ വിദേശത്ത് പരിചയപ്പെടുത്തുകയും അതുവഴി, ഭാരതീയ തീയറ്റർ പാരമ്പര്യത്തിന്റെ ആഴം പടിഞ്ഞാറിന് പരിചയപ്പെടുത്തിക്കൊടുക്കാനും വിജയയ്ക്ക് കഴിഞ്ഞു. ജർമൻ സംവിധായകൻ ബ്രിറ്റ്സ് ബെൻവിറ്റ്സുമായി ചേർന്നാണ് വിജയ *മുദ്രരാക്ഷസ*ത്തെ ജർമനിക്ക് പരിചയപ്പെടുത്തിയത്.

റാവു സാഹേബ് (1986), *പെസ്റ്റോൺജി* (1988) എന്നീ സിനിമകളാണ് വിജയ സംവിധാനം ചെയ്തത്. *പാർട്ടി* (1984), *റൈഡിംഗ് ദ ബസ് വിത്ത് മൈ സിസ്റ്റർ* (2005) എന്നീ സിനിമകളിൽ അവർ അഭിനയിക്കുകയും ചെയ്തു. ഇതിൽ പെസ്റ്റോൺജി ഒഴികെയുള്ള വിജയമേത്തയുടെ ദൃശ്യപരീക്ഷണങ്ങൾ-പ്രധാനമായും റാവു സാഹേബ്-അവരുടെ നാടകസങ്കേതവുമായി ഇഴ ചേർന്നതും; തീയറ്ററിന്റെ സ്വാഭാവികമായ പരിണാമമായി സംഭവിച്ചതുമാണ്.

ഭാരതീയ സങ്കൽപ്പത്തിലെ വിധവ എന്ന ജീവിതരീതി എത്രത്തോളം പ്രതിലോമപരമാണെന്നും അതിനെ മറികടക്കാനുള്ള ശ്രമങ്ങൾ എത്ര പുരോഗമനപരമെന്ന് വീക്ഷിക്കുന്ന സമൂഹത്തിൽനിന്നും ഉണ്ടാകുന്നില്ല എന്ന ചിന്തയാണ് റാവു സാഹേബ് എന്ന സിനിമയിൽ വിജയ മുന്നോട്ടുവയ്ക്കുന്നത്. സത്യജിത് റായിയുടെ *പഥേർ പഞ്ചാലി*യിൽ ദാരിദ്ര്യം ജീവിതത്തിലും സാമൂഹ്യ മനഃശാസ്ത്രത്തിലും എങ്ങനെയൊക്കെ ആഘാതം സൃഷ്ടിക്കുന്നു എന്ന് ചർച്ച ചെയ്യുമ്പോൾ, അതേ പാറ്റേണിൽ, ദാരിദ്ര്യത്തെ, ജീവിതാവസ്ഥയെ നിർവചിക്കാനൊരുങ്ങുകയാണ് വിജയ. തനിക്കറിയാവുന്ന മാധ്യമം കൈകാര്യം ചെയ്യുന്നതിന്റെ സവിശേഷത കൊണ്ട് റായിയിലൂടെ *പഥേർ പഞ്ചാലി* വിശ്വസിനിമയായി നിലകൊള്ളുമ്പോൾ, അതേ അർഥത്തിൽ സിനിമ കാലാതിവർത്തിയായി തുടരണം എന്ന ശാഠ്യമൊന്നും വിജയ പുലർത്തുന്നില്ല. താൻ പറയാനുദ്ദേശിക്കുന്ന വിധവ എന്ന ജീവിത രീതിയെ തന്റേതായ രീതിയിൽ നിർവചിക്കുമ്പോൾ, അത് പുരോഗമനമെന്ന് നടിക്കുന്ന ആൺകാഴ്ചപ്പാടുകളെ വെല്ലുവിളിക്കും എന്ന് അവർക്ക് ഉറപ്പുണ്ട്.

രാധക്ക എന്ന വിധവയിലൂടെ സഞ്ചരിക്കുന്ന സിനിമ; അവർക്കെതിരെ സമൂഹം തുടരുന്ന വിവേചനത്തെക്കുറിച്ചല്ല കൂടുതലും പറയുന്നത്. മറിച്ച് വേറൊരു വിവാഹത്തിലൂടെ വിധവ എന്ന അവസ്ഥയെ മറികടക്കുന്നതാണോ കൂടുതൽ പുരോഗമനപരം; അതല്ല, ജീവിച്ചുകാട്ടലിലൂടെ സ്വയം, വിധവ എന്ന വേലിക്കെട്ടിനെ മറികടക്കുകയാണോ നല്ലത് എന്ന ചി

ന്തയാണ് സിനിമയിൽ പങ്കുവയ്ക്കുന്നത്. വിദേശത്ത് പഠനം പൂർത്തിയാക്കിയെത്തി റാവു, രാധക്കയെ ജീവിത പങ്കാളിയാക്കാൻ ആഗ്രഹിക്കുന്നിടത്താണ് സിനിമ വികസിക്കുന്നത്. ഇവിടെ വീണ്ടും കല്യാണം എന്ന ചിന്തയെയും അതിനെ മറികടന്നുള്ള മറ്റൊരു ജീവിതതലവും തമ്മിലുള്ള വ്യക്തിപരമായ മന:സംഘട്ടനത്തെക്കുറിച്ച് സിനിമ ചർച്ച ചെയ്യുന്നു. ഈ സിനിമയ്ക്ക് തിരക്കഥയും സംവിധാനവുമൊരുക്കിയ വിജയ മേത്ത, പ്രധാനവേഷത്തിൽ അഭിനയിക്കുന്നുമുണ്ട്.

കോമഡി ട്രാക്കിൽ തീർത്ത വിജയയുടെ രണ്ടാമത്തെ സംവിധാന സംരംഭമായ *പെസ്റ്റോൺജി*യുടെ നിർമാണം ദേശീയ ചലച്ചിത്ര വികസന കോർപ്പറേഷനാണ്. നല്ല പ്രാദേശിക സിനിമകളെ പ്രോത്സാഹിപ്പിക്കുക എന്ന ലക്ഷ്യത്തോടെ എൻ എഫ് ഡി സി സബ്സിഡിയോടെയാണ് സിനിമ പൂർത്തിയാക്കിയത്. ഫിറോഷായും (നസറുദ്ദീൻ ഷാ) പെസ്റ്റോൺജിയും (അനുപം ഖേർ) അടുത്ത സുഹൃത്തുക്കളാണ്. ജീവിതത്തിലെ എല്ലാ പ്രധാന കാര്യങ്ങളും അവർ ഒന്നിച്ചാണ് അനുഭവിച്ചു തീർത്തത്. അതേപോലെ വിവാഹവും ഒന്നിച്ച് ഒരേ ദിവസം വേണമെന്ന് തീരുമാനിക്കുന്നു. എന്നാൽ രണ്ടാളും ചെന്ന് കാണുന്നത് ഒരേ പെണ്ണിനെയാണ്. ജെറുവിന്റെ (ശബാന ആസ്മി) സൗന്ദര്യത്തിൽ ആ കൂട്ടുകാർ ആകൃഷ്ടരായെങ്കിലും അവളെ വിവാഹം കഴിക്കാൻ സാധിച്ചത് പെസ്റ്റോൺജിക്കാണ്. ജെറുവിനെ വിവാഹം ചെയ്യാൻ കഴിയാത്ത ഫിറോഷ മറ്റൊരു നാട്ടിലേക്ക് താമസം മാറുന്നു. എങ്കിലും കത്തിലൂടെ ബന്ധമുണ്ടായിരുന്ന ഫിറോഷ, വർഷങ്ങൾക്കുശേഷം ആ ദമ്പതികളെ കാണാനെത്തുന്നു. ഇതിനിടയിൽ വ്യക്തിജീവിതത്തിൽ അപഥസഞ്ചാരത്തിൽ ഏർപ്പെട്ട പെസ്റ്റോൺജിയുടെ കാര്യങ്ങൾ ഭാര്യ ജെറു അറിയുന്നില്ല. ഇക്കാര്യം അറിയുന്നയാളാണ് ഫിറോഷ. കൂട്ടുകാരന്റെ ജീവിതത്തിലേക്കുള്ള മടക്കയാത്രയും, അത് മൂന്ന് വ്യക്തികളിൽ ഉണ്ടാക്കുന്ന സംഘർഷങ്ങളുമാണ് സിനിമയുടെ പ്രമേയം.

ദോവിന്ദ് നിഹലാനി സംവിധാനം ചെയ്ത *പാർട്ടി* എന്ന സിനിമയിലും പ്രധാന വേഷത്തിൽ വിജയമേത്ത അഭിനയിച്ചിട്ടുണ്ട്. സമാന്തര നാടക-സിനിമാ പ്രവർത്തകരുടെ കൂട്ടായ്മയിൽ വിരിഞ്ഞ സിനിമയായിരുന്നു അത്. മഹേഷ് എൽക്കുഞ്ച്വറിന്റെ *പാർട്ടി* (1976) എന്ന പേരിലുള്ള നാടകത്തെയാണ് നിഹലാനി സിനിമയാക്കിയത്. എൻ എഫ് ഡി സി നിർമിച്ച ഈ സിനിമയിൽ നസറുദീൻ ഷാ, ഓംപുരി, മനോഹർ സിംഗ്, രോഹിണി ഹട്ടംഗഡി തുടങ്ങിയവർ അഭിനയിച്ചു. ഡൽഹിയിൽ നടന്ന 32-ാമത് രാജ്യാന്തര ചലച്ചിത്രമേളയിൽ മത്സരവിഭാഗത്തിൽ പ്രദർശിപ്പിച്ച *പാർട്ടി*, ടോക്കിയോ ഏഷ്യ പെസഫിക്ക് ചലച്ചിത്രമേളകളിലും പ്രദർശിപ്പിച്ചു.

റേച്ചൽ സൈമൺ എഴുതിയ *സ്മരണകൾ* എന്ന പുസ്തകം പ്രമേയമാക്കി അൻജലിക ഹൂസ്റ്റൺ സംവിധാനം ചെയ്ത റൈഡിംഗ് *ദ ബസ് വിത്ത് മൈ സിസ്റ്റർ* എന്ന ബോളിവുഡ് സിനിമയിലും വിജയമേത്ത

അഭിനയിച്ചിട്ടുണ്ട്. വളർച്ചാ വൈകല്യമുള്ള സഹോദരി ബെർത്തുമായുള്ള റേച്ചൽ സൈമന്റെ ബസ്യാത്രയാണ് സിനിമയുടെ പ്രമേയം. ജന്മനഗരത്തിലൂടെയുള്ള സിറ്റി ബസിലെ യാത്രയാണ് സഹോദരിയുടെ ജീവിതത്തിലെ പ്രത്യാശ. അതേക്കുറിച്ചുള്ള തുടുത്ത ഓർമകളാണ് ഈ സിനിമ നിറയെ.

ഫിലിമോഗ്രാഫി

റാവു സഹോബ് (1986)
പെസ്റ്റോൺജി (1988)

വലിയ കാര്യങ്ങളുടെ ചെറിയ സിനിമാക്കാരി

ഒറ്റ മുഴുനീള ഫീച്ചർ സിനിമ മാത്രമെ സംവിധാനം ചെയ്തിട്ടുള്ളൂ വെങ്കിലും, പറയുന്നകാര്യത്തിലെ കാമ്പിലും പ്രമേയപരമായ വ്യത്യസ്തയിലും സോണാലി ബോസിന്റെ സിനിമ വേറിട്ടു നിൽക്കുന്നു. ബംഗാളി സമാന്തര സിനിമയുടെ പാരമ്പര്യവും സിനിമാ നിർമാണത്തിലെ അക്കാദമിക് മികവും അവരെ സംവിധായിക എന്ന നിലയിലും പ്രൊഫഷണൽ എന്ന നിലയിലും കരുത്തയാക്കി. അവർ സംവിധാനം ചെയ്ത *അമു* (2005), നിർമിച്ച *ചിറ്റഗോംഗ്* (2012) എന്നീ സിനിമകൾ പറഞ്ഞു വച്ച കാര്യങ്ങൾ പൂരിപ്പിക്കാനോ; അതിന്മേൽ പുതിയ ആകുലതകൾ, സംശയങ്ങൾ പങ്കുവയ്ക്കാനോ പുതിയ കാലത്തെ സിനിമാ സംവിധായകർ തയാറാകുന്നില്ല എന്നോർക്കണം. *അമു* വിഷയമാക്കിയത് ഡൽഹി സിഖ് വംശഹത്യയുടെ നീറ്റുന്ന ഓർമകളായിരുന്നു. സാമൂഹ്യശരീരത്തിനേറ്റ അത്തരം ആഘാതങ്ങളെ സൊണാലിയെപ്പോലുള്ളവർ ശക്തമായ പ്രമേയമാക്കിയപ്പോൾ, അതേക്കാളും തീവ്രമായ ഗുജറാത്ത് വംശഹത്യ, ബാബറി മസ്ജിദ് തകർക്കൽ തുടങ്ങിയ വിഷയങ്ങൾ അത്ര

സോണാലി ബോസ്

മാത്രം തീക്ഷ്ണതയോടെ പുതിയ കാലത്തെ സംവിധായകർ പ്രമേയമാക്കിയോ എന്ന് സംശയമുണ്ട്.

കൊൽക്കത്തയിൽ ജനിച്ച സൊണാലി, ഡൽഹിയിലും മുംബൈയിലുമാണ് വളർന്നത്. ഇവിടത്തെ കാമ്പസ് കാലത്തിനിടയിലും പിന്നീട് ന്യൂയോർക്കിലെ ബിരുദാനന്തര പഠനത്തിനിടയിലും ശക്തമായ പുരോഗമന സാമൂഹ്യ വീക്ഷണം സൊണാലി പ്രദർശിപ്പിച്ചു. കാമ്പസ് തീയറ്റർ ഗ്രൂപ്പിലും അവർ സജീവമായി. ഇക്കാലത്താണ് അവർ ദൃശ്യമാധ്യമങ്ങളോട് ഏറെ അടുക്കുന്നത്. വിദ്യാർഥിയായിരിക്കുമ്പോൾത്തന്നെ അവർ നിർമിച്ച ഡോക്യുമെന്ററികളും ഹ്രസ്വചിത്രങ്ങളും ലോകമേളയിൽ പ്രദർശിപ്പിക്കുകയുണ്ടായി.

അമേരിക്കയിൽനിന്നും ഡൽഹിയിലെത്തി, തന്റെ തന്നെ വേരുകളിലൂടെ തിരിച്ചുള്ള സഞ്ചാരത്തിനിടയിൽ കജോരി റോയി– കജു (കൊങ്കണ സെൻ ശർമ്മ) എന്ന നായികക്ക് ബോധ്യപ്പെടുന്ന നടുക്കുന്ന രാഷ്ട്രീയ യാഥാർഥ്യമാണ് സിനിമയുടെ പ്രമേയം. മൂന്നാംവയസിൽ അമേരിക്കയിൽ എത്തിയ കജു, നീണ്ട വർഷങ്ങൾക്കുശേഷം 21–ാം വയസിൽ ഡൽഹിയെ അറിയാൻ എത്തുകയാണ്. അവൾ ഡൽഹിയിലെ ചേരിയിലും മറ്റും അലയുന്നു. അവിടെവച്ചാണ് അവൾ കബീറിനെ (ആൻകുർ ഖന്ന) കണ്ടുമുട്ടുന്നത്. അവനോടൊപ്പം അവൾ തിരക്കേറിയ മാർക്കറ്റിലും റോഡരികിലുള്ള ചായക്കടയിലും മാലിന്യംനിറഞ്ഞ ചേരിയിലും അലയുകയാണ്. ഇതിനിടയിലാണ്, അവളുടെ പൂർവജീവിതത്തെ സ്വാധീനിക്കുന്ന തരത്തിൽ ടെലിപ്പതിപോലുള്ള ചില അനുഭവങ്ങളിലൂടെ അവൾ കടന്നുപോകുന്നത്. ആ പ്രഹേളിക തേടിയ കബീർ; കജു ദത്തെടുക്കപ്പെട്ട കുട്ടിയാണെന്ന് തിരിച്ചറിയുന്നു. ഇതിനിടയിൽ അമേരിക്കയിൽനിന്നും കജുവിനെ തേടിയെത്തിയ അമ്മ കേയ റോയ്, താൻ ദത്തെടുക്കപ്പെട്ടവളാണെന്ന കാര്യം കജു അറിഞ്ഞതന്ന ധാര്യം ഞെട്ടലോടെ ഉൾക്കൊള്ളുകയാണ്. തന്റെ യഥാർഥ അച്ഛനും അമ്മയ്ക്കും എന്താണ് സംഭവിച്ചതെന്ന അന്വേഷണമാണ് തുടർന്ന് കജുവും ഒപ്പം കബീറും നടത്തുന്നത്. ഇന്ദിരാഗാന്ധിയുടെ വധത്തെ തുടർന്നുണ്ടായ 'വന്മരത്തിന്റെ വീഴ്ചയിൽ' (1984 ലെ സിഖ് വംശഹത്യ) കൊല്ലപ്പെടുകയായിരുന്നു കജുവിന്റെ അച്ഛനും സഹോദരനും എന്നും ഒടുവിൽ അവർ തിരിച്ചറിയുന്നു. മാത്രമല്ല, ആ കലാപത്തിൽ പങ്കെടുത്ത കബീറിന്റെ അച്ഛനാണ് കജുവിന്റെ അച്ഛനെയും സഹോദരനെയും കൊന്നതെന്ന ഞെട്ടിക്കുന്ന യാഥാർഥ്യവും ഉൾക്കൊള്ളാനാകാതെ അവർ തളർന്നുപോകുന്നു. ഒടുവിൽ അന്നുണ്ടായ സംഭവങ്ങൾ കേയ റോയ് കുട്ടികളെ അറിയിക്കുന്നു. അമുസിങ് എന്നാണ് കജുവിന്റെ യഥാർഥ പേര്. സിഖ് വംശഹത്യയിൽ കുടുംബം കൊല്ലപ്പെട്ട ദുരന്തം താങ്ങാനാകാതെ കജുവിന്റെ അമ്മ അഭയാർഥി ക്യാമ്പിൽ ജീവനൊടുക്കുകയായിരുന്നു. മൂന്നാം വയസിൽ അനാഥയായ കജുവിനെയുംകൊണ്ട് സാമൂഹ്യപ്രവർത്തകയായ കേയ അമേരിക്കയിലേക്ക് പറക്കുകയായിരുന്നു.

അമു എന്ന പേരിലുള്ള നോവലാണ് സൊണാലി സിനിമയാക്കിയത്. സിനിമയുടെ വിജയകരമായ പ്രദർശനത്തിനുശേഷം അതിന്റെ തിരക്കഥാ രൂപവും പുറത്തിറക്കി. *ന്യൂയോർക്ക് ടൈംസ്, ടൈം* തുടങ്ങിയ ലോകമാധ്യമങ്ങളിൽ വരെ ഈ സിനിമയുടെ വിവിധ തരത്തിലുള്ള നിരൂപണങ്ങൾ പുറത്തിറങ്ങി. സിനിമ പറയുന്ന പച്ചയായ യാഥാർഥ്യം കോൺഗ്രസിനെ നേരിട്ട് ബാധിക്കുന്നതാകയാൽ സെൻസർബോർഡ് കടമ്പയിലും ഈ സിനിമ തട്ടി വീണു. ആറിടത്ത് രാഷ്ട്രീയപരമായ കാരണങ്ങൾ കൊണ്ട് മാത്രം സിനിമയ്ക്കുമേൽ കത്രിക വീണു. തുടർന്ന് എ സർട്ടിഫിക്കറ്റുമായി സിനിമ പുറത്തിറങ്ങി. അതോടെ ഇന്ത്യൻ ചാനലുകളിൽ സിനിമ പ്രദർശിപ്പിക്കാൻ പറ്റാത്ത അവസ്ഥയുമായി. എ സർട്ടിഫിക്കറ്റ് ഒഴിവാക്കാൻ വീണ്ടും നിർമാതാക്കൾ സിനിമാ സെൻസർ ബോർഡിനെ സമീപിച്ചു. എന്നാൽ സിഖ് കലാപം കാണിക്കുന്ന ദൃശ്യങ്ങളിൽ നിന്നും കലാപകാരികൾ വിളിച്ചു പറയുന്ന സംഭാഷണ ശകലങ്ങൾ ഒഴിവാക്കിയാൽ പരിഗണിക്കാമെന്നായിരുന്നു അധികൃതരുടെ നിലപാട്. 10 മിനിറ്റിലധികമുള്ള ഭാഗം വീണ്ടും മുറിച്ചുമാറ്റണമെന്ന നിർദേശം സൊണാലിയും നിർമാതാക്കളും തള്ളി, പിന്നീട് ഡി വി ഡി രൂപത്തിൽ സിനിമ വിപണിയിലിറക്കുകയായിരുന്നു. അധികാരികളുടെ അപ്രീതി ഉണ്ടാകുന്നതുവരെയെ, ഇന്ത്യയിലെ ആത്മാവിഷ്കാരസ്വാതന്ത്ര്യത്തിന് ആയുസുള്ളൂ എന്ന് തുടരെ നമ്മെ അറിയിക്കുന്ന സംഭവംകൂടിയാണ് സൊണാലിയുടെ *അമു* എന്ന സിനിമ.

കൊങ്കണയ്ക്കും ആൻകൂർ ഖന്നയ്ക്കും പുറമെ വൃന്ദാ കാരാട്ട്, സുഭാഷിണി അലി തുടങ്ങിയവരും സിനിമയിൽ വേഷമിട്ടു. 2005 ൽ ബർലിൻ, ടൊറന്റോ, മേളകളിൽ ഉദ്ഘാടന ചിത്രമായ *അമു*, 2006 ലെ തിരുവനന്തപുരം രാജ്യാന്തരമേളയിലും പ്രദർശിപ്പിച്ചു. മലയാളി പ്രേക്ഷകർ ഹർഷാരവത്തോടെയാണ് *അമു*വിനെ വരവേറ്റത്.

സൊണാലിയുടെ ഭർത്താവ് ബേദബ്രത പെയ്നാണ് *അമു*വിന്റെ നിർമാണം. ബേദബ്രത സംവിധാനം ചെയ്ത *ചിറ്റഗോംഗി*ന്റെ (2012)നിർമാണവും പ്രധാന അണിയറക്കാരിയും കൂടിയാണ് സൊണാലി. അങ്ങനെ സിനിമാ പ്രവർത്തനം അവർക്കൊരു കുടുംബകാര്യം കൂടിയാകുന്നു. ഇപ്പോൾ ബംഗ്ലാദേശിലുള്ള ചിറ്റഗോംഗിൽ, അവിഭക്ത ബ്രിട്ടീഷ് സാമ്രാജ്യത്വത്തിന്റെ പട്ടാള ഇടപെടലിന്റെ കഥയാണ് *ചിറ്റഗോംഗ്* സിനിമ പറയുന്നത്. മനോജ് ബജ്പേയ് മുഖ്യവേഷത്തിലെത്തിയ സിനിമയ്ക്ക് ശബ്ദസന്നിവേശം നിർവഹിച്ചത് റസൂൽ പൂക്കുട്ടിയാണ്.

ഫിലിമോഗ്രാഫി

അമു (2005)
ചിറ്റഗോംഗ് (അസിസ്റ്റന്റ് ഡയറക്ടർ) – (2012)

കുട്ടികളോട് പറയാം വലിയവർ കേട്ടോളും

ആകാശവാണിയിലെ കുട്ടികളുടെ പരിപാടിയിലൂടെ, കുട്ടികളോടുതന്നെ കഥ പറഞ്ഞ് വലിയ ചലച്ചിത്രകാരിയായ സംവിധായികയാണ് സായ് പരഞ്ജ്പെ. ലഖ്നോവിൽ 1938 ൽ ജനിച്ച പരഞ്ജ്പെ ആകാശവാണി, ദൂരദർശൻ പരിപാടികളിലൂടെയും ഡോക്യുമെന്ററി, ടെലിഫിലിമുകളിലൂടെയും ദൃശ്യലോകത്തും പിന്നീട് വലിയ സ്ക്രീനിലുമെത്തി. അവരുടെ സിനിമയിലെ സംഭാവനകൾ മാനിച്ച് 2006 ൽ രാജ്യം പദ്മഭൂഷൻ നൽകി ആദരിച്ചു.

1963 ൽ ഡൽഹി നാഷണൽ സ്കൂൾ ഓഫ് ഡ്രാമയിൽനിന്ന് ബിരുദം നേടിയാണ് പുണെ ആകാശവാണിയിൽ ചേരുന്നത്. ആദ്യകാലത്ത് അനൗൺസറായും പിന്നീട് കുട്ടികളുടെ പരിപാടികളുടെ ഡയറക്ടറായും റേഡിയോയിൽ നിറഞ്ഞുനിന്നു. ഇക്കാലത്ത് കുട്ടികൾക്കും മുതിർന്നവർക്കുമായി ധാരാളം നാടകങ്ങൾ എഴുതി ആകാശവാണിയിലൂടെ അവതരിപ്പിച്ചു. മറാത്തി, ഹിന്ദി, ഇംഗ്ലീഷ് ഭാഷകളിലായിരുന്നു നാടകങ്ങൾ. ഇക്കാലത്ത് കുട്ടികൾക്കുവേണ്ടി ഡസനില

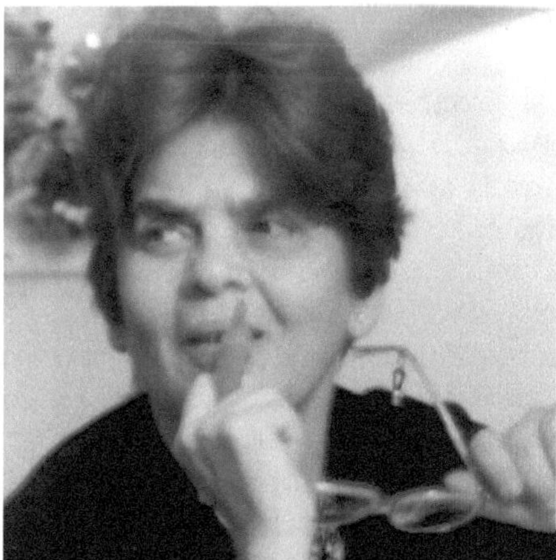

സായ് പരഞ്ജ്പെ

ധികം പുസ്തകങ്ങൾ എഴുതി പ്രസിദ്ധീകരിക്കുകയും ചെയ്തു. ആകാശവാണിയിൽനിന്നും ദൂരദർശനിൽ ടി വി ഷോകൾ അവതരിപ്പിക്കാൻ എത്തിയതോടെയാണ് ദൃശ്യമാധ്യമത്തിന്റെ സാധ്യതയും, അതിൽത്തന്നെ സിനിമയുടെ വലിയവലിയ മേഖലകളെപ്പറ്റിയും പരഞ്ച്പെ സജീവമായി ആലോചിക്കുന്നത്. ഇക്കാലത്താണ് ഡൽഹി ദൂരദർശനിൽ കുട്ടികൾക്കുവേണ്ടി *ദ ലിറ്റിൽ ഷോപ്പ്* (1972) എന്ന ഹ്രസ്വചിത്രം പരഞ്ച്പെ സംവിധാനം ചെയ്യുന്നത്. ഇതിന് ടെഹ്റാനിലെ ഏഷ്യൻ ബ്രോഡ്കാസ്റ്റിംഗ് യൂണിയൻ അവാർഡ് ലഭിച്ചതോടെയാണ്, പ്രൊഫഷണലായ വേദിയിൽനിന്നും, തുറന്ന ദൃശ്യമാധ്യമ ലോകത്തേക്ക് പരഞ്ച്പെ ശ്രദ്ധിക്കപ്പെടുന്നത്. ഇക്കാലത്ത് അവരെ ബോംബെ ദൂരദർശന്റെ ഉദ്ഘാടന പരിപാടികൾ ചിത്രീകരിക്കാൻ സർക്കാർ നിയോഗിക്കുകയും ചെയ്യുന്നുണ്ട്.

1970 ൽ ചിൽഡ്രൻസ് ഫിലിം സൊസൈറ്റിയുടെ ചെയർപേഴ്സണായ അവർ, ആ തട്ടകം ഉപയോഗിച്ച് കുട്ടികൾക്കുവേണ്ടിയുള്ള നിരവധി സിനിമകൾ തീർത്തു. *ലിറ്റിൽ ഷോപ്പി*നുശേഷം, അവർ സംവിധാനം ചെയ്ത കുട്ടികൾക്ക് വേണ്ടിയുള്ള ടി വി സിനിമകൾ വ്യാപകമായി അംഗീകരിക്കപ്പെട്ടു. *ബീഗാർ* (1975), *ഡാംചേരി മിൽക്ക് പ്രൊജക്റ്റ്* (1976), *ക്യാപ്ടൻ ലക്ഷ്മി* (1977), *ഫ്രീഡം ഫ്രം ഫിയർ* (1978) തുടങ്ങിയ ഡോക്യു-ഡ്രാമ ചലച്ചിത്രങ്ങളും ടി വിയിൽ കുട്ടികളും മുതിർന്നവരും ഏറെ ശ്രദ്ധിച്ചുകണ്ടു. പരമ്പരാഗത പുസ്തകമെഴുത്ത് ചരിത്ര രചനാ രീതിയിൽനിന്നും ബോധപൂർവം മാറ്റിനിർത്തപ്പെട്ട ക്യാപ്റ്റൻ ലക്ഷ്മിയെപ്പോലുള്ള സ്വാതന്ത്ര്യസമര പോരാളികളുടെയും ധീരവനിതകളുടെയും സംഭാവനകൾ ലോകം ശ്രദ്ധയോടെ സ്മരിക്കുന്നതിൽ പരഞ്ച്പെയുടെ ദൃശ്യമാധ്യമസൃഷ്ടികൾ നിർണായക പങ്കുവഹിച്ചിട്ടുണ്ട്. *ജാദൂ കാ ശംഖ്* (1974), *സിക്കന്ദർ* (1976) തുടങ്ങിയ സിനിമകളും അവരുടെ ആദ്യകാല ദൃശ്യകലാബോധത്തെ സൂക്ഷ്മമായി അടയാളപ്പെടുത്തുന്നുണ്ട്. *ജാദൂ കാ ശംഖി*ൽ ഗിരീഷ് കർണാട്, രാഹുൽ റാനഡെ, സുലഭ ദേശ്പാണ്ഡെ തുടങ്ങിയവരാണ് വേഷമിട്ടത്.

ദൂരദർശനിലൂടെയും ഡോക്യുമെന്ററികളിലൂടെയും ആർജിച്ച ദൃശ്യമാധ്യമ ബോധത്തിന്റെ സ്വാഭാവികമായ പിന്തുടർച്ചയായിരുന്നു സായി പരഞ്ച്പെയുടെ ആദ്യ ഫീച്ചർ സിനിമ *സ്പർശ്* (1980). മികച്ച തിരക്കഥയ്ക്കുള്ള ദേശീയ അവാർഡ് പരഞ്ച്പെയ്ക്ക് ലഭിച്ച ഈ സിനിമയിൽ നാസറുദ്ദീൻ ഷാ, ശബാന ആസ്മി തുടങ്ങിയവരാണ് മുഖ്യവേഷമിട്ടത്. നാസറുദ്ദീൻ ഷായ്ക്ക് മികച്ച നടനുള്ള ദേശീയാംഗീകാരവും ഇതിലെ കഥാപാത്രത്തിന് ലഭിച്ചിട്ടുണ്ട്. ലൗകിക ജീവിതത്തിൽ അന്ധത എന്ന സാങ്കേതികമായ ഇരുട്ടിൽ നിന്നും പ്രണയവും ജീവിതവും എങ്ങനെയൊക്കെ പിടിച്ചുകയറുന്നു എന്ന ചിന്തയാണ് *സ്പർശി*ന്റെ പ്രമേയം. അന്ധസ്കൂളിലെ കണ്ണുകാണാത്ത പ്രിൻസിപ്പലിന്റെയും അവിടത്തെ കാഴ്ച ശക്തിയുള്ള ടീച്ചറുടെയും പരസ്പരമുള്ള തീവ്രവികാരത്തെ അതിസൂക്ഷ്മമായി സിനിമ പിന്തുടരുന്നു. നസറുദ്ദീൻ ഷായുടെയും ശബാനയുടെയും

അഭിനയവഴക്കങ്ങളെ സായി പരഞ്ച്പെ വിദഗ്ധമായി ചൂഷണം ചെയ്താണ് സിനിമയിൽ ഉപയോഗിക്കുന്നത്.

കണ്ണുകാണാത്തവർക്ക് സ്പർശം-തൊട്ടറിയൽ-ഏതൊക്കെ തലത്തിലാണ് ജീവിതത്തിൽ ഊന്നുവടിയാകുന്നത് എന്ന കാര്യം ഈ സിനിമ വ്യക്തമാക്കുന്നു. നവജീവൻ അന്ധവിദ്യാലയത്തിലെ കണ്ണുകാണാനാകാത്ത പ്രിൻസിപ്പലാണ് അനിരുദ്ധ് പാർമർ. ഇരുന്നുറോളം അന്ധവിദ്യാർഥികളാണ് സ്കൂളിലുള്ളത്. കണ്ണുഡോക്ടറെ കാണാനായി അനിരുദ്ധ് പോകുന്ന വഴിക്കാണ് അയാൾ കവിതയുടെ പാട്ട് കേൾക്കാനിടവന്നത്. മധുരമായ ആ സംഗീതം അയാളെ കാഴ്ചക്കാരനെന്നപോലെ വഴിനടത്തിച്ചു. ചെറിയ കാലത്തെ ദാമ്പത്യ ജീവിതത്തിനുശേഷം വിധവയായിപ്പോയ കവിത, തന്റെ സുഹൃത്ത് മഞ്ജു വഴി അനിരുദ്ധിനെ പരിചയപ്പെടുകയാണ്. തന്റെ സ്കൂളിലെ കുട്ടികളെ പാട്ട് പഠിപ്പിക്കാനും വർണങ്ങളറിയാത്ത ലോകത്ത് വഴി നടത്താനും കവിതയ്ക്ക് കഴിയുമോയെന്ന് അനിരുദ്ധ് അന്വേഷിക്കുകയാണ്. ആദ്യം എതിർത്തെങ്കിലും കൂട്ടുകാരിയുടെ നിർബന്ധത്തിന് വഴങ്ങി അവൾ ആ അന്ധസ്കൂളിലേക്ക് പടികയറുന്നു.

സ്കൂളിൽ പ്രിൻസിപ്പൽ-ടീച്ചർ ബന്ധത്തിനപ്പുറത്തേക്ക് അവരുടെ ബന്ധം വളരുന്നുണ്ടെങ്കിലും, അവരുടെ ചിന്താഗതിയും മനോവ്യാപാരവും രണ്ടു തട്ടിലുള്ളതാണ്. അന്ധനാണെങ്കിലും ശക്തമായ നിലപാടുകളുള്ള അനിരുദ്ധ്, തന്നോടുള്ള മറ്റുള്ളവരുടെ സഹതാപത്തെ ഏറെ എതിർക്കുന്നു. മറ്റുള്ളവരുടെ കൈത്താങ്ങ് തനിക്ക് വേണമെങ്കിലും അത്, സഹതാപത്തിന്റെ, അനുഭൂതിയുടെ അടിസ്ഥാനത്തിലാവരുത് എന്ന [illegible] ബന്ധം അയാൾക്കുണ്ട്. അനിരുദ്ധുമായി പലതരത്തിലും വിയോജിപ്പുണ്ടെങ്കിലും അവർ തമ്മിലുള്ള ഹൃദയബന്ധത്തെ അവൾ അംഗീകരിക്കുന്നു. ഒടുവിൽ ഒന്നിച്ച് ജീവിക്കാൻ ആ പ്രിൻസിപ്പലും ടീച്ചറും തീരുമാനിക്കുകയാണ്. എന്നാൽ അനിരുദ്ധിന്റെ അന്ധസുഹൃത്ത് ദുബെ, ആ വിവാഹത്തെ എതിർക്കുന്നു. തന്റെ ഭാര്യക്ക് ഈ വിവാഹത്തോട് യോജിപ്പില്ല എന്നു മാത്രമാണ് ദുബെ അനിരുദ്ധിനോട് പറയുന്നത്. എല്ലാ സൗകര്യങ്ങളുമുണ്ടെന്ന് അഹങ്കരിക്കുന്ന-പൂർണ മനുഷ്യനാരാണെന്ന് വിചാരിക്കുന്ന-പൊതുസമൂഹത്തിന് മാത്രം യോജിപ്പുള്ള ചില കാരണങ്ങളാൽ അനിരുദ്ധ് വിവാഹം വേണ്ടെന്ന് വയ്ക്കുകയാണ്.

പിന്നീടും ആ സ്കൂളിൽ ടീച്ചറായി വന്നുകൊണ്ടിരുന്ന കവിത, ഒരു വേള അനിരുദ്ധിനെ കൈപിടിച്ചു സഹായിക്കേണ്ടി വരുന്നു. സ്പർശനത്തിന്റെ-തൊട്ടറിയലിന്റെ ഏതോ താദാത്മ്യപ്പെടലിൽ അവർ ഒന്നാകാൻ തീരുമാനിക്കുന്നു. അപൂർണമെന്ന് പുറംലോകം വിചാരിക്കുന്ന ലോകത്തിലേക്ക് തൊട്ടറിയലിന്റെ പുതിയ കാഴ്ചകളുമായി ആ ദമ്പതികൾ പ്രവേശിക്കുന്നതോടെയാണ് സിനിമ പൂർത്തിയാകുന്നത്.

*സ്പർശിനു*ശേഷം തൊട്ടടുത്ത വർഷം സായി പരഞ്ച്പെ എഴുതി സംവിധാനം ചെയ്ത കോമഡി ചിത്രമാണ് ചഷ്മേ ബുദ്ധൂർ. ഫാറൂഖ്

ഷേയ്ക്ക്, ദീപ്തി നേവൽ, രാകേഷ് ബേദി, രവി ബസ്വാനി, സയദ് ജഫ്രി തുടങ്ങിയവർ വേഷമിട്ട ഈ ബോളിവുഡ് സിനിമ മലയാളത്തിലടക്കം മലയാളം, തമിഴ്, തെലുങ്ക് തുടങ്ങിയ ഭാഷകളിലേക്കും ഹോളിവുഡിലേക്കും വരെ റീമേക്കു ചെയ്തിട്ടുണ്ട്. മലയാളത്തിൽ പ്രിയദർശൻ സംവിധാനം ചെയ്ത *ഓടരുതമ്മാവാ ആളറിയാം* (1984) എന്ന കോമഡി സിനിമ, ചഷ്മേ ബുദ്ധൂറിന്റെ റീമേക്കാണ്. ശ്രീനിവാസനാണ് തിരക്കഥയൊരുക്കിയത്. ശങ്കർ, നെടുമുടിവേണു, ശ്രീനിവാസൻ, മുകേഷ്, ജഗദീഷ്, കുതിരവട്ടം പപ്പു, ലിസി, മേനക, സുകുമാരി തുടങ്ങിയവർ വേഷമിട്ട ഈ സിനിമ വലിയ വാണിജ്യ വിജയം നേടി. പ്രിയദർശന്റെ കോമഡി ചിത്ര പരമ്പരകളുടെ തുടക്കക്കാലമായിരുന്നു അത്. ഹോളിവുഡിൽ *ടോം ഡിക്ക് ആന്റ് ഹാരി* എന്ന പേരിലും ഈ സിനിമ നിറഞ്ഞോടി. തമിഴിൽ ഭാഗ്യരാജ് സംവിധാനം ചെയ്ത *പോയി നാലായി വാ,* തെലുങ്കിൽ ബി എച്ച് തരുൺകുമാർ സംവിധാനം ചെയ്ത *നായി പദോസൻ* തുടങ്ങിയ സിനിമകളും ചഷ്മേ ബുദ്ധൂറിൽനിന്നും ആശയം കടം കൊണ്ടവയാണ്. ഗാനഗന്ധർവൻ യേശുദാസ് ആലപിച്ച പാട്ടും ചഷ്മേ ബുദ്ധൂറിൽ ഹിറ്റായി.

ഡൽഹി സർവകലാശാലയിൽ ഒന്നിച്ച് പഠിക്കുന്ന മൂന്ന് കൂട്ടുകാരുടെ ജീവിതത്തോടുള്ള സമീപനവും അതിനിടയിൽ ഉണ്ടാകുന്ന രസകരമായ വഴിത്തിരിവുകളുമാണ് സിനിമയുടെ പ്രമേയം. ഇടയ്ക്കുണ്ടാകുന്ന കളിതമാശകൾ കാര്യമായി മാറി ജീവിതം അബദ്ധത്തിൽ പെടുന്നതുമായ ചിത്രം എന്റർടെയ്നർ എന്ന നിലയിൽ, എടുത്ത ഭാഷകളിലെല്ലാം ഹിറ്റായി. മികച്ച വാണിജ്യവിജയവും നേടി.

ആമയും മുയലിന്റെയും സാരോപദേശ കഥയിൽനിന്നും ആശയം തയാറാക്കി, സായ് പരഞ്ച്പെ സംവിധാനം ചെയ്ത സിനിമയാണ് *കഥ* (1983). മുംബൈയിലെ മധ്യവർഗ ഫ്ളാറ്റുകളിൽ ജീവിക്കുന്നവരുടെ കഥയാണിത്. നാസറുദ്ദീൻ ഷാ, ഫാറുഖ് ഷേക്ക്, ദീപ്തി നേവൽ എന്നിവർക്കൊപ്പം സായിയുടെ മകൾ വിന്നി പരഞ്ച്പെയും കഥയിൽ വേഷമിട്ടു. രാജാറാം ഒരു ഷൂ കമ്പനിയിലെ ക്ലർക്കാണ്. ഫ്ളാറ്റിലെ സഹകുടുംബങ്ങൾക്കെല്ലാം അയാൾ ഒരു മര്യാദ പുരുഷോത്തമനും മാതൃകയുമാണ്. ആരോടും കാര്യമായി ഇടപഴകാത്ത അയാൾക്ക് പക്ഷേ, ആ ഫ്ളാറ്റിലെ സുന്ദരി സന്ധ്യയോട് ഇഷ്ടമുണ്ട്. അതു തുറന്നുപറയാൻ അയാൾക്കാകുന്നില്ല. ആ വൺവേ പ്രണയം രാജാറാമിന്റെ മനസിൽ ആമയെപോലെ ഇഴഞ്ഞു നടന്നു. ഇതിനിടയിലാണ് രാജാറാമിന്റെ സുഹൃത്ത് ബസുദേവ് അയാളുടെ വീട്ടിലേക്ക് താമസത്തിന് എത്തുന്നത്. നർമഭാഷിയും എല്ലാവരോടും തുറന്നിടപെടുകയും ചെയ്യുന്ന അയാളെ ഫ്ളാറ്റിൽ എല്ലാവർക്കും ഇഷ്ടപ്പെടുന്നു. പതുക്കെ ബസുദേവ്, സന്ധ്യയുമായി പ്രണയത്തിലാകുന്നു. ആ പ്രണയം മുയലിന്റെ ഓട്ടംപോലെ തീക്ഷ്ണവുമാകുന്നു. ഇതിനിടയ്ക്ക് രാജാറാമിന്റെ കമ്പനിയിൽ ജോലിക്ക് കയറുന്ന ബസുദേവ്, അവിടെയും എല്ലാവരുടെയും പ്രിയങ്കരനായി. കമ്പനി മുതലാളി

യുടെ സുന്ദരിയായ ഭാര്യയുമായും മകളുമായും അയാൾ ഒരേസമയം പ്രണയസല്ലാപത്തിലേർപ്പെടുന്നു.

ബസുദേവിനെ ഏറെ ഇഷ്ടപ്പെട്ട സന്ധ്യയുടെ വീട്ടുകാർ, അവളെ ബസുദേവിന് കല്യാണം കഴിച്ചുകൊടുക്കാൻ തീരുമാനിക്കുന്നു. എന്നാൽ വിവാഹനിശ്ചയ ദിവസം, കമ്പനി മുതലാളിയുടെ മകളുമായി ബസുദേവ് ഒളിച്ചോടുന്നു. വിവാഹം പ്രതിസന്ധിയിലായ സന്ധ്യയെ സ്വീകരിക്കാൻ രാജാറാം തയാറാകുകയാണ്. തന്റെ എല്ലാമെല്ലാം ബസുദേവിന് സമർപ്പിച്ചതാണെന്ന് അറിയിച്ചിട്ടും, ആ ബന്ധത്തിൽ താൻ ഗർഭിണിയാണെന്ന് അറിയിച്ചിട്ടും രാജാറാം അവളെ സ്വീകരിക്കുന്നു. ഇഴഞ്ഞിഴഞ്ഞാണെങ്കിലും ആ പ്രണയം ആത്യന്തികമായി ജയിക്കുന്നത് അയാൾ ലോകത്തിന് കാട്ടിക്കൊടുക്കുകയാണ്.

പരഞ്ച്പെയുടെ സംവിധാനത്തിൽ പുറത്തിറങ്ങിയ സിനിമകളിൽ, കൈാര്യം ചെയ്ത വിഷയത്തിന്റെ മൗലികതകൊണ്ട് വേറിട്ട സിനിമയാണ് *സാസ്* (1997). സംഗീതചക്രവർത്തിനിമാരും സഹോദരിമാരുമായ ലതാ മങ്കേഷ്കറുടെയും ആശാ ഭോസ്‌ലേയുടെയും ജീവിതത്തിലേക്ക് വെളിച്ചം വീശുന്ന സിനിമയാണിത്. "ഞങ്ങൾ സഹോദരിമാരുടെ ജീവിതത്തിൽ ഇടയ്ക്ക് മാത്രമുണ്ടാകുന്ന ചില മുഹൂർത്തങ്ങൾ പരത്തിക്കാണിച്ച മൂന്നു മണിക്കൂർ നീണ്ട അബദ്ധമാണ് ഈ സിനിമ"-*സാസ്* പുറത്തിറങ്ങിയപ്പോൾ ആശാ ഭോസ്‌ലേ പ്രതികരിച്ചത് ഇങ്ങനെ: അരുണാ ഇറാനിയും ശബാന ആസ്മിയും മുഖ്യവേഷമിട്ട സിനിമ, ആശാ ഭോസ്‌ലേയുടെ പ്രതികരണംകൊണ്ടുതന്നെ ഏറെ വിവാദമായതുമാണ്. സായ് പരഞ്ച്പെ തന്നെ നിർമിച്ച ഈ സിനിമയ്ക്ക് സക്കീർ ഹുസൈനും ഭൂപേൻ ഹസാരികയുമാണ് സംഗീതം നൽകിയത്. ജാവേദ് അക്തർ പാട്ടെഴുതി.

ബിഗ് സ്ക്രീനിൽ സായ് പരഞ്ച്പെ തിരക്കഥയെഴുതി സംവിധാനം ചെയ്ത ശ്രദ്ധേയമായ മറ്റൊരു സിനിമയാണ് *ദിശ* (1990). നഗരജീവിതം കെട്ടിപ്പടുക്കുന്ന കുടിയേറ്റ തൊഴിലാളികളുടെ ജീവിതം പ്രമേയമാക്കിയ ഈ സിനിമയിൽ ശബാന ആസ്മി, നാന പടേക്കർ, ഓംപുരി തുടങ്ങിയവർ വേഷമിട്ടു. ദേശീയ ചലച്ചിത്ര വികസനകോർപ്പറേഷൻ നിർമിച്ച ഈ സിനിമ '90 ൽ ഇന്ത്യൻ പനോരമയിൽ പ്രദർശിപ്പിച്ചു. മധു അമ്പാട്ടിന്റെ ക്യാമറയിൽ വിരിഞ്ഞ *ദിശ*, മികച്ച ക്യാമറ സന്നിവേശത്തിനുള്ള അംഗീകാരവും ദേശീയ തലത്തിൽ നേടി.

ഇതിനിടയിൽ മറാത്തി നാടകവേദിയുമായും സായ് പരഞ്ച്പെ ബന്ധപ്പെടുന്നുണ്ട്. താനെ രംഗ്യാൻ തിയേറ്ററിൽ 1986 ൽ അവതരിപ്പിച്ച *മസാ ഖേൽ മണ്ഡു ദേ* എന്ന മറാത്തി നാടകം എഴുതി സംവിധാനം ചെയ്തത് സായ് പരഞ്ച്പെയാണ്. *അഡോസ് പഡോസ്, ചോട്ടാ ബഡേ, ഹം പഞ്ചി ഏക് ചാവൽ കേ, പാർതിയാന, ബേഹ്ന* തുടങ്ങിയ ടിവി സീരിയലുകളും പരഞ്ച്പേ സംവിധാനം ചെയ്തു. ദേശീയ സാക്ഷരതാ മിഷൻ പ്രചാരണത്തിന്റെ ഭാഗമായി സംവിധാനം ചെയ്ത *അംഗൂത-ചാപ്പ്*, പരിസ്ഥിതി ബോധം വളർത്താൻ ഉദ്ദേശിച്ച് നിർമിച്ച *ചഖാ-ചഖ്*,

പപ്പീഹാ തുടങ്ങിയ സിനിമകളും പിന്നീടിറങ്ങി.

ഹെൽപ്പിങ് ഹാന്റ്, ബുക്സ് ദാറ്റ് ടോക്ക്, വർണ ഓർക്കസ്ട്രാ, പങ്കജ് മല്ലിക്, ചൂരിയാൻ, സൂയി തുടങ്ങിയ ഡോക്യുമെന്ററികളും പരഞ്ച്പെ സംവിധാനം ചെയ്തിട്ടുണ്ട്. മഹാരാഷ്ട്രയിലെ ഒരു കുഗ്രാമത്തിൽ വ്യാജമദ്യത്തിനെതിരെ പോരാട്ടം നടത്തിയ വീട്ടമ്മമാരുടെ അനുഭവമാണ് *ചൂരിയാൻ* എന്ന ഡോക്യുമെന്ററിയിൽ പറഞ്ഞത്. ഫിലിം ഡിവിഷൻ നിർമിച്ച ഈ ഡോക്യുമെന്ററി നിരവധി ദേശീയ അംഗീകാരം നേടി. ദൂരദർശനിൽ പ്രദർശിപ്പിച്ച *സൂയി*, മുംബൈ ചേരിയിലെ ലഹരിവിരുദ്ധപോരാട്ടത്തിന്റെ കഥ പറയുന്നു. 2001 ൽ സായ് പരഞ്ച്പെ സംവിധാനം ചെയ്ത കുട്ടികളുടെ സിനിമയാണ് *ബാഗേ ഭൂത്*. കുട്ടികളുടെയും സ്ത്രീകളുടെയും പ്രശ്നങ്ങൾ പ്രമേയമാക്കിയ ഇവരുടെ സിനിമകളുടെ പ്രദർശനം 2005 ൽ ഗോവയിലെ ആദ്യ വനിതാചലച്ചിത്രോത്സവത്തിൽ നടന്നു.

റഷ്യൻ ചിത്രകാരനായ യൂറോ സ്ലെപ്സോവിന്റെയും ശകുന്തള പരഞ്ച്പെയുടെയും മകളായി 1938 ൽ ലഖ്നോവിലാണ് സായ് ജനിച്ചത്. ഇവരുടെ കുട്ടിക്കാലത്തുതന്നെ അച്ഛനും അമ്മയും വേർപിരിഞ്ഞു. നാൽപ്പതുകളിലെ തിരക്കേറിയ മറാത്തി നടിയായ ശകുന്തള, ഇന്ത്യയുടെ ആസ്ത്രേലിയൻ ഹൈക്കമ്മീഷണറും പ്രശസ്ത ഗണിതശാസ്ത്രജ്ഞനുമായ ആർ പി പരഞ്ച്പെയുടെ മകളുമാണ്. വി ശാന്താറാമിന്റെ *ദുനിയാ ന മനേ* തുടങ്ങിയ ഹിന്ദി ക്ലാസിക്ക് സിനിമകളിലും മറ്റും അഭിനയിച്ച ശകുന്തള, പിന്നീട് സാമൂഹ്യപ്രവർത്തകയും രാജ്യസഭാ എം പിയുമായി. 1991 ൽ ഇവർക്ക് പത്മഭൂഷണും ലഭിച്ചു.

കുട്ടിക്കാലത്ത് മുത്തച്ഛന്റെ സംരക്ഷണയിലായിരുന്നു സായ് വളർന്നത്. അതുകൊണ്ടുതന്നെ ആസ്ത്രേലിയയിലും പൂണെയിലുമായിരുന്നു വിദ്യാഭ്യാസം. അമ്മാവനും ചലച്ചിത്രകാരനുമായ അച്യുത് റാനഡെയുടെ പ്രേരണയിൽ സായ് കുട്ടിക്കാലത്തുതന്നെ ദൃശ്യലോകത്തെ സ്വപ്നം കണ്ടു. അമ്മാവൻ പറഞ്ഞുതന്ന കഥകൾ, എട്ടാം വയസിൽത്തന്നെ എഴുതി സായ് പ്രസിദ്ധീകരിക്കുന്നുണ്ട്. മറാത്തി ഭാഷയിൽ *മുലാൻച മേവ* എന്ന പേരിലാണ് ഈ പുസ്തകം പുറത്തിറക്കിയത്.

നാടകപ്രവർത്തകനായ അരുൺ ജോഗേൽക്കറാണ് സായ് പരഞ്ച്പെയുടെ ഭർത്താവ്. രണ്ടുവർഷത്തിനകംതന്നെ ഇവർ വേർപിരിഞ്ഞെങ്കിലും '92ൽ അരുൺ മരിക്കുന്നതുവരെ അവർ നല്ല സുഹൃത്തുക്കളായി തുടർന്നു. ഗൗതം, വിന്നി എന്നിവരാണ് മക്കൾ. പ്രമുഖ ക്യാമറാമാനായ ഗൗതം, നാനാ പടേക്കർ സംവിധാനം ചെയ്ത *പ്രഹാറിൽ* നായകനായി വേഷമിട്ടു. മാധുരി ദീക്ഷിതാണ് ഗൗതമിൻെറ ജോഡിയായി എത്തിയത്. സായ്യുടെ ഭർത്താവ് അരുണും, അവരുടെ *സ്പർശ്, കഥ* തുടങ്ങിയ സിനിമകളിൽ അഭിനയിച്ചു. വിവാഹബന്ധം വേർപെടുത്തിയതിന് ശേഷമാണ് അരുൺ ഈ സിനിമകളിൽ വേഷമിട്ടത്. മകൾ വിന്നിയും സായ് പരഞ്ച്പെയുടെ നിരവധി സിനിമകളിലും സീരിയലുകളിലും അഭിനയിച്ചു.

ഫിലിമോഗ്രാഫി

ദ ലിറ്റിൽ ടീ ഷോപ്പ്	(ടി വി 1972)
ജാദൂ കാ സംഘ്	(1974)
ബിഗാർ	(1975)
ശിഖേന്ദർ	(1976)
ദാംചേരി മിൽക്ക് പ്രൊജക്റ്റ്	(1976)
ക്യാപ്റ്റൻ ലക്ഷ്മി	(1977)
ഫ്രീഡം ഫ്രം ഫിയർ	(1978)
സ്പർശ്	(1980)
ചംസേ ബുദ്ധൂർ	(1981)
ബുക്ക്സ് ദാറ്റ് ടോക്ക്	(1981)
കഥ	(1983)
അദോസ് പദോസ്	(ടിവി 1984)
ചോട്ടേ ബഡേ	(ടിവി 1985)
അംഗൂതാ ചാപ്	(1988)
ദിശ	(1990)
പപ്പീഹ	(1993)
ചൂരിയാൻ	(1993)
സാസ്സ്	(1997)
ബഗോ ഭൂത്	(2000)
ചഖാ ചക്ക്	(2005)
സ്യൂ	(2009)

അച്ഛന്റെ മകൾ

അച്ഛന്റെ പിറന്നാളിന്, അച്ഛന്റെ ജീവചരിത്രം തയാറാക്കി നൽകിയ അച്ഛന്റെ മകളാണ് മേഘന ഗുൽസാർ. കവിയും ഗാനരചയിതാവുമായ ഗുൽസാറിന്റെയും നടി രാഖിയുടെയും ഏകമകൾ, പത്രപ്രവർത്തനത്തിലൂടെയാണ് ചലച്ചിത്രലോകത്തെത്തിയത്. ഒരു പിറന്നാളിന് അച്ഛന്റെ ജീവിതചരിത്രം മകൾ എഴുതി തയാറാക്കി നൽകി. *ബിക്കോസ് ഹി ഈസ്* എന്ന പുസ്തകത്തിൽ മേഘന അച്ഛനെ എഴുത്തുകാരനായും സിനിമാക്കാരനായും പാട്ടുകാരനായും കാണുന്നു. ആ ജീവിതം എത്രമേൽ മകളെ സ്വാധീനിച്ചുവെന്നും പുസ്തകം വിവരിക്കുന്നു. എന്തായാലും മേഘന ഒടുവിൽ അച്ഛനിലൂടെ–അമ്മയിലൂടെ സിനിമയെ തേടിയെത്തുകയായിരുന്നു.

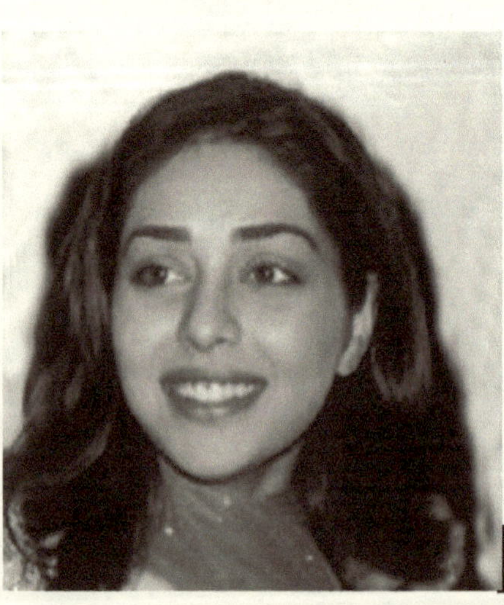
മേഘന ഗുൽസാർ

ദേശീയ ചലച്ചിത്ര വികസനകോർപ്പറേഷന്റെ സിനിമാ പ്രസിദ്ധീകരണത്തിലും *ടൈംസ് ഓഫ് ഇന്ത്യ*യിലും സിനിമയെപ്പറ്റി എഴുതിയാണ് മേഘന സിനിമാലോകത്തെത്തുന്നത്. ബിരുദത്തിനുശേഷം സിനിമാ പത്രപ്രവർത്തനവും തുടർന്ന് സയദ് മിർസയുടെ അസിസ്റ്റന്റായും സിനിമയിലെത്തി.

1995 ൽ ന്യൂയോർക്കിലെ ടിസ്ക് സ്കൂൾ ഓഫ് ആർട്സിൽ സിനിമാ നിർമാണം പഠിക്കാൻ പോയി. തിരിച്ചെത്തി അച്ഛൻ ഗുൽസാറിന്റെ സഹായിയായി പ്രവർത്തനം തുടങ്ങി. ഗുൽസാറിന്റെ *മാച്ചീസ്, ഹു തു തു* എന്നീ സിനിമകളിൽ അസിസ്റ്റന്റായി പ്രവർത്തിച്ചു. ഇതിനിടയ്ക്ക് സ്വന്തം തിരക്കഥയിലും ഗാനരചനയിലും ദൂരദർശനിലും മറ്റും ഹ്രസ്വചിത്രങ്ങളും ഡോക്യുമെന്ററികളും നിർമിച്ചു.

ഫിൽഹാൽ (2002) ആണ് മേഘനയുടെ ആദ്യ മുഴുനീള ഫീച്ചർ സിനിമ. സുസ്മിത സെന്നും തബുവുമാണ് ഇതിൽ മുഖ്യവേഷം കൈകാര്യം ചെയ്തത്. 2007 ൽ *ജസ്റ്റ് മാരീഡ്* എന്ന സിനിമയും സംവിധാനം ചെയ്ത് പുറത്തിറക്കി. സൻജയ് ഗുപ്തയുടെ *ദസ് കഹാനിയാൻ* എന്ന കഥ *പുരാൺമസി* എന്ന പേരിൽ മേഘന ഹ്രസ്വചിത്രമാക്കിയിട്ടുണ്ട്.

പെൺസൗഹൃദത്തിന്റെയും അവരുടെ ദാമ്പത്യത്തിന്റെയും സങ്കീർണമായ തലങ്ങൾ ചർച്ച ചെയ്ത *ഫിൽഹാൽ*, കന്നിക്കാരിയുടെ പരിഭ്രമമൊന്നും ഇല്ലാതെയാണ് മേഘന പൂർത്തിയാക്കിയത്. കൂട്ടുകാരികളായ രേവയും (തബു), സിയയും (സുസ്മിതാ സെൻ) കുട്ടിക്കാലം മുതലേ എപ്പോഴും ഒന്നിച്ചാണ് നടന്നിരുന്നത്. സൗഹൃദങ്ങളുടെ വലിയ വലിയ ആകാശങ്ങൾ താണ്ടിയ അവർ, പക്ഷേ, ജീവിതത്തോടുള്ള മനോഭാവത്തിന്റെ കാര്യത്തിൽ രണ്ടു ധ്രുവങ്ങളിൽ നിൽക്കുന്നവരായിരുന്നു. എന്തും എടുത്തുചാടി തീരുമാനിക്കുന്ന, ജീവിതനിമിഷങ്ങൾ ആഘോഷപൂർണമാക്കണമെന്ന് വിചാരിക്കുന്നവളാണ് സിയ. എന്നാൽ രേവ, കുടുംബം, ഭർത്താവ്, കുട്ടികൾ തുടങ്ങിയ സംഭവങ്ങളിൽ വലിയ ധാർമികത സ്വപ്നം കണ്ട് ജീവിക്കുന്നവളുമാണ്. ഇതിനിടയ്ക്കാണ് രേവ ധ്രുവ് മൽഹോത്രയെ (സൻജയ് പുരി) വിവാഹം കഴിക്കുന്നത്. ഇതിനിടയിൽ ഗർഭിണിയായെങ്കിലും കുട്ടിയെ പ്രസവിക്കാൻ കഴിയാത്ത തരത്തിലുള്ള അസുഖമുള്ളവളാണ് രേവയെന്ന് എല്ലാവരും അറിയുന്നു. തങ്ങളുടെ ദാമ്പത്യത്തിൽ മുല്ലമൊട്ടുകൾ വിരിയില്ലെന്ന കടുത്ത യാഥാർഥ്യം രേവയെ മനോരോഗിയാക്കി. ഇതു കണ്ട് തളർന്നുപോയ സിയ, കൂട്ടുകാരിക്കുവേണ്ടി ഗർഭിണിയായി കുഞ്ഞിന് ജന്മം നൽകാൻ തയാറാകുന്നു. എന്നാൽ ഇക്കാര്യം സിയയുടെ കാമുകൻ സഹീൽ (പലാഷ് സെൻ) എതിർക്കുകയാണ്. ജീവിത പ്രതിസന്ധികൾക്കൊടുവിൽ തനിക്ക് ലാളിക്കാൻ ഒരു കുഞ്ഞിനെ കിട്ടുമെന്ന് പ്രതീക്ഷിച്ച രേവ, ഒടുവിൽ കൂട്ടുകാരിയോട് പിണങ്ങുകയാണ്. സംഘർഷങ്ങളുടെയും സൗഹൃദത്തിന്റെ ഇഴകീറി പരിശോധനയ്ക്കുമിടയിൽ സിയ പ്രസവിച്ച കുഞ്ഞിനെ, തന്റേതുകൂടിയാക്കി കാണാനും ലാളിക്കാനും രേവ തയാറാകുന്നു.

ഇന്ത്യൻ സങ്കൽപ്പത്തിലെ ദാമ്പത്യചിന്തകൾ എത്രമേൽ വ്യക്തികളെ– ദമ്പതികളെ– സ്വാധീനിക്കുന്നു എന്ന ചിന്തയും *ഫിൽഹാലി*ലൂടെ മേഘന മുന്നോട്ടുവയ്ക്കുന്നുണ്ട്. മധ്യവർഗ കുടുംബം എന്ന അരാഷ്ട്രീയ സ്ഥാപനം ഏതെല്ലാം ഏച്ചുകെട്ടലുകളിലൂടെയാണ് നിലനിന്നുപോകുന്നത് എന്നും ഈ സിനിമ കാട്ടിത്തരുന്നു.

*ഫിൽഹാലിനു*ശേഷം നീണ്ട കാലത്തെ ഇടവേളയ്ക്കുശേഷമാണ് 2007 ൽ അച്ഛൻ ഗുൽസാറിന്റെ തിരക്കഥയിൽ മേഘന *ജസ്റ്റ് മാരീഡ്* എന്ന സിനിമ പുറത്തിറക്കുന്നത്. ഈ ഇടവേളയിൽ അച്ഛന്റെ ജീവചരിത്രവും നിരവധി സംഗീത ആൽബങ്ങളും ഡസനോളം ഡോക്യുമെന്ററികളും മേഘന സംവിധാനം ചെയ്യുന്നുണ്ട്. രാംഗോപാൽ വർമ്മയുടെ നിർമാണത്തിൽ പുറത്തിറങ്ങിയ *ജസ്റ്റ് മാരീഡിൽ* ഫർദീൻ ഖാൻ, ഇഷാ ഡിയോൾ, ജുഗൽ ഹൻസരാജ് എന്നിവർ മുഖ്യവേഷമിട്ടു.

കല്യാണം കഴിഞ്ഞ് ഊട്ടിയിൽ ഹണിമൂൺ ആഘോഷിക്കാനെത്തിയ അഞ്ച് ദമ്പതികളുടെ കഥയാണ് *ജസ്റ്റ് മാരീഡ്*. ഇവരിൽ ഒരു ദമ്പതികൾ മാത്രം, അവരുടെ കല്യാണത്തിന്റെ ആദ്യവാർഷികം ആഘോഷിക്കാനാണ് ഊട്ടിയിലെത്തിയത്. വീട്ടുകാർ ആലോചിച്ചുറപ്പിച്ച് കല്യാണം കഴിപ്പിച്ചവരുടെ താൽപ്പര്യങ്ങൾ തമ്മിലുള്ള സംഘട്ടനം, ദീർഘകാലത്തെ പ്രണയത്തിനുശേഷം ഒന്നിച്ചവരുടെ തുറന്ന കലഹങ്ങൾ എന്നിവ സൂക്ഷ്മമായി നിരീക്ഷണത്തോടെ സിനിമ പങ്കുവയ്ക്കുന്നു. ഒരുവർഷമായ ദമ്പതികൾ ആൾക്കാർ കാൺകെ തല്ലുകൂടുമെങ്കിലും, അവരുടെ ഹൃദയത്തിൽ പരസ്പരമുള്ള സ്നേഹക്കൂടുതലിന്റെ നനുത്ത മയിൽപ്പീലികളുണ്ട്. വിദേശത്ത് കാമുകിയും ഭാര്യയുമുള്ളയാൾ ഇവിടെയെത്തി മറ്റൊരു കല്യാണംകഴിച്ച് ഹണിമൂണിനെത്തിയ സംഭവവും ഈ കഥയ്ക്കിടയിൽ പറഞ്ഞുപോകുന്നുണ്ട്.

കാര്യമായി ചലനങ്ങളുണ്ടാക്കാത്ത രണ്ട് സിനിമകളാണ് മേഘനയുടെ സംഭാവനയെങ്കിലും, ഗുൽസാറിന്റെയും രാഖിയുടെയും മകളെന്ന നിലയിൽ അവർ സൃഷ്ടിച്ച ഒരിടമുണ്ട്. തീർച്ചയായും ഗുൽസാറിന്റെ ജീവചരിത്രഗ്രന്ഥം *ബിക്കോസ് ഹി ഈസ്* തന്നെയാണ് ഇതിൽ പ്രധാനം. കവി, പാട്ടുകാരൻ, സിനിമാക്കാരൻ തുടങ്ങിയ നിലകളിലെല്ലാം ഗുൽസാർ എന്തായിരുന്നു എന്നാണ് ഈ പുസ്തകത്തിൽ മകൾ വിവരിച്ചത്. സമ്പൂരൻ സിങ് കർല എന്ന ഗുൽസാർ, പഞ്ചാബിയിലും ഹിന്ദിയിലുമുള്ള നാടൻപാട്ടുകൾ പാടിയാണ് കലാലോകത്തേക്ക് എത്തിയത്. ഹിന്ദിയുടെ ബ്രജ്, കരിബോളി, ഹരിയാൻവി, മർവാരി തുടങ്ങിയ ഭാഷാഭേദങ്ങളെ കണ്ടെത്തി അതിൽനിന്നും ഗുൽസാർ മൊഴിമുത്തുകൾ ശേഖരിച്ചു. കവിതയിലെ സമഗ്രസംഭാവന പരിഗണിച്ച് 2004 ൽ ഗുൽസാറിന് രാഷ്ട്രം പത്മഭൂഷൻ നൽകി ആദരിച്ചു. *സ്ലം ഡോഗ് മില്യണയറിലെ* പാട്ടിന് ഓസ്കാർ, ഗ്രാമ്മി അംഗീകാരം (*ജയ് ഹോ..*) വരെ ലഭിച്ച ഗുൽസാർ, ബോളിവുഡിലെ നിത്യഹരിത പാട്ടെഴുത്തുകാരനാണ്.

ബംഗാളിലെയും ഹിന്ദിയിലെയും ആദ്യകാല നായികയായ രാഖിയുടെ അഭിനയജീവിതം നാലു പതിറ്റാണ്ട് നീണ്ടതാണ്. ഇതിനിടയിൽ മികച്ച നടിക്കും സഹനടിക്കുമുള്ള ദേശീയാംഗീകാരവും അവർക്ക് ലഭിച്ചു.

ഫിലിമോഗ്രാഫി

ഫിൽഹാൽ (2002)
ജസ്റ്റ് മാരീഡ് (2007)

പെണ്ണുതന്നെ നായകൻ; നായികയും

പെൺസംവിധായകരുമായി ചേർന്നു പ്രവർത്തിക്കുമ്പോൾ നായികമാർക്ക് കൂടുതൽ മികവോടെ വേഷങ്ങൾ അവതരിപ്പിക്കാൻ കഴിയുമെന്ന് തോന്നുന്നുണ്ടോ? കൃത്യമായി പറയാൻ എനിക്കറിയില്ല. പക്ഷേ, ഒന്നുണ്ട്; *36 ചൗരംഗീ ലെയ്നി*ൽ ജെന്നിഫർ കെൻഡാൽ ഇത്രമേൽ ഉജ്വലമായത് സംവിധായിക അപർണ ആയതുകൊണ്ടു തന്നെയാണ്. *ഫിർ മിലേംഗ*യിൽ ശിൽപ്പ ഷെട്ടിയുടെ പ്രകടനത്തിന് പിന്നിലും സംവിധായിക രേവതിയുടെ മികച്ച കരങ്ങൾതന്നെ–സിനിമയിലെ നായികയും നായകനും പെണ്ണ് തന്നെയെന്ന് ഉറക്കെ പ്രഖ്യാപിക്കുന്നതാണ് തനൂജ ചന്ദ്രയുടെ സിനിമകൾ. അതെന്തുകൊണ്ടാണെന്ന് ചോദിച്ചാൽ തനൂജ പറയുന്ന മറുപടിയാണ് മേൽ വിവരിച്ചത്. കേന്ദ്രസ്ഥാനത്ത് പെൺകരുത്തിനെ സ്ഥാപിച്ചുകൊണ്ടല്ലാതെ തനൂജയുടെ സിനിമയെ നമുക്ക് പിന്തുടരാനാകില്ല. ഹോളിവുഡിൽനിന്നും ഇന്ത്യയിലെതന്നെ ഇതരഭാഷാചിത്രങ്ങളിൽനി

തനൂജ ചന്ദ്ര

ന്നും ആശയം കടമെടുത്താണ് തനൂജ തന്നെ മിക്ക ചിത്രങ്ങളും നിർമിച്ചത്. മഹേഷ് ഭട്ട് കുടുംബവുമായി ബന്ധപ്പെട്ട് കലാപ്രവർത്തനം തുടർന്ന തനൂജയുടെ മിക്ക സിനിമകളും നിർമിച്ചതും മുകേഷ്-മഹേഷ്-പൂജ ഭട്ട് കുടുംബമാണ്.

1990 കളുടെ പകുതിയോടെ സിനിമാപ്രവർത്തനം തുടങ്ങിയ തനൂജ, തൻവി അസ്മി മുഖ്യകഥാപാത്രമായ *സമീൻ ആസ്മാൻ* എന്ന ടി വി സീരിയൽ സംവിധാനം ചെയ്താണ് ദൃശ്യകലാ ലോകത്തെത്തുന്നത്. തുടർന്ന് സബ്നം സുഖ്ദേവുമായി ചേർന്ന് മംമ്കിൻ എന്ന ടിവി സീരിയൽ നിർമിച്ചു. അതിനുശേഷമാണ് തനൂജയുടെ സിനിമാ ജീവിതത്തിൽ വഴിത്തിരിവായ *ദിൽ തോപാഗൽ ഹേ* (1997) യുടെ തിരക്കഥയെഴുതുന്നത്. ബോളിവുഡിലെ എക്കാലത്തെയും ഹിറ്റായ *ദിൽതോ പാഗൽ ഹേ,* യഷ്ചോപ്രയുടെ വാണിജ്യസിനിമാ പ്രവർത്തനത്തിന്റെയും വഴിത്തിരിവായിരുന്നു. ഇതോടെ ബോളിവുഡിലെ വിജയക്കൂട്ടുകൾ നിശ്ചയിക്കുന്ന മുഖ്യധാരാ വാണിജ്യ സിനിമയുടെ ഇടങ്ങളിൽ തനൂജയ്ക്ക് വലിയ സ്വീകാര്യതയുമായി. മഹേഷ് ഭട്ടിന്റെ സംവിധാനത്തിൽ പുറത്തിറങ്ങിയ *തമന്ന* (1997), *സഖം* (1998) തുടങ്ങിയ ഹിറ്റ് സിനിമകൾക്കും തനൂജ തിരക്കഥയൊരുക്കി. തൊട്ടടുത്ത വർഷമാണ് തനൂജയുടെ ആദ്യ സംവിധാന സംരംഭമായ *ദുശ്മൻ* പുറത്തിറങ്ങിയത്. ഇരട്ടവേഷത്തിൽ കജോളും ഒപ്പം സഞ്ജയ്ദത്തും മുഖ്യകഥാപാത്രമായ ഈ സിനിമ വിമർശകരുടെയും അനുവാചകരുടെയും നിരൂപണത്തിന് ഒരേപോലെ പാത്രമായി. മികച്ച വാണിജ്യ വിജയവും നേടി. മുകേഷ് ഭട്ടും പൂജാ ഭട്ടും ചേർന്ന് നിർമിച്ച *ദുശ്മന്* മഹേഷ് ഭട്ടാണ് തിരക്കഥയെഴുതിയത്. *ഐ ഫോർ അൻ ഐ* എന്ന പേരിൽ '96 ൽ ഹോളിവുഡിൽ ഹിറ്റായ സിനിമയിൽ നിന്നുമാണ് മഹേഷ് ഭട്ടും കഥയൊരുക്കിയ സച്ചിൻ ഭൗമിക്കും *ദുശ്മന്റെ* കഥാപരിസരം കണ്ടെടുത്തത്.

സ്ത്രീകൾക്കെതിരായ പീഡനങ്ങളും സ്ത്രീ സ്വാതന്ത്ര്യ പ്രഖ്യാപനങ്ങളും ഏറെ ചർച്ച ചെയ്യുന്ന ഇക്കാലത്ത് ചേർത്തുവയ്ക്കേണ്ട പ്രമേയമാണ് *ദുശ്മൻ.* ഇരട്ട സഹോദരിമാരായ സോണിയയും നൈനയും (രണ്ടുവേഷവും ചെയ്തത് കജോൾ) സ്വഭാവത്തിൽ രണ്ടുധ്രുവത്തിൽ ഉള്ളവരാണ്. ജീവിതത്തിൽ സ്വാതന്ത്ര്യം പ്രഖ്യാപിക്കുന്നവളാണ് സോണിയയെങ്കിലും നൈന പൊതുവെ ലജ്ജാലുവാണ്. ഇതിനിടയിൽ ക്രൂരനും തെമ്മാടിയുമായ ഗോകുൽ പണ്ഡിറ്റ് സോണിയയെ ബലാൽസംഗം ചെയ്ത് കൊല്ലുന്നു. സ്വതവേ അന്തർമുഖയാണെങ്കിലും സഹോദരിയുടെ കൊലപാതകിയോട് പ്രതികാരം ചെയ്യാൻ നൈനയുടെ ഉള്ളം തുടിച്ചു. ഇതിന് സഹായിക്കാനായി വിമുക്തസൈനികനായ സൂരജ് സിങ്ങിനെ നൈന സമീപിക്കുന്നു. ലജ്ജാശീലവും അന്തർമുഖത്വവും കൈവെടിയാൻ സൂരജ് നൈനയെ പ്രാപ്തയാക്കിയെങ്കിലും ആ ബന്ധത്തിനിടയിൽ പ്രണയത്തിന്റെ നനുത്ത നൂലുകൾ കടന്നുവരുന്നത് അവൾ അറിഞ്ഞു. തന്റെ പ്രതികാര സജ്ജമായ മനസ്സ് ചാഞ്ചല്യപ്പെടുമെന്ന് ഭയന്ന് അവൾ,

ഗോകുലിനെ കൊല്ലാനായി പുറപ്പെടുന്നു. എന്നാൽ ഗോകുലിന്റെ ചതിയിൽപ്പെട്ട നൈനയെ, അന്ധനായ ആ സൈനികൻ വന്ന് രക്ഷിക്കാൻ ശ്രമിക്കുന്നു. എളുപ്പം സൂരജിനെ കീഴടക്കിയ ഗോകുൽ പിന്നീട് എതിരിട്ടത് നൈനയെയായിരുന്നു. കൈയിൽക്കിട്ടിയ തോക്കുപയോഗിച്ച് ഗോകുലിനെ വകവരുത്തിയ നൈന, അവസാനം സൂരജിന്റെ കൈപിടിച്ച്, അയാളുടെ കാഴ്ചയായി പ്രേക്ഷകരിലേക്ക് നടന്നടുക്കുന്നു.

പതിവ് ബോളിവുഡ് മസാലകളുടെ നിറക്കൂട്ടുകൾ തന്നെയാണ് *ദുശ്മൻ* പങ്കുവയ്ക്കുന്നതെങ്കിലും, പെൺകരുത്തിന്റെ സാധ്യതകളെ പരമാവധി വീണ്ടെടുക്കാൻ തനൂജ ഈ സിനിമയിൽ ശ്രമിക്കുന്നുണ്ട്. സംഘട്ടനത്തിലും പ്രണയത്തിലും എന്തിന്, ബോളിവുഡ് ജീവിതത്തിൽ വരെ, വെറും കോമാളി രൂപം മാത്രമായ നായികമാരെ ചെറുതായെങ്കിലും തനൂജ തിരുത്താൻ ശ്രമിച്ചു എന്നത് ചെറിയ കാര്യമല്ല.

ഹോളിവുഡിൽ 1996 ൽ പുറത്തിറങ്ങിയ അമേരിക്കൻ ക്രൈം ത്രില്ലർ *ഐ ഫോർ അൻ ഐ* എന്ന സിനിമയുടെ റീമേക്കാണ് *ദുശ്മൻ.* എരിക്ക ഹോൾസേഴ്സിന്റെ അതേപേരിലുള്ള നോവലാണ് സിനിമയാക്കിയത്. ജോൺ ഷിൽസിംഗർ സംവിധാനം ചെയ്ത ആ സിനിമയിൽ സാലി ഫീൽഡ്, കീഫർ സതർലാന്റ് തുടങ്ങിയവർ വേഷമിട്ടു.

*ദുശ്മനു*ശേഷം തൊട്ടടുത്ത വർഷംതന്നെ തനൂജ *സംഘർഷ്* എന്ന സിനിമ സംവിധാനം ചെയ്തു. മുകേഷ് ഭട്ട് നിർമിച്ച് മഹേഷ് ഭട്ട് തിരക്കഥയെഴുതിയ ഈ സൈക്കോളജിക്കൽ ക്രൈം ത്രില്ലർ വിപണിയിൽ പരാജയപ്പെട്ടു. അക്ഷയ്കുമാർ, പ്രീതി സിന്റ തുടങ്ങിയവരാണ് മുഖ്യറോളിലെത്തിയത്. 1991 ൽ ഓസ്കാർ അവാർഡ് ലഭിച്ച *ദി സൈലൻസ് ഓഫ് ദ ലാംപ്സ്* എന്ന ഹോളിവുഡ് ചിത്രത്തിന്റെ റീമേക്കാണിത്. ജൊനാഥൻ ഡിമെ സംവിധാനം ചെയ്ത ഈ സിനിമയിൽ ആന്റണി ഹോപ്കിൻസ്, ജോഡി ഫോസ്റ്റർ എന്നിവർ അഭിനയിച്ചു. തോമസ് ഹാരിയുടെ '88 ൽ പുറത്തിറങ്ങിയ ഇതേപേരിലുള്ള നോവലാണ് സിനിമയാക്കിയത്. മികച്ച സിനിമ, സംവിധായകൻ, നടൻ, നടി, തിരക്കഥ തുടങ്ങിയ ഓസ്കാർ അവാർഡുകൾ വാരിക്കൂട്ടിയ ഈ സിനിമ ബോക്സോഫീസിലും വൻ ഹിറ്റായിരുന്നു. എന്നാൽ ഇതിൽനിന്നും കടംകൊണ്ട് തനൂജ തയാറാക്കിയ *സംഘർഷ്*, ആ അർഥത്തിൽ ബോളിവുഡിൽ ചലനമുണ്ടാക്കിയില്ല.

കുട്ടികളുടെ രക്തംകൊണ്ട് ദുർമന്ത്രവാദം ചെയ്താൽ, അപരാജിതമായ ശക്തി കൈവരുമെന്ന് മോഹിക്കുന്ന സീരിയൽ കൊലയാളിയാണ് ശങ്കർ പാണ്ഡെ. ആരും അറിയാതെ ഇയാൾ നടത്തുന്ന കൊലപാതകപരമ്പരകൾ കണ്ടുപിടിക്കാൻ നിയോഗിക്കുന്ന സി ബി ഐ ഓഫീസറാണ് പ്രീത് (പ്രീതി സിന്റ). അന്വേഷണത്തിനിടയിൽ കൊലപാതകിയെ കണ്ടെത്തിയെങ്കിലും കടുത്ത മാനസിക രോഗമുള്ളയാളാണ് പാണ്ഡെയെന്നും പ്രീത് കണ്ടെത്തുന്നു. പ്രൊഫസർ അമൻ വർമ്മയുടെ (അക്ഷയ്കുമാർ) സഹായത്തോടെ പാണ്ഡെയെ സാധാരണ നിലയി

ലേക്ക് മാറ്റാൻ പ്രീത് ശ്രമം തുടരുന്നു. എന്നാൽ ഇതിനിടയ്ക്കാണ് പാണ്ഡെ ആഭ്യന്തരമന്ത്രിയുടെ മകനെ തന്നെ റാഞ്ചുന്നത്. അടുത്ത അമാവാസി നാളിൽ ആ കുഞ്ഞിനെ കൊല്ലാനാണ് പാണ്ഡെയുടെ തീരുമാനം. ഇതോടെ ഭരണനേതൃത്വത്തിന്റെയും പൊലീസിന്റെയും സമ്മർദം ഏറിയ, പ്രീത്, പാണ്ഡെയെ വെടിവച്ചുകൊല്ലുന്നു. സംഘട്ടനത്തിനിടയിൽ ഒപ്പമുണ്ടായിരുന്ന അമൻ വർമ്മയും കൊല്ലപ്പെടുന്നു. അവർ തമ്മിലുണ്ടായിരുന്ന അഗാധപ്രണയത്തിന്റെ സ്മാരകമെന്നോണം നനുത്ത ഒരു ചുംബനം അമൻ വർമ്മയ്ക്ക് സമ്മാനിച്ച് പ്രീത് പുറംലോകത്തേക്ക് നടക്കുകയാണ്. എല്ലാവരും വിജയശ്രീലാളിതയായ പൊലീസ് ഉദ്യോഗസ്ഥയെന്ന് പ്രീതിനെ വാഴ്ത്തുന്നുണ്ടെങ്കിലും, എങ്ങനെയൊക്കെയാണ് ഒരു ക്രിമിനൽ രൂപപ്പെടുന്നത് എന്ന ചിന്തയിലും നഷ്ടപ്രണയത്തിലും അവൾ ചിന്താനിമഗ്നയാവുകയാണ്.

2001 ലാണ് തനൂജയുടെ *യേ സിന്ദഗി കാ സഫർ* പുറത്തിറങ്ങുന്നത്. മുകേഷ് ഭട്ട് നിർമിച്ച ഈ സിനിമയും കാര്യമായ ബോളിവുഡ് വാണിജ്യവിജയം കൈവരിച്ചില്ല. അമീഷ പട്ടേൽ, ഗുൽഷൻ ഗ്രോവർ, ജിമ്മി ഷേർഗിൽ തുടങ്ങിയവരാണ് ഈ സിനിമയിൽ അഭിനയിച്ചത്.

1992 ൽ തെലുങ്കിൽ മമ്മൂട്ടി നായകനായി പുറത്തിറങ്ങിയ *സ്വാതി കിരണം* എന്ന സിനിമയിൽനിന്നും ആശയം കടംകൊണ്ടാണ് തനൂജ ചന്ദ്ര 2002 ൽ *സുർ-ദ മെലഡി ഓഫ് ലൈഫ്* എന്ന സിനിമ പുറത്തിറക്കിയത്. ലക്കി അലി, ഗൗരി കർണിക്ക് എന്നിവർ മുഖ്യവേഷത്തിലെത്തിയ ഈ സിനിമ നിർമിച്ചത് പൂജാ ഭട്ടും രംഗിത പ്രതീഷ് നന്ദിയും ചേർന്നാണ്.

അപാരമായ സംഗീതസിദ്ധികളുള്ള സംഗീതാധ്യാപകനാണ് വിക്രമാദിത്യ സിങ്. തന്റെ സംഗീത കഴിവുകൾ പോഷിപ്പിക്കാനും അത് അടുത്ത തലമുറയിലേക്ക് വ്യാപിപ്പിക്കാനും കഴിവുള്ള ശിഷ്യരെ തേടിയാണ് സിങ് നടക്കുന്നത്. ഇതിനിടയിലാണ് ടിന എന്ന അനുഗൃഹീത ഗായികയെ സിങ് കണ്ടെത്തുന്നത്. ടിനയെ പരിശീലിപ്പിച്ച് മികച്ച ഗായികയാക്കുന്നതിനിടയിൽ, ആ ഗുരു ശിഷ്യയിൽ അനുരക്തനായി. പാട്ടിന്റെ പുത്തൻ മേഖലകൾ കീഴടക്കിയ ടിന ഗുരുവിനേക്കാളും വലിയ പ്രശസ്തിയിലേക്കുയർന്നു. പെരുന്തച്ചൻ കോംപ്ലക്സ് ബാധിച്ച സിങ്, പല കാരണങ്ങൾ പറഞ്ഞ് ശിഷ്യയുടെ സംഗീത കരിയറിന് തടസം നിൽക്കുന്നു. അത് വ്യക്തിപരമായ ആക്രമണംവരെയാകുന്നതോടെ ആ ബന്ധം മുറിപ്പെടുകയാണ്. എന്നാൽ സ്വയം തിരിച്ചറിഞ്ഞ സിങ് ഒടുവിൽ, തന്റെ പ്രീയശിഷ്യയുടെ കരുത്ത് തിരിച്ചറിയുകയാണ്. കൗമാരക്കാരിയായ ശിഷ്യയെ പാട്ടുപഠിപ്പിക്കുന്ന പഴയകാല ഓർമകളിലൂടെ സിനിമ തിരിഞ്ഞു നടക്കുന്നു.

തെലുങ്കിൽ മമ്മൂട്ടി അനശ്വരമാക്കിയ *സ്വാതികിരണ*ത്തിൽ കഥയുടെ പല അടരുകൾ ചേർന്നാണ് സിനിമ മുന്നേറുന്നത്. സംഗീതജ്ഞന്റെ ഓർമകളിലൂടെയാണ് ആ സിനിമ വികസിക്കുന്നത്. 1992 ലെ രാജ്യാ

ന്തര ചലച്ചിത്രോത്സവത്തിൽ ഇന്ത്യൻ പനോരമയിൽ *സ്വാതികിരണം* പ്രദർശിപ്പിച്ചു.

ഫിലിം സ്റ്റാർ, സിന്ദഗി റോക്ക്സ്, ഹോപ്പ് ആന്റ് ലിറ്റിൽ സുഗർ തുടങ്ങിയ ഫീച്ചർ സിനിമകളും തനൂജ പിന്നീട് പുറത്തിറക്കി. ഇതിൽ *ഫിലിം സ്റ്റാർ* എന്ന സിനിമ വ്യാപകമായ നിരൂപണ ശ്രദ്ധനേടി. സിനിമയ്ക്കുള്ളിലെ സിനിമയുടെ കഥപറഞ്ഞ സിനിമയിൽ പ്രിയാംശു ചാറ്റർജി, മഹിമാ ചൗധരി, വസുന്ധരാ ദാസ് തുടങ്ങിയവർ വേഷമിട്ടു. സിനിമ പൂർത്തിയാക്കിയതിനുശേഷം റിലീസിങ് വൈകിയത് സിനിമയെ ബാധിച്ചു. പിന്നീട് സഹാറാ ചാനലിലാണ് സിനിമയുടെ പ്രിമിയർ കാണിച്ചത്.

സിന്ദഗി റോക്ക്സ് 2006 ലാണ് റിലീസായത്. സുസ്മിത സെൻ, ഷിനേ അനൂജ എന്നിവർ അഭിനയിച്ചു. സംഗീതജ്ഞയായ ക്രിയയുടെയും അവരുടെ ഡോക്ടറുടെയും പ്രണയകഥയാണിത്. പൊലീസ് ചോദ്യം ചെയ്യുന്ന ഡോക്ടറുടെ ഓർമകളിലൂടെയാണ് സിനിമ വികസിക്കുന്നത്. ആത്മഹത്യ ചെയ്ത ക്രിയ എന്ന സംഗീതജ്ഞയുടെ ഹൃദയം മാറ്റിയെടുത്തയാളാണ് ഡോക്ടർ. ആ ഡോക്ടർക്ക് ക്രിയയോട് പ്രണയമായിരുന്നു. തുറന്ന് ഇടപെടുന്ന കൃസൃതി കാട്ടുന്ന ക്രിയയ്ക്ക് ദത്തെടുത്ത ഒരു മകനുണ്ട്. അവൻ എപ്പോഴും മൗനിയും ഗൗരവപ്രകൃതക്കാരനുമാണ്. ഇതിനിടയ്ക്കാണ് മകന് ഹൃദയത്തിൽ തുളയുണ്ടെന്നും, മാറ്റിവച്ചാൽ രക്ഷപ്പെടും എന്ന കാര്യം ക്രിയ അറിയുന്നത്. ഹൃദയം സംഘടിപ്പിക്കാൻ നോക്കിയെങ്കിലും കിട്ടിയില്ല. ഏറ്റവും ഒടുവിൽ, താൻ ആത്മഹത്യ ചെയ്ത്, തന്റെ ഹൃദയം കുട്ടിക്ക് മാറ്റിവയ്ക്കാൻ, ക്രിയ ഡോക്ടറോട് അഭ്യർഥിക്കുകയാണ്. തന്റെ പ്രണയത്തിന്റെ എല്ലാ തീക്ഷ്ണതകളും മാറ്റിവച്ച് ഡോക്ടർ, ക്രിയയുടെ ധീരതയെ മാനിക്കുകയാണ്.

ന്യൂയോർക്കിൽ ചിത്രീകരിച്ച അമേരിക്കൻ നിർമാതാക്കളുടെ സിനിമയാണ് 2006 ൽ പുറത്തിറങ്ങിയ *ഹോപ്പ് ആന്റ് എ ലിറ്റിൽ ഷുഗർ*. പതിവ് ബോളിവുഡ് പ്രണയകഥ പരിസരത്തുനിന്നും ശക്തമായ രാഷ്ട്രീയ സന്ദേശം തനൂജ മുന്നോട്ടുവച്ച സിനിമയാണിത്. ന്യൂയോർക്കിലെ സൗത്ത് ഏഷ്യൻ രാജ്യാന്തര ചലച്ചിത്രോത്സവത്തിൽ അംഗീകാരം നേടിയ ഈ ചിത്രത്തിൽ അനുപം ഖേർ, സുഹാസിനി മുളെ, മഹിമാ ചൗധരി തുടങ്ങിയവർ വേഷമിട്ടു.

ന്യൂയോർക്കിലെ ഫോട്ടോഗ്രാഫറായ അലി, വീട്ടമ്മയായ സലോണിയുമായി സൗഹൃദത്തിലാകുന്നു. സെപ്തംബർ 11 ലെ ഇരട്ട ടവർ ആക്രമണത്തിൽ സലോണിയുടെ ഭർത്താവ് കൊല്ലപ്പെടുന്നു. തുടർന്നാണ് അലിക്ക് സലോണിയുമായി പ്രണയമുണ്ടാകുന്നത്. എന്നാൽ സലോണിയുടെ ഭർത്താവിന്റെ അച്ഛൻ കേണൽ സിങ് ഈ ബന്ധത്തെ എതിർക്കുന്നു. അലി ഒരു മുസ്ലിമായതിനാൽ, അയാളുമായി ഒരുതരത്തിലുള്ള ബന്ധത്തിനും കൂട്ടുനിൽക്കരുതെന്നും ഭീകരാക്രമണത്തിന് പിന്നിലും ഭർത്താവിന്റെ കൊലപാതകത്തിന് പിന്നിലും അലിയെപ്പോലുള്ള മുസ്ലിങ്ങളാണെന്നും കേണൽ സിങ് വാദിക്കുന്നു. എന്നാൽ ആ വാ

ദങ്ങൾ തന്നെ ചരിത്രത്തിലെ കറുത്ത ഫലിതംപോലെ കേണൽ സിങ്ങിനെ തിരിച്ചടിക്കുന്നു. അമേരിക്കക്കാർ തലപ്പാവ് ധരിച്ച സിഖുകാരെയും സംശയത്തോടെ കാണുന്നതും ഭീകരവാദികളായി കാണുന്നതും പേടിയോടെ കേണലും തിരിച്ചറിയുകയാണ്. ഭീകരവാദത്തിന് മതമില്ല; ഉള്ളത് മനസുകളുടെ പേടിയും കാപട്യവും മാത്രമാണെന്ന് ഈ സിനിമ രാഷ്ട്രീയ സമൂഹത്തോട് വിളിച്ചു പറയുന്നു.

2004 ൽത്തന്നെ ഈ ചിത്രത്തിന്റെ ചിത്രീകരണ ജോലികൾ തനൂജ ആരംഭിച്ചിരുന്നു. എന്നാൽ അമേരിക്കയിലെ നിർമാണക്കമ്പനി, പൂർണമായും ചിത്രത്തെ ഏറ്റെടുക്കുകയും ചിത്രീകരണസംഘത്തെ ന്യൂയോർക്കിലേക്ക് വിളിപ്പിച്ച് ചിത്രീകരണം പൂർത്തിയാക്കുകയുമായിരുന്നു. 25 അംഗ ചിത്രീകരണസംഘം 25 ദിവസംകൊണ്ടാണ് സിനിമ പൂർത്തിയാക്കിയത്. നിർമാണത്തിന്റെ യാതൊരു ബാധ്യതകളുമില്ലാതെ സ്വതന്ത്രയായ പക്ഷിയെപ്പോലെ കലാപ്രവർത്തനം ഏറ്റെടുക്കാൻ കഴിയുന്ന സാഹചര്യത്തെപ്പറ്റി തനൂജ ഒരു അഭിമുഖത്തിൽ ഏറെ സന്തോഷത്തോടെ വിവരിക്കുന്നുണ്ട്.

ഫിലിമോഗ്രാഫി

സമീൻ ആസ്മാൻ	(1995)
മംമ്കിൻ	(1996)
ദുശ്മൻ	(1998)
സംഘർഷ്	(1999)
യേ സിന്ദഗീ കാ സഫർ	(2001)
സുർ–ദ മെലഡി ഓഫ് ലൈഫ്	(2002)
ഫിലിം സ്റ്റാർ	(2005)
സിന്ദഗി റോക്ക്സ്	(2006)
ഹോപ്പ് ആന്റ് എ ലിറ്റിൽ ഷുഗർ	(2006)

ബോളിവുഡിലെ നൃത്തക്കാരി

നൂറോളം സിനിമകളിൽ കൃത്യമായി പറഞ്ഞാൽ 98 സിനിമകൾക്ക് നൃത്തസംവിധാനം നിർവഹിച്ച കോറിയോഗ്രാഫർ, വിവിധ ചാനലുകളിലായി 13 നൃത്ത റിയാലിറ്റിഷോകളിൽ ജഡ്ജ്, സിനിമാ നിർമാതാവ്–ഫറാഖാനെ സംവിധായിക എന്നതിലുപരി കലാലോകം അറിയുന്നത് ഇങ്ങനെയൊക്കെയായിരിക്കും. ബോളിവുഡിന്റെ ആത്മാവായ തട്ടുപൊളിപ്പൻ നൃത്തരംഗങ്ങൾ ചിത്രീകരിച്ച ആ ഡാൻസ് ടീച്ചർ, ഇപ്പോൾ സൂപ്പർ ഹിറ്റ് സിനിമകൾ സംവിധാനം ചെയ്യുന്ന സിനിമക്കാരിയാണ്. ഷാരൂഖ് മുതൽ ഐശ്വര്യറായി വരെയുള്ള വൻകിട താരങ്ങൾ ഡേറ്റുമായി ഫറാഖാന്റെ സിനിമയ്ക്കായി കാത്തിരിക്കുകയാണ്.

ഫറാഖാൻ

നൃത്തവഴിയിലൂടെയാണ് ഫറാഖാൻ സിനിമാവഴിയിൽ സ്ഥിരപ്പെടുന്നത്. അവർ സൃഷ്ടിച്ച സിനിമകൾ വേറിട്ട വായന ആവശ്യപ്പെടുന്ന സിനിമകളൊന്നുമല്ലെങ്കിലും *ഓം ശാന്തി ഓം* പോലുള്ള സിനിമകൾ ബോളിവുഡിൽ

സൃഷ്ടിച്ച തരംഗത്തെ കാണാതെയും ഇരുന്നുകൂടാ. സിനിമയിൽ തന്നെ ജീവിതം പുലരുന്ന കുടുംബത്തിലാണ് ഫറാഖാൻ ജനിച്ചത്. ബോളിവുഡിലെ സൂപ്പർ സ്റ്റണ്ട് മാസ്റ്ററായിരുന്നു അച്ഛൻ കമ്രാൻ. തിരക്കഥാകൃത്ത് ഹണി ഇറാനിയുടെ സഹോദരി മേനകയാണ് അമ്മ. കോളേജ് കാലത്തുതന്നെ പ്രൊഫഷണൽ നൃത്തസംഘം ഉണ്ടാക്കിയ ഫറായ്ക്ക് സിനിമയിലെ കുടുംബബന്ധങ്ങൾ കാര്യങ്ങൾ എളുപ്പമാക്കി. അതേസമയം , തിരശ്ശീലയിൽ അവർ സൃഷ്ടിച്ച നൃത്തവിസ്മയങ്ങൾ ഇപ്പോഴും അപരാജിതമായി മുന്നേറുന്നത് ആ കലാജീവിതത്തിന്റെ കരുത്തുകൊണ്ടു തന്നെയെന്ന് ആരും സമ്മതിക്കും. ബോളിവുഡിലെ ഹാസ്യനടനും തിരക്കഥാകൃത്തും സംവിധായകനുമായ സജിദ് ഖാൻ, ഫറായുടെ സഹോദരനും സംവിധായിക സോയ അക്തറും ഫർഹാൻ അക്തറും അർധസഹോദരങ്ങളുമാണ്.

മുംബൈയിലെ കാമ്പസ് ജീവിതത്തിനിടയിൽ, യുവത്വത്തിന്റെ ലഹരിയായ മൈക്കൽ ജാക്സന്റെ നൃത്തച്ചുവടിൽ ഫറാ വല്ലാതെ ആവേശംകൊണ്ടു. നൃത്തം പ്രൊഫഷനായി സ്വീകരിക്കാൻ തീരുമാനിക്കുന്നത് ഇക്കാലത്തു തന്നെയാണ്. കാര്യമായി നൃത്തം അഭ്യസിച്ചിട്ടില്ലെങ്കിലും ഉൾക്കരുത്തിന്റെയും വർധിച്ച ആത്മവിശ്വാസത്തിന്റെയും ബലത്തിൽ അവർ നൃത്തസംഘം രൂപീകരിക്കുന്നു. ഇതിനിടയിലാണ്, *ജോ ജീതാ വോഹീ സിക്കന്ദർ* എന്ന സിനിമയ്ക്ക് നൃത്തസംവിധാനത്തിന് ഫറായ്ക്ക് അവസരം ലഭിക്കുന്നത്. അക്കാലത്തെ പ്രശസ്ത നൃത്തസംവിധായകൻ സരോജ് ഖാൻ എത്താത്തതിനെ തുടർന്നാണ് ഈ അവസരം ഫറായ്ക്ക് ലഭിക്കുന്നത്. പിന്നീട് ബോളിവുഡ് നൃത്തവേദിയിൽ അവർക്ക് പിന്തിരിഞ്ഞു നോക്കേണ്ടി വന്നില്ല. *കബി ഹാൻ കബി ന* എന്ന സിനിമയിൽ ഷാറൂഖിനെ പരിചയപ്പെട്ടതോടെ, ബോളിവുഡ് സൂപ്പർ താരങ്ങളുടെ നൃത്തക്കാരിയായി അവർ മേൽവിലാസം ഉറപ്പിച്ചു. *മൺസൂൺ വെഡ്ഡിങ്, വാനിറ്റി ഫെയർ, ബോംബെ ഡ്രീംസ്* തുടങ്ങിയ സിനിമകൾക്ക് നൃത്തസംവിധാനം ഒരുക്കിയതിന് രാജ്യാന്തര തലത്തിൽത്തന്നെ ഫറാ ഖാന് അംഗീകാരം ലഭിച്ചു.

2004 ലാണ് ഫറാഖാൻ സംവിധാനം ചെയ്ത ആദ്യ സിനിമ *മേൻ ഹൂന* പുറത്തിറങ്ങുന്നത്. ആക്ഷനും കോമഡി രംഗങ്ങളുമടങ്ങിയ പതിവ് ബോളിവുഡ് മസാലയിൽനിന്നും കാര്യമായ വ്യത്യസ്തതയില്ലാത്ത ഈ കന്നിച്ചിത്രം, വിപണിയിൽ മികച്ച വിജയം കുറിച്ചു. ഷാരൂഖ് ഖാന്റെ നിർമാണകമ്പനിയായ റെഡ് ചില്ലീസാണ് സിനിമ നിർമിച്ചത്. ഷാരൂഖ് ഖാൻ, സുനിൽ ഷെട്ടി, കബീർ ബേദി, നസറുദ്ദീൻ ഷാ, സുസ്മിതാ സെൻ തുടങ്ങിയവർ വേഷമിട്ടു.

എപ്പോഴോ പിരിഞ്ഞുപോയ സഹോദരങ്ങൾ സിനിമാവസാനം ഒന്നിക്കുന്ന പതിവ് ബോളിവുഡ് 'ട്രാജഡി'യിൽനിന്നും വിമുക്തമല്ല ഫറാ ഖാന്റെ ആദ്യ ദൗത്യവും. ഒപ്പം പതിവുപോലെ തീവ്രദേശീയതയുടെ മേമ്പൊടി ചേർത്ത ഇന്ത്യ-പാകിസ്ഥാൻ പട്ടാളക്കഥകളും, അതിനൊപ്പം

സവർണന്മാരായ മേജർ ജനറൽമാരുടെ വീരകഥകളും തുന്നിച്ചേർത്തിട്ടുണ്ട്. ഭാഗ്യത്തിന് വില്ലനായി വരുന്ന ഭീകരവാദി പതിവുപോലെ മുസ്ലിം നാമധാരിയായില്ല. സിനിമയിൽ രാഘവൻ എന്ന ഭീകരനായി വേഷമിട്ട സുനിൽഷെട്ടി, പാകിസ്ഥാൻകാരെ വെറുതെ കൊന്നതിന് സൈന്യത്തിൽ നിന്നും പുറത്താക്കപ്പെട്ടവനാണ്. തന്റെ മകൻ കശ്മീരിൽ കൊല്ലപ്പെട്ടു എന്ന ഒറ്റക്കാരണത്താലാണ്, അയാളുടെ പാക് വിരോധം തിളച്ചുപൊങ്ങുന്നത്. ഇത്തരത്തിൽ സഹതാപമുണർത്തുംവിധം വില്ലനെ രൂപീകരിച്ചെങ്കിലും, അയാൾ മുസ്ലിം നാമധാരിയാകാത്തതിൽ, ഫറായോട് പ്രേക്ഷകർ അൽപ്പമെങ്കിലും കടപ്പെട്ടിരിക്കുന്നു എന്നു പറയാം.

പുതിയ ചുവടുകളുടെയും മസിലുപെരുക്കത്തിന്റെയും നൃത്തച്ചുവടുകൾ; മേമ്പൊടിയായി നായികമാരുടെ അരയിളക്കിയാട്ടം, പതിനായിരം ഡിഗ്രി ചൂടുള്ള ഫർണസ് ടാങ്കിൽനിന്നും മൊത്തം കത്തിച്ച് കൈരോമം പോലും ചൂടാകാതെ സ്ലോമോഷനിൽ തിരശ്ശീല ഭേദിച്ചുവരുന്ന നായകൻ എന്നിവയെല്ലാം സംഭവിക്കുന്ന തട്ടുപൊളിപ്പൻ ഫോർമുല തന്നെയാണ് ഫറാഖാൻ *മേം ഹൂന*യിൽ സൃഷ്ടിച്ചത്. ഇന്ത്യ- പാക് ബന്ധം സുഗമമാക്കാൻ സൈന്യം ഏർപ്പാടാക്കിയ പ്രൊജക്ട് മിലാപ് എന്ന പദ്ധതി തകർക്കാൻ ശ്രമിക്കുകയാണ് ഭീകരനായ രാഘവൻ. പദ്ധതിയുടെ ഭാഗമായി ഇരുരാജ്യങ്ങളും യുദ്ധത്തടവുകാരെ വിട്ടയക്കുന്നത് രാഘവന് ഇഷ്ടപ്പെടുന്നില്ല. ഇതിന് പകരം വീട്ടാൻ, സവർണനായ പട്ടാളമേജറുടെ മകളെ അയാൾ തട്ടിയെടുക്കുന്നു. വീരസാഹസികനായ യുവ സൈനിക ഓഫീസർ അതിസാഹസികമായി മകളെ രക്ഷിക്കുന്നു. പതിവുപോലെ നല്ലൊരു നൃത്തരംഗം അഭിനയിച്ച് അവർ പ്രണയപരവശരാകുന്നു. ഇതിനിടയ്ക്ക് നായകൻ, അയാളുടെ അച്ഛന് (അച്ഛനും പണ്ട് വലിയൊരു സൈനിക ഉദ്യോഗസ്ഥനായിരുന്നു) മുമ്പൊരു ഒളിസേവയിൽ ഉണ്ടായ സഹോദരങ്ങളെയും കണ്ടെത്തുന്നതോടെയാണ് സിനിമ തീരുന്നത്. മാന്ത്രിക സ്പർശമുള്ള നൃത്തച്ചുവടുകളുടെ ആസ്വാദ്യതയും, ഷാരൂഖിന്റെയും സുനിൽ ഷെട്ടിയുടെയും പതിവ് അഭിനയവഴക്കങ്ങളുടെ സ്വീകാര്യതയും സ്ഥിരം മൂശയിൽ ഫറാഖാൻ ഉരുക്കിയൊഴിച്ചപ്പോൾ ഉണ്ടായ ബോളിവുഡ് ഹിറ്റായിരുന്നു അവരുടെ ആദ്യസിനിമ.

ഷാരൂഖാനും ഫറാഖാനും തമ്മിലുള്ള പാരസ്പര്യത്തിന്റെ രസതന്ത്രം അവരുടെ അടുത്ത സിനിമയായ *ഓം ശാന്തി ഓമി*ലും (2007) പ്രേക്ഷകർ അനുഭവിച്ചു. എക്കാലത്തെയും മികച്ച ബോളിവുഡ് ഹിറ്റായിരുന്നു ഈ സിനിമ. രണ്ടായിരം കേന്ദ്രങ്ങളിൽ റിലീസ് ചെയ്ത് 150 കോടി രൂപ സിനിമ കളക്ട് ചെയ്തു. 1970 കളിലെയും രണ്ടായിരത്തിലെയും ബോളിവുഡ് സിനിമാപരിസരങ്ങളെ ഒരേസമയം കോർത്തിണക്കി തയാറാക്കിയ, ഒരുതരത്തിൽ പറഞ്ഞാൽ മാജിക്കൽ റിയലിസത്തിന്റെ സങ്കേതം ഉപയോഗിച്ചാണ് ഫറാ *ഓം ശാന്തി ഓം* തയാറാക്കിയത്.

'70 കളിലെ ജൂനിയർ ആർട്ടിസ്റ്റാണ് ഓം പ്രകാശ് മഖിജ. ഇയാളുടെ അമ്മ ബേല മഖിജയും ബോളിവുഡിലെ ജൂനിയർ ആർട്ടിസ്റ്റാണ്.

ഒരുനാൾ താനും സൂപ്പർ സ്റ്റാറാകുമെന്ന പ്രതീക്ഷയിലാണ് ഓം പ്രകാശ്. ഇതേപ്പറ്റി അയാൾ, കൂട്ടുകാരോടും വീട്ടുകാരോടും നിർത്താതെ സംസാരിക്കും. നായിക ശാന്തിപ്രിയയുമായി ഓംപ്രകാശിന് പ്രണയമുണ്ട്. എന്നാൽ വെറും ജൂനിയർ ആർട്ടിസ്റ്റായ തനിക്ക്, തിളങ്ങുന്ന നായികനടിയെ പ്രണയിക്കാൻ അധികാരമുണ്ടോ എന്ന ഭയവും ഓംപ്രകാശിനുണ്ട്. നിർമാതാവ് മുകേഷ് മെഹ്റയുമായി ശാന്തി പ്രണയത്തിലാണെങ്കിലും, അയാൾ ശാന്തിയെ പറ്റിക്കുകയാണെന്ന യാഥാർഥ്യം ഓംപ്രകാശിന് അറിയാം. ഇതിനിടയ്ക്ക് ഷൂട്ടിങ് സ്ഥലത്തെ തീപിടുത്ത അപകടത്തിൽ നിന്ന് ശാന്തിയെ രക്ഷിക്കുന്ന നായകനായും ഓംപ്രകാശ് മാറുന്നു. ഈ തീപിടുത്തം ശാന്തിയെ ഒഴിവാക്കാൻ മുകേഷ് ഏർപ്പാടാക്കിയതാണ്. ശാന്തിയെ രക്ഷിച്ച് ഓംപ്രകാശ് ആശുപത്രിയിലേക്ക് ഓടും വഴിയാണ് സൂപ്പർസ്റ്റാർ രാജേഷ് കപൂറിന്റെ കാർ കാണുന്നത്. ഭാര്യയുടെ പ്രസവത്തിനായി ആശുപത്രിയിലേക്ക് പോകുംവഴി, ഓംപ്രകാശിന്റെ അഭ്യർഥന മാനിച്ച് അയാളെയും രാജേഷ് കപൂർ ഒപ്പംകൂട്ടുന്നു. ഗുരുതരമായി പൊള്ളലേറ്റ ഓംപ്രകാശ് ആശുപത്രിയിൽ മരിക്കുന്നു. ഈ സമയത്ത് തന്നെയാണ് രാജേഷ് കപൂറിന്റെ ഭാര്യ പ്രസവിക്കുന്നത്. ഓം എന്നുപേരിട്ട ആ കുട്ടി ഓംപ്രകാശിന്റെ പുനർജന്മമാകുകയാണ്.

ഓംകപൂറിന്റെ യൗവനത്തിലൂടെ സിനിമ മുന്നേറുകയാണ് പിന്നീട്. സൂപ്പർ സ്റ്റാറാകാനുള്ള ഇയാളുടെ പ്രഖ്യാപനങ്ങളും ആഗ്രഹങ്ങളും എല്ലാം പഴയ ഓംപ്രകാശിന്റെ ഓർമകളെ ജ്വലിപ്പിക്കുന്നു. പഴയ നായികനടി ശാന്തിയുടെ മരണവും, കൊലപ്പെടുത്തിയ മുകേഷ് എന്ന നിർമാതാവിന്റെ ചെയ്തികളും ഓംകപൂർ കണ്ടെത്തുന്നു.

കല യുക്തിയുടെ അളവുകോലുകൾ വച്ച് അളക്കേണ്ടതല്ലാത്തതിനാൽ ഈ സിനിമയുടെ നാട്യങ്ങളെ കാഴ്ചക്കാരൻ ചോദ്യം ചെയ്യേണ്ടതില്ല. മാജിക്കൽ റിയലിസം, കലയിൽ സമർഥമായി വിന്യസിക്കുമ്പോൾ യാഥാർഥ്യത്തെക്കാളും വലിയ നീറ്റൽ സൃഷ്ടിക്കുന്നുണ്ട് എന്നത് പ്രേക്ഷകർ തന്നെ സമ്മതിച്ചതാണ്. റിഷി കപൂറിന്റെ 1980 ബോളിവുഡ് ഹിറ്റ് *കർസ്* എന്ന സിനിമയാണ് ഫറാഖാനെ *ഓം ശാന്തി ഓം* എടുക്കാൻ പ്രേരണയായത്. ഷാരൂഖ് ഖാൻ, ദീപിക പാദുകോൺ, അർജുൻ രാംപാൽ തുടങ്ങിയവരാണ് ഈ സിനിമയിൽ മുഖ്യവേഷത്തിൽ അഭിനയിച്ചത്. അതേസമയം നാൽപ്പത്തഞ്ചോളം അറിയപ്പെടുന്ന ബോളിവുഡ് താരങ്ങൾ അണിനിരന്ന ചിത്രമെന്ന പ്രത്യേകതയും ഇതിനുണ്ട്. ഇതിൽ മുപ്പതുപേരും ഒറ്റ ഗാനസീനിൽ മാത്രം പ്രത്യക്ഷപ്പെട്ടവരുമാണ്. നൃത്തരംഗത്തിലെ ഈ പുതുമ പ്രേക്ഷകരെ ഏറെ ആകർഷിച്ച ഒന്നാണ്. വിപണിക്ക് പാകപ്പെടുത്തി സിനിമയൊരുക്കുന്നതിന്റെ സിനിമായുക്തി, അതിന്റെ എല്ലാ മികവോടും *ഓം ശാന്തി ഓമിൽ* ഫറാഖാൻ പ്രയോഗിച്ചിട്ടുണ്ട്.

2010 ൽ ഫറാ സംവിധാനം ചെയ്ത *തീസ് മാർ ഖാൻ,* പക്ഷേ, പ്രതീക്ഷിച്ചത്ര വിജയിച്ചില്ല. 1966 ലെ ഇറ്റാലിയൻ സിനിമ *ആഫ്റ്റർ ദ ബോക്സി*ന്റെ റീമേക്കായിരുന്നു ഇത്. ഷാരൂഖിന്റെ സാന്നിധ്യമില്ലാത്ത

ആദ്യ ഫറാ സിനിമ കൂടിയാണിത്. അതേസമയം സൽമാനും അനിൽ കപൂറും ഈ സിനിമയിൽ അതിഥി താരങ്ങളായി വരുന്നുമുണ്ട്. അക്ഷയ് കുമാറും കത്രീന കൈഫുമാണ് മുഖ്യവേഷം കൈകകാര്യം ചെയ്തത്. ചെറുപ്പം മുതലേ കള്ളനായ തബ്രേസ് മിർസാ ഖാൻ എന്ന ടി എം കെ, നാട്ടുകാരെ പറഞ്ഞുപറ്റിച്ച്, അവരുടെ സഹായത്തോടെ വലിയ സമ്പന്നനാകുകയാണ്. ധൂലിയ വില്ലേജിനെപ്പറ്റി സിനിമയെടുക്കാൻ വന്നതാണെന്ന് പറഞ്ഞ് ആ നാട്ടുകാരെ പറ്റിച്ചാണ് അയാൾ സമ്പന്നനാകുന്നത്. ഇതിനിടയിൽ സിനിമ പുറത്തിറങ്ങുകയും, അതിനിടയിൽത്തന്നെ ടി എം കെ പൊലീസിന്റെ പിടിയിലാവുകയും ചെയ്യുകയാണ്. ശിക്ഷിക്കപ്പെടുന്നുണ്ടെങ്കിലും അവിടുന്ന് ജയിൽചാടി വിദേശത്തേക്ക് കടക്കുകയാണ് അയാൾ. സിനിമയിൽ അഭിനയിച്ചവർ വലിയവലിയ അംഗീകാരങ്ങൾ നേടുകയും ചെയ്യുന്നു.

ബോക്സോഫീസിലും കാര്യമായി ചലനം ഉണ്ടാകാത്ത *തീസ് മാർ ഖാനെ*തിരെ വ്യാപകമായി എതിർവാദങ്ങളും പ്രേക്ഷകരിൽ നിന്നുണ്ടായി. സാമാന്യബോധനിലവാരത്തെ പരിഹസിക്കുന്ന ചിത്രം എന്ന തരത്തിലുള്ള നിരൂപണവും ഉണ്ടായി.

പുതിയകാലത്തെ ചാനൽ റിയാലിറ്റിഷോയുടെ പശ്ചാത്തലത്തിലാണ് ഫറാഖാന്റെ അടുത്ത സിനിമ *ഹാപ്പി ന്യൂ ഇയർ* തയാറാകുന്നത്. ഷാരൂഖാനും അഭിഷേക് ബച്ചനും ഒപ്പം പൃഥ്വിരാജും ഈ സിനിമയിൽ മുഖ്യവേഷത്തിലെത്തും. അനുഷ്ക ശർമ്മയെയും പ്രിയങ്ക ചോപ്രയെന്നും നായികമാരായി പരിഗണിച്ചിരുന്നെങ്കിലും അവരുണ്ടാകില്ലെന്നും വാർത്തകളുണ്ട്. നൃത്തത്തിന്റെ ബാലപാഠം പോലുമറിയാത്ത മൂന്നു സുഹൃത്തുകൾ ചാനൽ റിയാലിറ്റി ഷോയ്ക്ക് തയാറെടുക്കുന്നതാണ് സിനിമയുടെ ഇതിവൃത്തം. 2005 മുതൽ ഈ പ്രമേയം സിനിമയാക്കാൻ ഫറാ ഖാൻ ഒരുങ്ങിയിരുന്നെങ്കിലും നടന്നില്ല. പിന്നീട് മൂന്നുപ്രാവശ്യം ഈ സിനിമ അനൗൺസ് ചെയ്തെങ്കിലും നടന്മാരുടെ, പ്രത്യേകിച്ച് ഷാരൂഖാന്റെ ഡേറ്റ് നീളുന്നതാണ് സിനിമ 2013 ലേക്ക് എത്തിച്ചത്.

ആദ്യ സിനിമയായ *മേം ഹൂനാ*യുടെ എഡിറ്റർ ഷിരീഷ് കുന്ദേറാണ് ഫറാഖാന്റെ ഭർത്താവ്. മറ്റു സിനിമകളിലും ഈ ദാമ്പത്യം ഒറ്റമനസോടെ ഇടപെട്ടു. ഇവർക്ക് ഒറ്റപ്രസവത്തിൽ ഉണ്ടായ മൂന്നുകുട്ടികളാണുള്ളത്. ഒരു മകൻ സ്സാർ, രണ്ടുപെൺമക്കളും–ഡിവ, അന്യ.

ഫിലിമോഗ്രാഫി

മേം ഹൂന	(2004)
ഓം ശാന്തി ഓം	(2007)
തീസ് മാർ ഖാൻ	(2010)
ഹാപ്പി ന്യൂ ഇയർ	

പരിസ്ഥിതി രാഷ്ട്രീയം രാഷ്ട്രീയത്തിന്റെ പരിസ്ഥിതി

പരിസ്ഥിതി-ദളിത്-സ്ത്രീപക്ഷ കാഴ്ചപ്പാടുകൾ പുതിയ കാലത്തെ സാഹിത്യത്തിലും സിനിമയിലും വിവിധ രീതിയിൽ വിഷയങ്ങളാകുന്നു. ഇതിൽ പരിസ്ഥിതി ഡോക്യുമെന്ററി നിർമാണം, ഒരു മൂവ്മെന്റായിത്തന്നെ ദൃശ്യ മാധ്യമലോകത്ത് സജീവവുമാണ്. ഇന്ത്യൻ-അമേരിക്കൻ പത്രപ്രവർത്തകയും മലയാളിയുമായ സുമാ ജോസൺ ഇത്തരത്തിൽ പുതിയ പരിസ്ഥിതി അവബോധം സൃഷ്ടിച്ച വനിതാസംവിധായികയാണ്. മുംബൈ കലാപത്തിനും ബാബ്റി മസ്ജിദിനും ഗുജറാത്തിനും ശേഷം രൂപപ്പെട്ട ഹിന്ദു തീവ്രവാദത്തിന്റെ പുത്തൻ ഇന്ത്യൻ സാഹചര്യം (*ഗുജറാത്ത് എലബോററ്ററി ഓഫ് ഹിന്ദുരാഷ്ട്ര*); വികസനം ഏതൊക്കെ തരത്തിലാണ് അരികുകളെ ഇല്ലാതാക്കുന്നത് (*നിയാംഗിരി-യു ആർ സ്റ്റിൽ എലൈവ്*) തുടങ്ങിയ ചിന്തകൾ സുമാ ജോസണെ ഡോക്യുമെന്ററി സംവിധായിക എന്ന നിലയിൽ പ്രശസ്തയാക്കി.

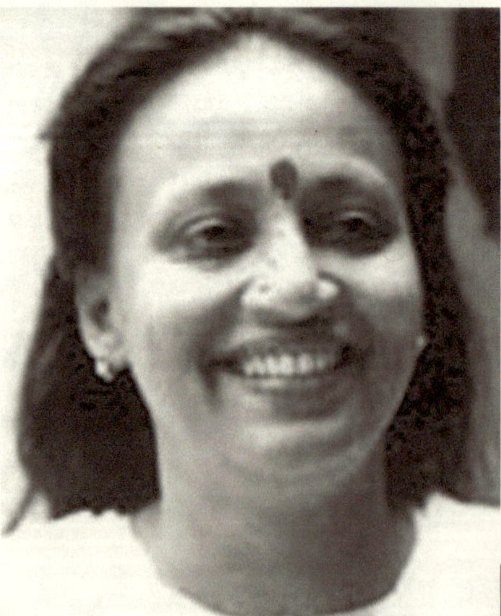
സുമാ ജോസൺ

അമേരിക്കയിലെ യൂണി

വേഴ്സിറ്റി മനോൾട്ടയിൽനിന്നും ബിരുദം നേടിയശേഷം ഇന്ത്യയിൽ തിരിച്ചെത്തി പി ടി ഐയിൽ പത്രപ്രവർത്തകയായാണ് അവർ ഔദ്യോഗിക ജീവിതം തുടങ്ങുന്നത്. വാർത്തയ്ക്കും അല്ലാതെയുമുള്ള സുമാ ജോസണിന്റെ ഇന്ത്യൻ അലച്ചിലുകളുടെ പരിണതഫലമാണ് അവരുടെ സിനിമകളും ഡോക്യുമെന്ററികളും. 1990 കളുടെ ആദ്യം തന്നെ ഇവർ ദൃശ്യമാധ്യമരംഗത്തേക്കെത്തി. നിരവധി ഡോക്യുമെന്ററികൾക്കും ഹ്രസ്വചിത്രങ്ങൾക്കും ശേഷമാണ് 1998 ൽ ജന്മദിനം എന്ന ഫീച്ചർ സിനിമ സുമ സംവിധാനം ചെയ്യുന്നത്. നന്ദിതാ ദാസ്, സുരേഖാ സിക്രി തുടങ്ങിയവർ മുഖ്യവേഷത്തിലെത്തി. ക്യാമറ ഹരി നായരാണ് കൈകാര്യം ചെയ്തത്.

മുംബൈയിൽ ചാനൽ പത്രപ്രവർത്തകയായ സരസു പ്രസവത്തിനായി നാട്ടിലെ ആശുപത്രിയിൽ പ്രവേശിപ്പിക്കുന്നതോടെയാണ് സിനിമ തുടങ്ങുന്നത്. ശരിക്കും സിനിമയുടെ കഥാഗതി, ഒറ്റ രാത്രിയിലെ ആശുപത്രി സന്ദർഭമാണ്. ഇവിടന്നുണ്ടാകുന്ന ഓർമകളും ഭാവികളുമാണ് സിനിമ. ആശുപത്രിയിൽ സരസുവിനെ പരിചരിക്കാൻ അമ്മ മാത്രമേയുള്ളൂ. മുംബൈയിൽ ഫോട്ടോഗ്രാഫറായിരുന്ന അജയുമായി പ്രണയത്തിലായിരുന്ന സരസു, അച്ഛന്റെ നിർബന്ധത്തിന് വഴങ്ങിയാണ് ഭർത്താവ് രഘുവിനെ കല്യാണം കഴിക്കുന്നത്. കല്യാണം കഴിഞ്ഞ്, നാട്ടിൽ വന്ന്, തിരിച്ച് ഒറ്റയ്ക്ക് ഭർത്താവിന്റെ ഫ്ളാറ്റിലേക്ക് മടങ്ങുംവഴി അവൾ, അജയിനെ കാണുന്നു. 1993 ലെ മുംബൈ വർഗീയ കലാപത്തെ തുടർന്നുള്ള സവിശേഷമായ സാമൂഹ്യ സന്ദർഭത്തിലായിരുന്നു ആ കൂടിക്കാഴ്ച. ഇവിടെ നിന്നും അമ്മയുടെയും മകളുടെയും മനസിൽ സംഭവിക്കുന്നതാണ് സിനിമയിലെ കാഴ്ചകളായി പ്രേക്ഷകരിലേക്കെത്തുന്നത്. പ്രണയവും ജീവിതവും വ്യക്തിപരമായ കടുത്ത തീരുമാനങ്ങളുമെല്ലാം ഏതൊക്കെ രീതിയിൽ, സാമൂഹ്യചുറ്റുപാടുകളെ ബാധിക്കുന്നു എന്നതാണ് സിനിമ ചർച്ച ചെയ്യുന്നത്. പുരുഷകേന്ദ്രീകൃതമായ ലോകം നിശ്ചയിക്കുന്ന തീരുമാനങ്ങളെ, വ്യക്തി എന്ന നിലയിൽ പെണ്ണുങ്ങൾ ഉല്ലംഘിക്കുന്നതിന്റെ രാഷ്ട്രീയകാരണങ്ങൾകൂടി സിനിമ ചർച്ച ചെയ്യുന്നുണ്ട്. ആ അർഥത്തിൽ പെൺ അവകാശത്തിന്റെ നിർഭയമായ ആവിഷ്കാരം, സാമൂഹിക യാഥാർഥ്യത്തെ മറികടക്കാനുള്ള ത്വര തുടങ്ങിയവ അതിസൂക്ഷ്മമായി ജന്മദിനത്തിൽ സുമ കാട്ടിത്തരുന്നുണ്ട്.

മൂന്ന് സംസ്ഥാന ചലച്ചിത്ര അവാർഡ് നേടിയ *ജന്മദിനം* നിരവധി അന്താരാഷ്ട്ര ചലച്ചിത്രോത്സവങ്ങളിൽ പ്രദർശിപ്പിച്ചു. 1999 ബർലിൻ മേളയിൽ സിനിമ ഏറെ ചർച്ചയായി. ജർമനിയിലെ അന്താരാഷ്ട്ര നിർമാണ കമ്പനി, പെൺപ്രശ്നങ്ങളെക്കുറിച്ച് നിർമിക്കുന്ന ചലച്ചിത്രങ്ങളിൽ, സുമയെക്കൂടി സംവിധായികയായി തെരഞ്ഞെടുത്തതും ഈ സിനിമയ്ക്ക് ശേഷമാണ്. ലോകവ്യാപകമായ തെരഞ്ഞെടുപ്പിൽ അഞ്ച് വനിതാ സംവിധായകരെയാണ് കമ്പനി തെരഞ്ഞെടുത്തത്.

രമ്യ കൃഷ്ണനും നെടുമുടി വേണുവും മുഖ്യവേഷത്തിലെത്തിയ

സാരി എന്ന സിനിമ തൊട്ടടുത്ത വർഷംതന്നെ (1999) സുമ സംവിധാനം ചെയ്യുകയുണ്ടായി. എം ജെ രാധാകൃഷ്ണൻ ക്യാമറ ഏന്തിയപ്പോൾ ബീനാ പോളാണ് എഡിറ്റിങ് നിർവഹിച്ചത്. ഏകാന്തമായ ദ്വീപിൽ അകപ്പെട്ട രണ്ടുകുട്ടികൾ–രാധയും ഗീതയും. അവിടെ അവരുടെ ബാല്യ കൗമാര സ്വപ്നങ്ങളും ഭാവിയിലേക്കുള്ള നീക്കിയിരിപ്പുകളും സ്വപ്നങ്ങളായി പെയ്യുകയാണ്. അവിടെവച്ച് അവർ, തങ്ങളുടെ സൗഹൃദത്തിന്റെയും പെണ്ണ് എന്ന അടയാളപ്പെടുത്തലിന്റെയും ബലഹീനത മനസിലാക്കുന്നു. അതിനോടുള്ള പോരാട്ടം, ഒരർഥത്തിൽ ഭൗതികജീവിതത്തിലെ ഏകാന്തദ്വീപു തന്നെയാണെന്ന് അവരെ തോന്നിപ്പിക്കുകയാണ്. പെണ്ണിന്റെ അനുഭവങ്ങളുടെ വൻകര എന്നത് ഏകാന്തവും അത്രമേൽ പ്രശ്നസങ്കീർണവുമാണെന്ന് സുമ ഈ സിനിമയിൽ പ്രഖ്യാപിക്കുന്നു. '99ൽ ബർലിൻ മേളയിൽ പ്രദർശിപ്പിച്ച *സാരി,* രണ്ടായിരത്തിൽ മുംബൈ ചലച്ചിത്രോത്സവത്തിൽ ഉദ്ഘാടന ചിത്രമായും കാണിച്ചു.

ഫീച്ചർ സിനിമാ സംവിധായിക എന്നതിലുപരി ഡോക്യുമെന്ററി സംവിധായികയായും ആക്ടിവിസ്റ്റുമായും ആണ് സുമ സ്വയം അടയാളപ്പെടുത്തുന്നത്. 2003 ൽ അവർ സംവിധാനം ചെയ്ത *ഗുജറാത്ത് എ ലബോറട്ടറി ഓഫ് ഹിന്ദുരാഷ്ട്ര* എന്ന ഡോക്യുമെന്ററി, ഗുജറാത്ത് കലാപത്തിന് ശേഷമുണ്ടായ അനേകം പ്രതികരണത്തിൽ ഒന്നുമാത്രമാകുന്നില്ല. ഫാസിസത്തിന്റെ നാൾവഴി, ഇന്ത്യൻ ഗ്രാമങ്ങളിൽ; വിശേഷിച്ച് ഗുജറാത്തിലെ ഹിന്ദു മനസുകളിൽ എങ്ങനെയൊക്കെ ഉഴുതുമറിച്ചു എന്ന ചോദ്യമാണ് ഇതിൽ സുമ ചോദിക്കുന്നത്. അമ്പത് മിനിറ്റ് നീണ്ട ഡോക്യുമെന്ററിയിൽ മോഡിയുടെ പ്രതിരൂപത്തെ എങ്ങനെയെല്ലാം ഗുജറാത്ത് പൊതുമനഃശാസ്ത്രത്തിൽ ഹിന്ദുത്വശക്തികൾ പ്രയോഗിച്ചു എന്നുകാട്ടിത്തരുന്നു.

പ്രകടനപരമായ വികസനം എന്ന ഉപരിപ്ലവമായ കാഴ്ചപ്പാടിനെ ചോദ്യം ചെയ്യുന്ന *നിയാംഗിരി–യു ആർ സ്റ്റിൽ എലൈവ്* എന്ന ഡോക്യുമെന്ററിയും അവരുടെ കലാജീവിതത്തിൽ ഏറെ ചർച്ചയായ ഡോക്യുമെന്ററിയാണ്. ഗോവ രാജ്യാന്തര മേളയിൽ മികച്ച പരിസ്ഥിതി ഡോക്യുമെന്ററിക്കുള്ള ദേശീയാംഗീകാരം ഇതിന് ലഭിച്ചു. ബാബു കാമ്പ്രത്തിന്റെ *കൈപ്പാട്* എന്ന ഡോക്യുമെന്ററിക്കൊപ്പമാണ് സുമ അവാർഡ് പങ്കിട്ടത്. ഒഡീഷയിലെ കാലഹണ്ടി മലനിരകളിലുള്ള നിയാംഗിരി കുന്നുകളിലെ ബോക്സിങ് ഖനനത്തെകുറിച്ചാണ് ഡോക്യുമെന്ററി പ്രതിപാദിക്കുന്നത്. അതിജീവനത്തിനായി പോരാടുന്ന ഡോംഗ്രിയ ഗിരിവർഗക്കാരുടെ സവിശേഷമായ ജീവിതപരിതഃസ്ഥിതിയെയാണ് ഖനനകമ്പനിയായ വേദാന്ത തകർക്കുന്നത് എന്ന് സുമ ഈ ഡോക്യുമെന്ററിയിൽ പറയുന്നു. പരിസ്ഥിതി ലോലമായ പ്രദേശങ്ങളിൽ വസിക്കുന്ന ജനവിഭാഗങ്ങൾക്ക്, ലോലമായ ഒരുതരം ആവാസവ്യവസ്ഥയുമുണ്ട്. കാട്ടുജീവികളുടെയും മറ്റും ഉന്മൂലനം ഇങ്ങനെ സംഭവിക്കുന്നതായി നാം ചർച്ച ചെയ്യുമ്പോൾ, നിയാംഗിരിയിലെ ഉൾഖനനം തകർത്തെറിയുന്നത്, സ്വ

ന്തമായി ആവാസ വ്യവസ്ഥ രൂപീകരിച്ച് കഴിയുന്ന ഗോത്രവർഗക്കാരായ ഡോംഗ്രിയകളെയാണ്. വികസനം ഏതൊക്കെ അർഥത്തിൽ, അരികുപറ്റിയ ജീവിതത്തെ ഇല്ലാതാകുന്നു എന്ന പൊള്ളുന്ന ചോദ്യവും ആക്ടിവിസ്റ്റിന്റെ കരളുറപ്പോടെ സുമ ചോദിക്കുകയാണ്.

ഡോക്യുമെന്ററി രംഗത്ത് തന്റേതായ വ്യക്തിമുദ്ര പതിപ്പിച്ച സുമയുടെ മറ്റുചില സംവിധാന സംരംഭങ്ങളും എടുത്തുപറയേണ്ടതുണ്ട്. മുംബൈ കലാപാനന്തരം സൃഷ്ടിച്ച *ബോംബെയ്സ് ബ്ലഡ് യാത്ര* എന്ന ഡോക്യുമെന്ററി ഇത്തരത്തിലുള്ളതാണ്. കലാപത്തിന്റെ ഇരകളെ നേരിട്ടുകണ്ട്, ചോരവീണ പാതകളോട് ചോദിച്ച്, മോർച്ചറിയിൽ പോസ്റ്റുമോർട്ടം കാത്തുകിടക്കുന്ന മൃതദേഹങ്ങളെ കണ്ടാണ് സുമ ഈ ഡോക്യുമെന്ററി തയാറാക്കിയത്. മുംബൈ കലാപം അന്വേഷിച്ച ശ്രീകൃഷ്ണ കമ്മീഷന് മുന്നിൽ വലിയൊരു തെളിവായി ഈ ഡോക്യുമെന്ററി എത്തുകയും ചെയ്തു. 1994 ൽ ലാത്തൂർ ഭൂകമ്പത്തെ തുടർന്ന് സൃഷ്ടിച്ച ഡോക്യുമെന്ററിയും കരളുലയ്ക്കുന്നതായിരുന്നു. പത്രപ്രവർത്തകയാണെങ്കിലും അവർ, എഴുത്തിനേക്കാളും ദൃശ്യങ്ങൾ കാട്ടിക്കൊടുക്കാനാണ് താൽപ്പര്യമെടുത്തത്. ബാബ്റി മസ്ജിദിനും ഗുജറാത്തിനും ശേഷം അയോധ്യയിൽ നിന്നും വാരാണസിയിലേക്ക് ക്യാമറ തുറന്ന് 2003 ൽ അവർ നടത്തിയ സഞ്ചാരവും ആക്ടിവിസ്റ്റ് എന്ന നിലയിൽ അവരുടെ ഇടപെടലും രേഖപ്പെടുത്തിയ ഡോക്യുമെന്ററിയും പിന്നീടിറങ്ങി.

വയനാട് കർഷക ആത്മഹത്യയെ സൂക്ഷ്മമായി രേഖപ്പെടുത്തിയ ആദ്യ ഡോക്യുമെന്ററി സുമ സംവിധാനം ചെയ്ത *ലാസ്റ്റ് ട്രീ ഫാൾസ്* (2006) ആണ്. വാർത്തകളിലും മറ്റുമായി അധികാരികളുടെ ശ്രദ്ധയിലേക്ക് പതിയെ വന്ന വയനാട് കർഷക ദുരന്തം, ഒരു ആഘാതമാകുന്നത് ഇത്തരം ഡോക്യുമെന്ററികളിലൂടെയാണ്. വയനാടിനുശേഷം വിദർഭയിലെ കർഷക പ്രതിസന്ധികൾ ചർച്ച ചെയ്ത ഐ വാണ്ട് മൈ ഫാദർ എന്ന സുമയുടെ ഡോക്യുമെന്ററിയും ഏറെ ചർച്ചയായതാണ്.

പത്രപ്രവർത്തക, ചലച്ചിത്രകാരി എന്നിവ കൂടാതെ അറിയപ്പെടുന്ന സാഹിത്യകാരി കൂടിയാണ് സുമ ജോസൺ, നാടകങ്ങളും എഴുതിയിട്ടുണ്ട്. കവിതകളും നാടകങ്ങളും, *എ ഹാർവെസ്റ്റ് ഓഫ് ലൈറ്റ്* (നാടകസമാഹാരം), *സർക്കംഫെറൻസ്* (നാടകം) എന്നീ പുസ്തകങ്ങളും പ്രസിദ്ധീകരിച്ചു.

ഫിലിമോഗ്രാഫി

ജന്മദിനം	(1998)
സാരി	(1999)
ഗുജറാത്ത് എ ലബോറട്ടറി ഓഫ് ഹിന്ദുരാഷ്ട്ര	(2003)
നിയാംഗിരി- യു ആർ സ്റ്റിൽ എലൈവ്	
ബോംബെയ്സ് ബ്ലഡ് യാത്ര	
ലാസ്റ്റ് ട്രീ ഫാൾസ്	(2006)

കവിതയുടെ മകൾ വിപണിയുടെ സിനിമ

കവി ജാവേദ് അക്തറിന്റെയും തിരക്കഥാകൃത്ത് ഹണി ഇറാനിയുടെയും മകളായ സോയ അക്തർ, ബോളിവുഡിലെ വിപണി വിജയസിനിമയുടെ സംവിധായിക കൂടിയാണ്. *കാമസൂത്ര* അടക്കമുള്ള സിനിമകളിലും നിരവധി പരസ്യങ്ങളിലും വേഷമിട്ട സോയയുടെ ദൃശ്യമാധ്യമത്തിലേക്കുള്ള പ്രയാണം സ്വാഭാവികമായ ഒന്നു തന്നെയാണ്. തിരശീലയിലും സാഹിത്യത്തിലും സോയയുടെ കുടുംബം എക്കാലത്തും സജീവമാണ്. മുത്തച്ഛൻ ഉർദു കവി ജാൻ നിസാർ അക്തർ, സഹോദരൻ ഫർഹാൻ അക്തർ, വല്യമ്മ ശബാന ആസ്മി.... സോയയുടെ ബന്ധുബലം ഇങ്ങനെയൊക്കെയാണ്. സാഹിത്യത്തിലും സിനിമയിലും സ്വാഭാവികമായും കുട്ടിക്കാലത്തുതന്നെ സോയ പങ്കാളിത്തം വഹിച്ചതായി കാണാം. 1974 ൽ മുംബൈയിൽ ജനിച്ച സോയ, ബിരുദത്തിനുശേഷം ന്യൂയോർക്ക് ഫിലിം സ്കൂളിൽ നിന്നാണ് സിനിമാ സംവിധാനം പഠിച്ചത്.

പഠനത്തിനുശേഷം, സിനിമയിലെ മുന്നനുഭവവും കൂടി കണക്കിലെടുത്ത് ചില സംഗീത ആൽബങ്ങൾ സോയ പുറത്തിറക്കി. പ്രൈസ് ഓഫ് ബുള്ളറ്റ്സ് ഇത്തരത്തിൽ

സോയ അക്തർ

ഏറെ ശ്രദ്ധ നേടിയ ആൽബമാണ്. *ബോംബെ ബോയ്സ്, കാമസൂത്ര* തുടങ്ങിയ സിനിമകളിൽ സംവിധാന സഹായിയായി തുടങ്ങിയ സോയ, സഹോദരൻ ഫർഹാൻ അക്തറിന്റെ *ദിൽ ചാഹ്ത്താഹെ, ലക്ഷ്യ* എന്നീ സിനിമകളുടെയും സഹസംവിധായികയായി. ഇതോടൊപ്പം *ഹണി മൂൺ ട്രാവൽസ് പ്രൈവറ്റ് ലിമിറ്റഡ്, ലക്ഷ്യ,* തുടങ്ങിയ സിനിമകളുടെ നിർമാണപങ്കാളിയുമായി.

2009 ലാണ് സോയയുടെ ആദ്യ സിനിമ *ലക്ക് ബൈ ചാൻസ്* പുറത്തിറങ്ങിയത്. വിപണിയിൽ കാര്യമായ ചലനമുണ്ടാക്കാത്ത സിനിമയിൽ മുഖ്യവേഷത്തിലഭിനയിച്ചത് സഹോദരൻ ഫർഹാൻ അക്തറും കൊങ്കണാ സെന്നുമാണ്. നിർമാണവും ഫർഹാൻ തന്നെ. റിഷി കപൂർ, ഡിമ്പിൾ കപാഡിയ, ജൂഹി ചാവ്ല, ഹ്രിതിക് റോഷൻ, ഇഷാ ഷെർവാണി തുടങ്ങിയ നീണ്ട താരനിരയും സിനിമയിലുണ്ട്. ബോളിവുഡ് നടനാകാൻ കൊതിച്ച് മുംബൈയിൽ എത്തുന്ന വിക്രം ജയ്സിങ്ങിന്റെ അനുഭവത്തിലൂടെയാണ് ലക്ക് ബൈചാൻസ് മുന്നേറുന്നത്. ഷാരൂഖ്, അമീർ തുടങ്ങിയ ഖാൻമാരെയും അഭിഷേക് ബച്ചൻ, കരീന കപൂർ തുടങ്ങിയ ഡസനിലധികം ബോളിവുഡ് താരങ്ങളെയും സിനിമയിൽ അതിഥി താരങ്ങളായി സോയ അണിനിരത്തുന്നുണ്ട്. എന്നാൽ അതിനു തക്ക വിപണി വിജയം ഈ സിനിമ, തിരിച്ചു നൽകിയില്ല. സോയയുടെ തിരക്കഥയുടെയും സംവിധാനത്തിന്റെയും മികവ് ഈ സിനിമയിൽ എല്ലാവരും എടുത്തുപറഞ്ഞുവെങ്കിലും, ബോളിവുഡിനെ ആത്മവിമർശനപരമായി നോക്കിക്കണ്ട രീതി, ഹിന്ദി പ്രേക്ഷകർക്ക് അത്ര രുചിച്ചില്ല എന്നു വേണം കരുതാൻ.

എന്നാൽ സോയയുടെ രണ്ടാമത്തെ ചിത്രമായ *സിന്ദഗി ന മിലേഗി ഡോബാര* (2011) വലിയ വിപണി വിജയവും കൂടിയായി. ബോളിവുഡിന്റെ എല്ലാ വിജയക്കൂട്ടുകളും പാലിച്ച് നിർമിച്ച ഈ സിനിമയും നിർമിച്ചത് സഹോദരൻ ഫർഹാൻ അക്തർ തന്നെയാണ്. ഹ്രിതിക് റോഷൻ, അഭയ് ദിയോൾ, ഫർഹാൻ അക്തർ, കത്രീന കൈഫ് തുടങ്ങിയവർ വേഷമിട്ടു. സ്പെയിനിലും ഈജിപ്തിലുമായി ചിത്രീകരിച്ച സിനിമ 55 കോടി ചെലവിലാണ് നിർമിച്ചത്.

സ്കൂൾ കാലത്തെ സുഹൃത്തുക്കളായ അർജുനും കബീറും ഇമ്രാനും സ്പെയിനിലേക്ക് ഒരു അവധിക്കാല യാത്ര പോകുന്നു. ജോലിത്തിരക്കുള്ള അർജുൻ ആദ്യം വിസമ്മതിച്ചുവെങ്കിലും കൂട്ടുകാരുടെ നിർബന്ധത്തിന് വഴങ്ങുന്നു. പക്ഷേ, ആ അവധിക്കാല യാത്ര മൂവർക്കും വെറും യാത്ര മാത്രമായിരുന്നില്ല. തന്റെ പിതാവിന്റെ വേരുകൾ തേടിയാണ് ഇമ്രാൻ സ്പെയിനിലേക്ക് പുറപ്പെട്ടത്. അവിടെ ബീച്ചിൽ കണ്ട സുന്ദരിയുമായി അയാൾ സല്ലപിക്കുന്നത് കൂട്ടുകാരെ അസൂയപ്പെടുത്തുന്നുണ്ടെങ്കിലും, സൗഹൃദങ്ങൾക്കിടയിലുണ്ടായ അപ്രതീക്ഷിത സംഭവങ്ങൾ കാര്യങ്ങൾ മാറ്റിമറിക്കുന്നു.

കഥകൾ മനോഹരമായി ഇതൾ വിരിയുന്ന സുന്ദരമായ തിരക്കഥ

എന്നാണ് സോയയുടെ ഈ സിനിമയെപ്പറ്റി *ടെലഗ്രാഫ്* പത്രം വിശേഷിപ്പിച്ചത്. പ്രണയവും അതിന്റെ അനുയാത്രയും സ്ത്രീകളെപ്പോലെ ഇത്ര സുന്ദരമായി ആവിഷ്കരിക്കാൻ ആണുങ്ങൾക്ക് ഒരിക്കലും കഴിയില്ല എന്നാണ് ഈ സിനിമ കണ്ടിറങ്ങിയ സിനിമാ നിരൂപക കാവേരി ബംസായി *ഇന്ത്യാ ടുഡെ*യിൽ കുറിച്ചത്.

അമീർഖാന്റെ നിർമാണത്തിൽ റീമാ കാഗ്തി സംവിധാനം ചെയ്ത *തലാഷിന്* തിരക്കഥയൊരുക്കിയതും സോയ അക്തറാണ്. അമിറും റാണി മുഖർജിയും കരീന കപൂറും മുഖ്യവേഷത്തിലെത്തിയ സിനിമ, സോയയുടെ തിരക്കഥയിലും ഏറെ ശ്രദ്ധേയമായി. കൈസാദ് ഗുസ്താദ് സംവിധാനം ചെയ്ത കോമഡി ചിത്രം *ബോംബെ ബോയ്സ്,* സഹോദരൻ ഫർഹാൻ അക്തർ സംവിധാനം ചെയ്ത സൂപ്പർ ഹിറ്റ് ചിത്രം *ദിൽ ചാഹ്താ ഹെ, ലക്ഷ്യ* തുടങ്ങിയ സിനിമകളുടെ സഹസംവിധാനവും സോയ നിർവഹിച്ചു.

"ഞാൻ പൂർണമായും അച്ഛനെപ്പോലെ ആകാനാണ് ആഗ്രഹിക്കുന്നത്. അമ്മ എല്ലാത്തിലും അതിശ്രദ്ധയുള്ള സ്ത്രീയാണ്. എന്നാലും എനിക്ക് അച്ഛനായാൽ മതി. കൂടുതൽ യാഥാർഥ്യ ബോധത്തോടെ കാര്യങ്ങളെ സമീപിക്കാനും അറിയാനും എനിക്ക് അച്ഛന്റെ വഴിയാണ് തുണ. അതുകൊണ്ടു തന്നെയാണ് ആത്മീയതയുമായി ബന്ധപ്പെട്ട കാര്യങ്ങളിൽ എനിക്ക് വലിയ താൽപ്പര്യമില്ലാത്തത്. അതേസമയം പ്രശസ്തിയുടെ മുഖ്യധാരയിൽ വരാൻ എനിക്ക് വലിയ മടിയാണ്. അമ്മയുടേതുപോലുള്ള അത്തരം ഉൾവലിയലുകളെ- അന്തർമുഖത്വത്തെ ഞാൻ ഏറെ ഇഷ്ടപ്പെടുന്നു. അച്ഛനേക്കാളും അമ്മയിൽ ഞാൻ കാണുന്ന ഇഷ്ടം, ഒരുപക്ഷേ, ആ അന്തർമുഖത്വം മാത്രമായിരിക്കും"-ഒരു ഇന്റർവ്യൂവിൽ സോയ അക്തർ അച്ഛനും അമ്മയും തനിക്കെന്താണ് എന്ന് വിലയിരുത്തിയതിങ്ങനെ.

ഫിലിമോഗ്രാഫി

ലക്കി ബൈ ചാൻസ്	(2009)
സിന്ദഗി ന മിലേഗി ദോബാര	(2011)
ബോംബേ ടാക്കീസ്	(2013)

കാറന്ത് വഴി നടത്തിയ സിനിമാ ചിന്തകൾ

സിനിമയിലും ജീവിതത്തിലും ഭർത്താവ് ബി വി കാറന്തിന്റെ അനുഗാമിയായ പ്രേമാ കാറന്ത് കലാജീവിതം തുടങ്ങുന്നതും, ഭർത്താവ് കാറന്തിന്റെ ചുവടുകൾ പിടിച്ചാണ്. 1936 ൽ കർണാടകയിലെ ഭദ്രാവതിയിലാണ് പ്രേമ ജനിച്ചത്. ദാരിദ്ര്യം വഴിനടത്തിയ ബാല്യം; രക്ഷിതാക്കൾ ചെറുപ്പത്തിലേ മരിച്ചു. തുടർന്ന് ബന്ധുക്കളുടെ സഹായത്തോടെ പ്രേമ ഭദ്രാവതിയിൽനിന്നും ബംഗളൂരിലേക്ക് അധ്യാപക പരിശീലനകോഴ്സിന് ചേരാൻ പോകുന്നു. കോഴ്സ് പൂർത്തിയാക്കി ബംഗളൂരിൽത്തന്നെ അധ്യാപികയായി ജോലി നോക്കുന്നു. കുട്ടികളുടെ സാരോപദേശ കഥകൾ നാടകരൂപത്തിലും മറ്റും അവതരിപ്പിച്ച് അവർ സ്കൂൾ അധികൃതരുടെ പ്രിയങ്കരിയായി. ഇക്കാലത്താണ് കന്നട പരീക്ഷണ നാടകസങ്കേതത്തിന്റെ തുടക്കക്കാരനും പിന്നീട്, കന്നഡ സമാന്തര സിനിമാ പ്രസ്ഥാനത്തിന്റെ നായകനുമായ ബി വി കാറന്തിനെ പ്രേമ പരിചയപ്പെടുന്നത്. ആ പരിചയപ്പെടൽ, അവരുടെ ജീവിതത്തിൽ എല്ലാം കൊണ്ടും വലിയ വഴിത്തിരി

പ്രേമാ കാറന്ത്

വായി. 1958 ൽ കാറന്തിന്റെ ജീവിതസഖിയായി പ്രേമ, ബനാറസിലേക്ക് താമസം മാറ്റി.

ഇക്കാലത്താണ് നാടകത്തെക്കുറിച്ചും മറ്റും ഭർത്താവിൽനിന്നും കൂടുതൽ അറിയുന്നത്. ഡൽഹി നാഷണൽ സ്കൂൾ ഓഫ് ഡ്രാമയിൽ നിന്നും പകർന്നുകിട്ടിയ അനുഭവങ്ങളുടെ വെള്ളിവെളിച്ചത്തിൽ കാറന്ത്, കന്നഡ സിനിമയിലും അരങ്ങിലും പരീക്ഷണങ്ങൾ കാട്ടിത്തുടങ്ങി. ഇതിനൊപ്പം ചേർത്തുവയ്ക്കാനുള്ള ഈടുവയ്പുകൾക്കായി, വൈകാതെ പ്രേമയും സ്കൂൾ ഓഫ് ഡ്രാമയിൽ ചേർന്നു. ഇക്കാലത്ത് ഓംപുരി, സായ് പരഞ്ച്പെ തുടങ്ങിയവർ സഹപാഠികളായി സ്കൂൾ ഓഫ് ഡ്രാമയിലുണ്ടായിരുന്നു.

ഡൽഹി അരബിന്ദോ സ്കൂളിൽ അധ്യാപികയായി ചേർന്നുകൊണ്ടാണ്, അക്കാലത്ത് പ്രേമ കലാപ്രവർത്തനം തുടർന്നത്. സ്കൂൾ ടീച്ചറായിരിക്കുമ്പോൾത്തന്നെ കുട്ടികൾക്കായി നാടകം തയാറാക്കുന്നതിൽ പ്രേമ, പുതിയ വഴികൾ കണ്ടെടുത്തു. *ഹെഡ്ഡായന, ദൈത്യ, ബന്ത ബന്ത ഗുണവന്ത, നക്കല രാജകുമാരി, നിരുപമ, ഷെട്ടി കഥെ* തുടങ്ങിയ നാടകങ്ങൾ സ്കൂൾ ഓഫ് ഡ്രാമയിൽ ചേരുന്നതിനു മുമ്പുതന്നെ പ്രേമ കുട്ടികൾക്കായി സമ്മാനിച്ചു. ഇതോടൊപ്പം പരീക്ഷണ നാടകങ്ങളുടെ വസ്ത്രാലങ്കാരത്തിലും അവർ അന്യാദൃശമായ മികവ് പ്രകടിപ്പിച്ചു. പ്രശസ്തമായ *ഹയവദന, ഈഡിപ്പസ്, ഒഥല്ലോ, കിങ്ലിയർ, ചെ ഗുവേര, മാക്ബെത്ത്, ദർത്തി ദേശ് പഞ്ചാബ് ദി* (പഞ്ചാബി), *ചന്ദ്രഗുപ്ത, സ്കന്ദഗുപ്ത* (ഹിന്ദി) തുടങ്ങിയ നൂറ്റിഇരുപതോളം നാടകങ്ങൾക്ക് അവർ വസ്ത്രാലങ്കാരം ചെയ്തു. സ്കൂൾ ഓഫ് ഡ്രാമയിലെ പഠനത്തിനുശേഷം വസ്ത്രാലങ്കാരത്തിലൂടെ തന്നെയാണ് അവർ സിനിമാ ലോകത്തെത്തുന്നതും.

ജി വി അയ്യരുടെ *ഹംസഗീതെ* എന്ന ചിത്രത്തിൽ വസ്ത്രാലങ്കാരം ഏറ്റെടുത്തത് യാദൃച്ഛികമായിരുന്നുവെങ്കിലും, പിന്നീട് കലാസംവിധായിക എന്ന നിലയിലും സംവിധായിക എന്ന നിലയിലും കലാജീവിതം ഉറപ്പിച്ചു നിർത്താൻ അതൊരു മികച്ച തുടക്കമായി. *കുദ്രെമൊട്ടെ* (1977) തുടങ്ങിയ സിനിമകളിൽ അവരുടെ കലാസംവിധാനം ഏറെ ശ്രദ്ധിക്കപ്പെട്ടു. എം കെ ഇന്ദിരയുടെ നോവലിനെ അടിസ്ഥാനമാക്കി എടുത്ത *ഫനിയമ്മ*യാണ് (1983) പ്രേമയുടെ കന്നി സംവിധാന സംരംഭം. ചെറുപ്പത്തിലേ വൈധവ്യം ഏറ്റുവാങ്ങേണ്ടി വന്ന പെൺകുട്ടിയുടെ കഥയാണ് *ഫനിയമ്മ*. തന്റെ സിനിമകളുടെ ചിന്താധാര എന്തായിരിക്കണം, എങ്ങനെയായിരിക്കണം എന്ന് ചൂണ്ടിക്കാണിക്കുകയാണ് *ഫനിയമ്മ* എന്ന ആദ്യസിനിമയിലൂടെ പ്രേമ ചെയ്തത്. എൽ വി ശാരദാ റാവു ഫനിയമ്മയായി എത്തിയ സിനിമയിൽ ബി വി കാറന്താണ് സംഗീതം നിർവഹിച്ചത്. രാജ്യാന്തര ചലച്ചിത്രോത്സവത്തിൽ മികച്ച കന്നട സിനിമയ്ക്കുള്ള അവാർഡ് നേടിയ സിനിമ, മാൻഹട്ടൺ ചലച്ചിത്രോത്സവത്തിലും പ്രദർശിപ്പിച്ചു.

ആചാരനിബദ്ധമായ ഗ്രാമീണ ഇന്ത്യയിൽ, വൈധവ്യത്തെ ഒരു ശാപാവസ്ഥയായി കാണുന്നതിന്റെ ദൈന്യതയാണ് ഫനിയമ്മ പകർത്തിയത്. മലെനാടുവിലെ കൂട്ടുകുടുംബത്തിലാണ് ഫനിയമ്മ കഴിയുന്നത്. ആ വീട്ടിൽ എത്രപേരുണ്ടെന്ന കാര്യംപോലും ആർക്കും അറിയില്ല. സ്ഥലത്തെ വലിയ ഭൂവുടമകളാണ് ഫനിയമ്മയുടെ വീട്ടുകാർ. എന്നാൽ വീട്ടിലെ പെണ്ണുങ്ങൾ അടിമകളെപ്പോലെ അടുക്കളയിൽ നീറിജീവിക്കുന്നവരാണ്. മൈസൂർ സംസ്ഥാനത്തുനിന്ന് കത്തുകൾ എത്തിച്ച് നാട്ടിൽ വിതരണം ചെയ്യാൻ അധികാരമുള്ള അഞ്ചുമനെ വീട് കൂടിയാണത്. ഒമ്പതാംവയസിൽ അഞ്ചുമനെ വീട്ടിൽ നഞ്ചുണ്ടയുടെ ഭാര്യയായാണ് ഫനിയമ്മ ആ വീട്ടിൽ എത്തുന്നത്. കല്യാണത്തിന്റെ അന്ന് മാത്രമെ ഫനിയമ്മ ഭർത്താവിനെ കണ്ടിട്ടുള്ളൂ. പിന്നീട്, രാജവെമ്പാലയുടെ കടിയേറ്റ് മരിച്ച മൃതദേഹമായി അവൾ, നഞ്ചുണ്ടയെ കാണുന്നു.

കുപ്പിവളകൾ തല്ലിയൊടിച്ച് വെള്ള വസ്ത്രം ധരിപ്പിച്ച് വീട്ടിൽ തടവിലിട്ട ഫനിയമ്മയെ, വിധവയായ ഫനിയമ്മയെ, പ്രായപൂർത്തിയായതിന്റെ നാലാം നാൾ ബന്ധുക്കൾ മൊട്ടയടിപ്പിക്കുന്നു. അവിടെ നിന്നുമാണ് ഫനിയമ്മയുടെ ജീവിതം തുടങ്ങുന്നത്. 108 വയസുവരെ ജീവിച്ച ഫനിയമ്മ, ഏകാന്തമായ തുരുത്തിൽ തന്റേതായ ശരികളുമായി ജീവിച്ചു. ആ വലിയ വീട്ടിൽ അവർക്ക് യാതൊരു ആഗ്രഹങ്ങളുമില്ല. എല്ലാവരോടും അവർക്ക് സ്നേഹം മാത്രം. ഒരനിഷ്ടവും അവർ ജീവിതത്തിൽ രേഖപ്പെടുത്തിയില്ല. ഒരിക്കൽ താഴ്ന്ന ജാതിയിലെ യുവ വിധവയെ, വീട്ടുകാർ ബലാൽക്കാരമായി തല മൊട്ടയടിപ്പിക്കുന്നതിൽനിന്നും ഫനിയമ്മ രക്ഷിക്കുന്നുണ്ട്. ഇന്ത്യയിലെ സവർണ വീടുകളിൽ, വിശേഷിച്ച്, കർണാടകത്തിലെ ബ്രാഹ്മണഗൃഹങ്ങളിൽ ഇപ്പോഴും ഫനിയമ്മമാർ ജീവിച്ചിരിപ്പുണ്ട് എന്ന് ഓർമിപ്പിച്ചുകൊണ്ടാണ് ചിത്രവും നോവലും അവസാനിക്കുന്നത്.

കുട്ടികളുടെ തിയേറ്ററിൽനിന്നും ഊർജം ഉൾക്കൊണ്ട് പ്രേമ തയാറാക്കിയ അടുത്ത ചിത്രമാണ് *നക്കല രാജകുമാരി* (1989). ചന്ദ്രശേഖർ, രാഗിണി, എൽ വി ശാരദാ റാവു, അനന്ത്നാഗ്, സി ആർ സിംഹ, കാശിനാഥ് തുടങ്ങിവർ വേഷമിട്ടു. ബി വി കാറന്തു തന്നെയാണ് ഇതിന്റെയും സംഗീതസംവിധാനം നിർവഹിച്ചത്.

1997 ൽ *ബന്ദ് സൊറൊക* എന്ന ഹിന്ദി സിനിമയും പ്രേമ സംവിധാനം ചെയ്തു. മലയാളിയായ മധു അമ്പാട്ടാണ് ഇതിന് ക്യാമറ ചലിപ്പിച്ചത്. ശശി ദേശ് പാണ്ഡെയുടെ *ദ ഡാർക്ക് ഹോൾഡ്സ് നോ ടെറർ* എന്ന നോവലിനെ അടിസ്ഥാനമാക്കിയാണ് പ്രേമ ഈ സിനിമയെടുത്തത്. സൊണാലി കുൽക്കർണി, തുഷാർ ദാൽവി, ഗുൽഷാൻ ഗ്രോവർ, രതി അഗ്നിഹോത്രി, അതുൽ കുൽക്കർണി തുടങ്ങിയവർ ഈ സിനിമയിൽ വേഷമിട്ടു. ഉയർന്ന ജോലിയും കുടുംബപശ്ചാത്തലവുമുള്ള നഗര മധ്യവർഗ കുടുംബങ്ങളിൽ പെണ്ണ് എന്താണ് എന്ന ചോദ്യമാണ് ഈ ഹിന്ദി

സിനിമയിലൂടെ പ്രേമ ചോദിച്ചത്. മുംബൈയിൽ ഡോക്ടറായ സരിത, നാട്ടിലുള്ള അമ്മ മരിച്ചതറിഞ്ഞ് വീട്ടിലെത്തുകയാണ്. കാലങ്ങളായി വീട്ടിലേക്ക് വരാത്ത, അവർക്ക് അമ്മയുടെ മരണം അതിന് അവസരമൊരുക്കുന്നു. നാട്ടിലെത്തിയപ്പോഴാണ്, തന്റെ ദാമ്പത്യം വലിയൊരു പച്ചക്കള്ളമാണെന്ന സത്യം സരിത തിരിച്ചറിയുന്നത്. ഇതിനൊപ്പം തന്റെ കുട്ടിക്കാലത്ത് വീട്ടിൽവച്ചുണ്ടായ അനുഭവങ്ങളുടെ നടുക്കുന്ന ഓർമകളും, പെണ്ണ് എന്ന അർഥത്തിൽ അവരെ പൊള്ളിക്കുന്നു. ജീവിതത്തിലെ പൊള്ളിക്കുന്ന യാഥാർഥ്യങ്ങൾ വിടാതെ പിന്തുടരുന്നതിൽ ഖിന്നയാണ് അവരെങ്കിലും, ജീവിച്ചു കാണിക്കാൻ തന്നെയാണ് അവരുടെ തീരുമാനം.

ലക്ഷ്മി കടാക്ഷ, അബ്ബുള്ള ഗോപാല തുടങ്ങിയ സിനിമകളും പ്രേമ സംവിധാനം ചെയ്തിട്ടുണ്ട്. *മണിപ്പൂർ – ദ ലാന്റ് ഓഫ് ജുവൽസ്, ആപ് ക്യോ, സ്വപ്ന ഹുവി സകാർ, ചലോ ഹംബി സുഖി ബനേ, വിക്രാന്ത് മൈ ഫ്രണ്ട്, ആർ നാഗരത്നമ്മ* തുടങ്ങിയ ഡോക്യുമെന്ററികളും പ്രേമ സംവിധാനം ചെയ്തു.

കുട്ടികളുടെ നാടക-സിനിമാ സങ്കേതങ്ങളിലെ പുതുവഴി നടത്തമാണ് പ്രേമയുടെ സിനിമകളെയും നാടകങ്ങളെയും വ്യത്യസ്തമാക്കുന്നത്. കുട്ടിക്കാലത്തെ കടുത്ത ദാരിദ്ര്യവും ഏകാന്തതയും അവരെ കാര്യങ്ങളെ വേറിട്ട് ചിന്തിക്കുന്ന കലാകാരിയാക്കിയിട്ടുണ്ടാകും. ക്ഷയം ബാധിച്ച് കിടപ്പിലായ അമ്മ, തന്നെ സ്പർശിക്കുന്നതിൽ നിന്നുപോലും മക്കളെ വിലക്കിയ കുട്ടിക്കാലത്തെക്കുറിച്ച് പ്രേമ ഓർക്കുന്നുണ്ട്. ക്ഷയം അക്കാലത്ത് അത്രയ്ക്കും മാരകമായ പകർച്ചവ്യാധിയായാണ് അവിടുള്ളവർ കണ്ടത്. അത്തരം കെടുതികളുടെ കുട്ടിക്കാലത്തുനിന്നാണ് അവർ ജീവിതത്തിലേക്ക് പിച്ചവെച്ചു നടന്നത്. 'ബേനക മക്കള നാടകകേന്ദ്ര' എന്ന പേരിൽ കുട്ടികൾക്കായി നാടകപരിശീലന കേന്ദ്രവും പ്രേമ തുടങ്ങി. ഗണിതശാസ്ത്രത്തിലെ പാഠങ്ങൾവരെ നാടകമാക്കി കുട്ടികളെ എളുപ്പം പഠിപ്പിക്കാം എന്നാണ് പ്രേമ അധ്യാപികയായിരുന്നപ്പോൾ പറയാറ്.

ജീവിതത്തിലെ പച്ചയായ യാഥാർഥ്യങ്ങൾ നേരിട്ടുവന്ന പ്രേമ, വിവാഹം വേണ്ടെന്നുവച്ചാണ് ആദ്യകാലത്ത് കലാപ്രവർത്തനവും അധ്യാപകജീവിതവും മുന്നോട്ടുകൊണ്ടുപോയത്. എന്നാൽ കാറന്തിന്റെ കലാലോകം, അവരെ മാറ്റിച്ചിന്തിപ്പിച്ചു. കന്നഡയിലെയും ഹിന്ദിയിലെയും നവതരംഗ സിനിമാ–നാടകപ്രസ്ഥാനത്തിന്റെ ആചാര്യൻ കൂടിയായ കാറന്തിനെക്കുറിച്ച് (1929–2002) വിശദമായ പഠനവും പ്രേമ എഴുതിയിട്ടുണ്ട്. ബി വി കാറന്ത് പ്രതിസ്ഥാന എന്ന പേരിൽ ട്രസ്റ്റ് രൂപീകരിച്ച് സിനിമാ–നാടക പഠനകേന്ദ്രവും സ്ഥാപിച്ചു. ഇതിന്റെ പ്രവർത്തനങ്ങൾക്കിടെ 2007 ഒക്ടോബർ 29 നാണ് പ്രേമ അന്തരിക്കുന്നത്.

ഫിലിമോഗ്രാഫി

ഫനിയമ്മ (1983)
നക്കല രാജകുമാരി (1989)
ബന്ദ് സൊറൊക (1997)
ലക്ഷ്മി കടാക്ഷ
അബ്ദുള്ള ഗോപാല
മണിപ്പൂർ - ദ ലാന്റ് ഓഫ് ജുവൽസ്
ആപ്ക്യോ, സ്വപ്ന ഹുവി സകാർ,
ചലോ ഹംബി സുഖി ബനേ,
വിക്രാന്ത് മൈ ഫ്രണ്ട്,
ആർ നാഗരത്നമ്മ

ഗിന്നസിന്റെ സ്വന്തം വിജയ

തെലുങ്ക്, മലയാളം, തമിഴ് അഭിനേത്രിയും ഗായികയുമായ വിജയ നിർമല സംവിധാനത്തിന്റെ പേരിൽ ഗിന്നസ് ബുക്കിൽ പേരു വന്ന കലാകാരിയാണ്. ഏറ്റവും കൂടുതൽ സിനിമ സംവിധാനം ചെയ്ത (47 എണ്ണം) റെക്കോർഡിനുടമയാണ് വിജയ നിർമല. ബാലനടിയായി സിനിമയിലെത്തിയ വിജയയുടെ സിനിമകൾ പതിവ് വാണിജ്യഫോർമുലയിൽ നിന്നും കാര്യമായി വ്യത്യാസമുള്ളവയല്ല. നായികയായി അവർ അരങ്ങേറിയത് ബഷീറിന്റെ പ്രശസ്തമായ *ഭാർഗവീ നിലയം* (1964) എന്ന സിനിമയിലൂടെയാണ്. വിൻസെന്റിന്റെയും കന്നി സിനിമയായ *ഭാർഗവീ നിലയ*ത്തിൽ നീലവെളിച്ചത്തിൽ ഒഴുകി വരുന്ന ഏകാന്തതയിലെ അജ്ഞാത സുന്ദരിയായി വിജയ ഹരിശ്രീ കുറിച്ചു. കറുപ്പിലും വെളുപ്പിലും അവർ ബാക്കിവച്ച തിരശ്ശീലാ സ്വപ്നങ്ങൾ പഴയ തലമുറയുടെ മനസിൽ ഇപ്പോഴും നീലവെളിച്ചമായി പരന്നൊഴുകുന്നു. ഏറെയും തെലുങ്കിലാണ് സംവിധാനം നിർവഹി

വിജയ നിർമല

ച്ചതെങ്കിലും കവിത (1973) എന്ന മലയാള സിനിമയിലൂടെയാണ് വിജയ നിർമല സംവിധാനരംഗത്തേക്ക് കടന്നുവന്നത്. അവർതന്നെ നായികയായ *കവിത*യിൽ കെ പി ഉമ്മറാണ് നായകനായത്. അടൂർ ഭാസി, തിക്കുറിശ്ശി, കവിയൂർ പൊന്നമ്മ, മീന, വിൻസെന്റ് തുടങ്ങിയവരും വേഷമിട്ടു. സംഗമം പിക്ചേഴ്സാണ് നിർമാണം. ഷെരീഫ് തിരക്കഥയെഴുതി. ഗോപികൃഷ്ണ ക്യാമറയേന്തി. കെ രാഘവൻ സംഗീതം നൽകിയ കവിതയിലെ പാട്ടുകൾ പി ഭാസ്കരനും പൂവച്ചൽ ഖാദറുമാണ് എഴുതിയത്. യേശുദാസും പി സുശീലയും എസ് പി ബാലസുബ്രഹ്മണ്യവുമായിരുന്നു ഗായകർ. *ഭാർഗവീനിലയം* കൂടാതെ *റോസി* (പി എൻ മേനോൻ), *കല്യാണ രാത്രികൾ* (എം കൃഷ്ണൻനായർ), *പൂച്ചക്കണ്ണി* (പുട്ടണ്ണ), *പൂജ* (പി കർമ്മചന്ദ്രൻ), *കറുത്ത പൗർണമി* (എം നാരായണൻ), *മിസ്റ്റർ കേരള* (ജി വിശ്വനാഥ്), *നിശാഗന്ധി* (എ എൻ തമ്പി), *വിവാഹം സ്വർഗത്തിൽ* (ജെ ഡി തൊട്ടാൻ), *ആന വളർത്തിയ വാനമ്പാടിയുടെ മകൻ* (പി സുബ്രഹ്മണ്യൻ), *കളിപ്പാവ* (എ ബി രാജ്), *പോസ്റ്റുമാനെ കാണാനില്ല, പുന്നാപുരംകോട്ട, തേനരുവി, ദുർഗ* (കുഞ്ചാക്കോ), *പുള്ളിമാൻ* (ഇ എൻ ബാലകൃഷ്ണൻ), *കാറ്റുവിതച്ചവർ* (സുവി), *അരമന രഹസ്യം* (നാഗആഞ്ജനേയലു), *ഭകണലും കലക്കുറും* (എം എം നേശൻ) തുടങ്ങിയ മലയാളസിനിമകളിലൂടെ വിജയ നിർമല ദക്ഷിണേന്ത്യൻ സിനിമയിലെ പ്രണയനായികയായി.

ഏഴാം വയസിൽ *പാണ്ഡുരംഗ മഹാത്മ്യം* എന്ന തെലുങ്ക് ചിത്രത്തിൽ ബാലനടിയായാണ് വിജയ നിർമല വെള്ളിത്തിരയിലെത്തുന്നത്. തുടർന്ന് ഭാർഗവീനിലയത്തിൽ അജ്ഞാതസുന്ദരിയായതോടെ ദക്ഷിണേന്ത്യൻ സിനിമയിൽ വിജയ നിർമല സ്ഥിരം നായികാസ്ഥാനം ഊട്ടിയുറപ്പിച്ചു. *രംഗുല രത്നം* എന്ന ചിത്രത്തിലൂടെ തെലുങ്കിലും നായികയായി. തമിഴിൽ *എങ്ക വീട്ടു പെൺ* എന്ന ചിത്രമാണ് അവരുടെ കന്നിചിത്രം. ഇതിനിടയിൽ, തെലുങ്ക് സൂപ്പർ താരം കൃഷ്ണയുമായി പരിചയപ്പെടുകയും അദ്ദേഹവുമായി അമ്പതോളം സിനിമയിലും തുടർന്ന് ജീവിതത്തിലും നായികയുമായി. മലയാളത്തിൽ പ്രേംനസീർ- ഷീല കൂട്ടുകെട്ട് പോലെ തെലുങ്കിൽ വിജയനിർമല- കൃഷ്ണ കൂട്ടുകെട്ട് നിത്യഹരിതമായി മുന്നേറി. *സാക്ഷി* (1967) എന്ന സിനിമയിലൂടെയാണ് കൃഷ്ണയുടെ നായികയായി വിജയ അരങ്ങേറുന്നത്. മൂന്നുഭാഷകളിലായി ഇരുന്നൂറിലധികം ചിത്രത്തിൽ വേഷമിട്ട വിജയ നിർമല, ഇരുപത്തഞ്ചോളം സിനിമകളിൽ തമിഴിലും മലയാളത്തിലും നായികയായി. ഇതിനിടയിൽ വിജയകൃഷ്ണ എന്ന പേരിൽ നിർമാണ കമ്പനി തുടങ്ങി. പതിനഞ്ചോളം സിനിമകൾ ഈ കമ്പനി നിർമിച്ചു. തമിഴിൽ എം ജി ആറിനൊപ്പം നായികയായ *പാനമാ പാശമാ, എൻ അണ്ണൻ*, ശിവാജി ഗണേശന്റെ നായികയായി *ജ്ഞാനൊളി* തുടങ്ങിയവ എല്ലാക്കാലത്തെയും ഹിറ്റായി തുടരുന്നു.

*കവിത*യുടെ റീമേക്കായ *മീന* എന്ന ചിത്രമാണ് തെലുങ്കിൽ അവരു

ടെ കന്നി സംവിധാനസംരംഭം. തമിഴിൽ *കുങ്കുമച്ചിമിഴി* എന്ന സിനിമയും വിജയ നിർമല സംവിധാനം ചെയ്തു.

തെലുങ്ക് സിനിമയ്ക്കുള്ള സമഗ്ര സംഭാവന പരിഗണിച്ച് അവരെ 2008 ൽ രഘുപതി രംഗയ്യ അവാർഡ് നൽകി ആന്ധ്ര സർക്കാർ ആദരിച്ചു. ഹൈദരാബാദിലെ പത്മാലയ സ്റ്റുഡിയോയും പത്മാലയ ടെലിഫിലിംസ് ലിമിറ്റഡും വിജയ നിർമലയുടെ ഉടമസ്ഥതയിലാണ് തുടങ്ങിയത്.

എൺപതുകളുടെ തെലുങ്ക് സൂപ്പർ സ്റ്റാർ കൃഷ്ണയുമായുള്ള വിജയയുടെ ദാമ്പത്യബന്ധവും സിനിമപോലെതന്നെ മനോഹരമായിരുന്നു. ഇരുവരുടെയും രണ്ടാം വിവാഹമായിരുന്നു അത്. വെള്ളിത്തിരയിൽ നിറഞ്ഞാടിയ ആ നായികാനായകന്മാർ ജീവിതത്തിലും ഒന്നിച്ചത് ആരാധകർ ഏറെ സന്തോഷത്തോടെ ആഘോഷിച്ചു. മുന്നൂറിലധികം സിനിമകളിൽ നായകനായ കൃഷ്ണ, എൻ ടി ആർ കഴിഞ്ഞാൻ ആന്ധ്രയിലെ ഏറ്റവും ജനപ്രിയ നായകനാണ്. കോൺഗ്രസ് എം പി കൂടിയായിരുന്ന കൃഷ്ണയെ പത്മഭൂഷണും നൽകി രാജ്യം ആദരിച്ചു. വിജയയുടെ ആദ്യ വിവാഹത്തിലെ മകൻ നരേഷും തെലുങ്കിലെ പ്രമുഖ നടനാണ്.

വിപണിയുടെ വഴക്കങ്ങളിൽനിന്നും വേറിട്ട സ്ഥാനമൊന്നും വിജയ നിർമലയുടെ സിനിമകൾക്ക് നൽകാനാകില്ല. എങ്കിലും സംവിധായികയാകുക എന്ന ഭാരിച്ച ഉത്തരവാദിത്വം, അക്കാലത്ത് ഏറ്റെടുക്കുക എന്നതു തന്നെ വലിയ ധീരതയാണ്. ആ ധീരതയിൽ, പെൺപ്രശ്നങ്ങൾ കേന്ദ്രകഥാപാത്രമാക്കി ചില ചിത്രങ്ങൾ വിജയ സംവിധാനം ചെയ്തിട്ടുമുണ്ട്. ആ അർഥത്തിൽ, ഏറ്റവും കൂടുതൽ സിനിമകൾ സംവിധാനം ചെയ്ത ഇന്ത്യൻ സംവിധായിക എന്ന അർഥത്തിലെങ്കിലും വിജയ നിർമലയുടെ സ്ഥാനം പ്രഥമഗണനീയം തന്നെയാണെന്ന് പറയാം.

ഭാനുമതി എന്ന സകലകലാവല്ലഭ

നടി, സംവിധായിക, നിർമാതാവ്, ഗായിക, സംഗീത സംവിധായിക, എഡിറ്റർ, ഗാനരചയിതാവ്, ഗ്രന്ഥകാരി, സ്റ്റുഡിയോ ഉടമ തുടങ്ങിയ മേഖലകളിലെല്ലാം വിജയത്തിന്റെ വെന്നിക്കൊടി നാട്ടിയ ചലച്ചിത്രകാരിയാണ് പലുവായി ഭാനുമതി രാമകൃഷ്ണ. തെലുങ്കിലെ നിത്യഹരിത നായികയും സംവിധായികയുമാണ് അവർ. തെലുങ്കിലും തമിഴിലുമായി ഇരുന്നൂറിലധികം സിനിമയിൽ അവർ വേഷമിട്ടു. സിനിമയുടെ സമസ്ത മേഖലയിലും തന്റേതായ മുദ്ര പതിപ്പിച്ച അവരെ അഷ്ടാവധാനി എന്നുപേരിട്ടാണ് തെലുങ്ക് സിനിമാ വ്യവസായം വിളിച്ചത്. നടിപ്പിക്കു ഇളക്കണം (അഭിനയത്തിന്റെ വ്യാകരണം) എന്നാണ് അണ്ണാദുരൈ, ഭാനുമതിയെ വിശേഷപ്പിച്ചത്. 1940 കളുടെ തുടക്കത്തോടെ തെലുങ്ക് സിനിമാലോകത്ത് സജീവമായി തുടങ്ങിയ ഭാനുമതി, തെലുങ്ക്- തമിഴ് ഭാഷകളിലായി ഇരുന്നൂറിലധികം സിനിമയിൽ അഭിനയിച്ചു.

ആന്ധ്രാപ്രദേശിലെ

ഭാനുമതി രാമകൃഷ്ണ

പ്രകാശം ജില്ലയിൽ ജനിച്ച ഭാനുമതി, സംഗീതജ്ഞനും നാടകനടനുമായ അച്ഛന്റെ പ്രേരണയിലാണ് കലാലോകത്ത് എത്തുന്നത്. സി പുല്ലയ്യ സംവിധാനം ചെയ്ത *വരവിക്രയ*മാണ് അവരുടെ കന്നിസിനിമ. *കൃഷ്ണപ്രേമ*യാണ് അവരുടെ ഏറ്റവും ജനപ്രിയ സിനിമ. *മാലതി മാധവൻ, ധർമപത്നി, ഭക്തിമാല, ചക്രപാണി, ലൈല മജ്നു, വിപ്രനാരായണ, മല്ലീശ്വരി, അന്തസ്ഥുലു...* തുടങ്ങിയ സിനിമകളിലൂടെ അവർ തെലുങ്കിൽ സ്ഥിരപ്രതിഷ്ഠ നേടി. സിനിമയിൽ നായികയായി വെന്നിക്കൊടി പാറിക്കുമ്പോഴാണ് 1953 ൽ അവർ ആദ്യമായി സിനിമ സംവിധാനം ചെയ്യുന്നത്. *ചന്ദിറാണി* എന്ന ഇവരുടെ ആദ്യസംവിധാന സംരംഭം തമിഴ്, ഹിന്ദി എന്നീ ഭാഷകളിലേക്കും റീമേക്ക് ചെയ്തു. 1998 ലാണ് അവരുടെ അവസാന സിനിമ *പെല്ലി കാണുക* പുറത്തിറങ്ങുന്നത്. എൻ ടി രാമറാവുവിന്റെയും എം ജി ആറിന്റെയും നിത്യഹരിത ജോഡിയായി ആസ്വാദകവൃന്ദം ഇപ്പോഴും കാണുന്ന പലുവായി ഭാനുമതി രാമകൃഷ്ണ 2005 ഡിസംബർ 24നാണ് നമ്മെ വിട്ടുപിരിയുന്നത്.

ദൈവങ്ങളും അവരുടെ വീരസാഹസിക കൃത്യങ്ങളും വിവരിക്കുന്ന പരമ്പരാഗത ദക്ഷിണേന്ത്യൻ വാണിജ്യ സിനിമകൾ തന്നെയാണ് ഭാനുമതിയും പുറത്തിറക്കിയത്. ആൺനോട്ടങ്ങളുടെ ആഘോഷമായ അത്തരം ചിത്രങ്ങളിൽ, പക്ഷേ കഥാഗതിയെ നിയന്ത്രിക്കുന്ന നട്ടെല്ലുള്ള പെൺകഥകൾ-അവർ അർധനഗ്നകളും വിലാസവതിയായ നർത്തകിമാരാണെങ്കിലും-പറയാൻ ഭാനുമതി തയാറായി. അവരുടെ ആദ്യ സംവിധാന സംരംഭമായ *ചന്ദിറാണി* തന്നെ ഇതിന് ഉദാഹരണമാണ്. അക്കാലത്തെ സിനിമാഭാവുകത്വത്തെ പരമാവധി ഊട്ടിയുറപ്പിക്കുന്ന കഥതന്നെയാണ് ആ സിനിമയിൽ പറഞ്ഞത്. നായകരാജകുമാരനായി പതിവുപോലെ എൻ ടി രാമറാവു എത്തിയ സിനിമയിൽ ഭാനുമതി ഇരട്ടവേഷത്തിലെത്തി. വീരസിംഹരാജാവിന് കൊട്ടാരം നർത്തകിയിലുണ്ടായ ഇരട്ടപെൺകുട്ടികളാണ് ചമ്പറാണിയും ചന്ദിറാണിയും. പ്രധാനമന്ത്രിക്ക് നർത്തകിയിൽ അഭിനിവേശമുണ്ടാകുകയും, ഇക്കാരണത്താൽ കൊട്ടാരവിപ്ലവമുണ്ടാക്കി രാജാവിനെ തടവിലിടുകയും ചെയ്യുന്നു. എന്നാൽ ഈ സംഘർഷത്തിൽ നർത്തകി കൊല്ലപ്പെടുകയാണ്. പെൺമക്കളിൽ ചന്ദിറാണി കാട്ടിലേക്ക് ഓടിരക്ഷപ്പെടുകയും ചമ്പാറാണി കൊട്ടാരത്തിൽത്തന്നെ വളരുകയും ചെയ്യുന്നു (ഈ രണ്ടു റാണിമാരുടെയും വേഷം ചെയ്തത് ഭാനുമതിയാണ്). നിലവിൽ രാജ്യം ഭരിക്കുന്ന മന്ത്രിയുടെ മകനായ കിഷോർ (എൻ ടി രാമറാവു) ഇതിനിടയിൽ ചമ്പാറാണിയുമായി പ്രണയത്തിലാകുന്നു. കാട്ടിൽ പോരാളിയായി വളർന്ന ചന്ദിറാണി, ഈ സമയം നാട്ടുകാരെ സംഘടിപ്പിച്ച് കൊട്ടാരം ആക്രമിക്കുന്നു. മന്ത്രിയെ കൊലപ്പെടുത്തി രാജ്യം വീണ്ടെടുത്ത ചന്ദിറാണി പക്ഷേ, അവസാനം കൊല്ലപ്പെടുന്നു. താനും ചമ്പാറാണിയുമാണ് രാജ്യത്തിന്റെ അവകാശികളെന്ന് ലോകത്തെ അറിയിച്ച്, ചമ്പാറാണിയെ കിഷോറിന്റെ കൈകളിലേൽപ്പിച്ച് ചന്ദിറാണി മരിക്കുകയാണ്.

ഇരട്ടവേഷത്തിലൂടെ നായികാപ്രാധാന്യമുള്ള കഥപറഞ്ഞ ഭാനുമതി, നിലവിലുള്ള ആൺ സിനിമാസ്വാദന രീതികളെ തൃപ്തിപ്പെടുത്തി തന്നെയാണ്, പെൺധീരതയുടെ കഥപറഞ്ഞത് എന്നത് ശ്രദ്ധേയമാണ്.

നടി, സംവിധായിക എന്നതിലുപരി സംഗീതജ്ഞ എന്ന നിലയിലും ഭാനുമതിയുടെ കഴിവിന്റെ തിളക്കം ആസ്വാദകലോകം ഏറെ അംഗീകരിച്ചതാണ്. കർണാട്ടിക്, ഹിന്ദുസ്ഥാനി സംഗീത മേഖലയിൽ ഏറെ കഴിവുണ്ടായിരുന്ന ഭാനുമതിയുടെ പിന്നണിഗാനങ്ങൾ, തെലുങ്കിൽ ഇപ്പോഴും പാടിപ്പതിഞ്ഞ് നിൽക്കുകയാണ്. പിലിച്ചിന ബിഗുവതാരാ..., കില കില നാവുലു.., ഓ.. പാവുരമ, പ്രേമ നേരമ... തുടങ്ങിയ പാട്ടുകൾ ഇപ്പോഴും തെലുങ്കിൽ മുഴങ്ങിക്കൊണ്ടിരിക്കുന്നു.

ഇതോടൊപ്പം നിരവധി സിനിമകളിൽ സംഗീത സംവിധാനവും അവർ നിർവഹിച്ചിട്ടുണ്ട്. അറിയപ്പെടുന്ന സാഹിത്യകാരി കൂടിയായ ഭാനുമതിയുടെ ആത്മകഥ *നാളോ നേനു* ഏറെ വായിച്ച പുസ്തകമാണ്. *അട്ടകാരി കഥകളു* എന്ന അവരുടെ കഥാസമാഹാരത്തിന് ആന്ധ്രപ്രദേശ് സാഹിത്യ അക്കാദമി അവാർഡ് ലഭിച്ചു.

കൃഷ്ണപ്രേമ എന്ന അവരുടെ പ്രശസ്ത സിനിമയുടെ നിർമാതാവും സഹസംവിധായകനുമായ പി എസ് രാമകൃഷ്ണറാവുവാണ് ഭർത്താവ്. പിന്നീട് അറിയപ്പെടുന്ന എഡിറ്ററും നിർമാതാവുമായ റാവുവിനൊപ്പം ചേർന്നാണ് പ്രശസ്തമായ ഭരണി സ്റ്റുഡിയോ സ്ഥാപിച്ചത്. മരിക്കുന്നതുവരെ ഭരണി സ്റ്റുഡിയോയുടെ ചുമതലക്കാരി കൂടിയായിരുന്നു അവർ.

ബംഗാൾ വസന്തത്തിലെ ദേബി

ബംഗാളി സ്ത്രീപക്ഷ സിനിമകൾ ചർച്ച ചെയ്യുമ്പോൾ, അതിൽ പ്രത്യക്ഷമായി വരുന്ന കഥാപാത്രങ്ങൾ മിക്കവാറും വിധവകളാണെന്ന വാദമുണ്ട്. വൈധവ്യം പൊതുവിൽ ഇന്ത്യൻ സാഹചര്യത്തിലും ബംഗാളിൽ വിശേഷിച്ചും സവിശേഷമായ പഠനം അർഹിക്കുന്ന സാമൂഹ്യാവസ്ഥയാണ്. എത്രമേൽ പുരോഗമനം എന്നു വീക്ഷിക്കുമ്പോഴും, പഴയ സതിയുടെ ജീനുകളിലൂടെയുള്ള പിന്തുടർച്ചകൾ ബംഗാളി സാമൂഹ്യ ശരീരത്തെ ഇപ്പോഴും വേദനിപ്പിക്കുന്നുണ്ട്. അവിടത്തെ സമാന്തര സിനിമകളിൽ മുഖ്യപങ്ക്, വിശേഷിച്ച് സത്യജിത് റേയുടെയും അപർണയുടെയും അരുന്ധതി ദേബിയുടെയും സിനിമകളിൽ വൈധവ്യം എന്ന ചോദ്യചിഹ്നത്തെ നിരൂപണം ചെയ്യാൻ ശ്രമിക്കുന്നുണ്ട്. ബംഗാളി സിനിമയിലെ പ്രമുഖ നടിയും സംവിധായികയുമായ അരുന്ധതീ ദേബിയുടെ ചിത്രങ്ങൾ, ആ അർഥത്തിൽ പൊരുതുന്ന സ്ത്രീകളുടെയും കൂടി കഥ പറയുന്നവയാണ്.

അരുന്ധതി ദേബി

അരുന്ധതീ ദേബി (1925–1990), സത്യജിത് റേയും മണികൗളും അടക്കമുള്ള പ്രമുഖർ തീർത്ത ബംഗാൾ വസന്തത്തിലെ സ്ത്രീപക്ഷ സിനിമകളുടെ ദേവി തന്നെയാണ്. നടി എന്ന നിലയിൽ അവർ തീർത്ത സ്ത്രീപക്ഷ ഭാവുകത്വം, സംവിധായികയിലെത്തുമ്പോൾ പുഷ്കലമാകുന്നതു കാണാം. ഇപ്പോൾ ബംഗ്ലാദേശിലുള്ള കിഴക്കൻ ബംഗാളിലെ ബാരിസല്ലിലാണ് അരുന്ധതി ജനിച്ചത്. അച്ഛൻ ബിഭൂചരൺ ഗുഹ, കലയിലും സംഗീതത്തിലും താൽപ്പര്യമുള്ള കുടുംബപുരോഹിതനായിരുന്നു. അച്ഛന്റെ കലാതാൽപ്പര്യം, അരുന്ധതിയെ ടാഗോറിന്റെ ശാന്തിനികേതന് കീഴിലുള്ള വിശ്വഭാരതി സർവകലാശാലയിലെത്തിച്ചു. അവിടെ നിന്നും പഠിച്ച സംഗീതവും നൃത്തവുമാണ്, പിൽക്കാല കലാജീവിതത്തിന് അരുന്ധതിക്ക് വളമായത്.

പിന്നീട്, പത്രപ്രവർത്തകയാകാനുള്ള ആഗ്രഹത്തിൽ കൽക്കത്ത സർവകലാശാലയിൽ ബിരുദാനന്തര ബിരുദത്തിന് ചേർന്നു. ഇക്കാലത്താണ് തിരക്കഥാകൃത്തും കുടുംബസുഹൃത്തുമായ ബിനോയ് ചാറ്റർജിയുമായി അരുന്ധതി അടുക്കുന്നത്. ഈ പ്രേരണയിൽ കൽക്കത്ത ന്യൂ തിയേറ്ററിന്റെ നാടകപ്രവർത്തനങ്ങളുമായി അരുന്ധതി സജീവമാകുന്നു. ആ പ്രവർത്തനം വെള്ളിത്തിരയിലേക്കുള്ള വഴി സുഗമമാക്കി. കാർത്തിക് ചാറ്റർജി സംവിധാനം ചെയ്ത *മഹാപ്രസ്ഥാനർ പാഥെ* (1952) എന്ന സിനിമയിൽ പുതുമുഖനായികയായി അരുന്ധതി അരങ്ങേറുന്നു. ഹിമാലയൻ യാത്ര നടത്തുന്ന ആത്മീയ യാത്രാസംഘത്തിൽ ഉൾപ്പെട്ട വിധവയായ യുവതിയുടെ റോളാണ്–റാണി–ഈ സിനിമയിൽ അരുന്ധതിക്ക്. സംഘത്തിലുണ്ടായിരുന്ന ബ്രഹ്മചാരിയായ യുവാവുമായി ആ യാത്രാവേളയിൽ, റാണിക്ക് പ്രണയം അങ്കുരിക്കുന്നു. തുടർന്നുണ്ടാകുന്ന യാത്രയിലെ ആത്മീയവും ഭൗതികവുമായ സംഘർഷങ്ങളാണ് ഈ സിനിമയെ വ്യത്യസ്തമാക്കിയത്. പ്രമുഖ ബംഗാളി നടൻ ബസന്ത് ചൗധരിയുടെയും കന്നി സിനിമയാണിത്. ഹിന്ദിയിലേക്ക് *യാത്രിക്* എന്ന പേരിലും *മഹാപ്രസ്ഥാനർ പാഥെ* റീമേക്ക് ചെയ്തു. ഈ സിനിമയിലും റാണിയായി അരുന്ധതി തന്നെയാണ് വേഷമിട്ടത്.

1950നും '60നും ഇടയ്ക്ക് പ്രധാനപ്പെട്ട നിരവധി ബംഗാളി സിനിമകളിൽ അരുന്ധതി വേഷമിട്ടു. *ശശി ബാബുർ സൻസാർ, പുഷ്പധനു* (1959), ഇന്ദ്രധനു (1960) എന്നിവയാണ് ഇതിൽ പ്രധാനപ്പെട്ടവ. ഇതിനിടയിൽ പ്രഭാത് മുഖർജി സംവിധാനം ചെയ്ത ബിചാരക് എന്ന സിനിമയുടെ നിർമാണവും അരുന്ധതി ഏറ്റെടുത്തു. ബിചാരകിലെ നായികയും അവർ തന്നെയാണ്. 1962 ൽ പുറത്തിറങ്ങിയ *ബഗിനി നിവേദിത* സിനിമയിൽ നിവേദിതയുടെ റോൾ അനശ്വരമാക്കിയതാണ് അരുന്ധതി എന്ന നടിയുടെ എല്ലാക്കാലത്തെയും ഹിറ്റ്. ഇതിനിടയിൽ പീയൂഷ് ബോസ് സംവിധാനം ചെയ്ത *ഷിലുബാരി* എന്ന സിനിമയ്ക്ക് സംഗീതസംവിധാനവും അവർ നിർവഹിച്ചു. അരുന്ധതിയും ഉത്തംകുമാറുമായിരുന്നു ഈ സിനിമയിൽ മുഖ്യവേഷത്തിലെത്തിയത്. *നാദ് ഒ നദി, ചീലേ കാർ,*

ഗോധുലി, ദൂ ജാനെ, ദഷ്യൂമോഹൻ, നബജന്മ, മൻമോയീസ് ഗേൾസ് സ്കൂൾ, ഖുധിഷ്ട പഷാൻ, ജിന്ദർ ബന്ദി, ജ്യോതിർഗൃഹ, ഹാർമോണിയം തുടങ്ങിയവയാണ് അരുന്ധതി വേഷമിട്ട മറ്റു പ്രധാനസിനിമകൾ.

1967 ലാണ് അരുന്ധതിയുടെ ആദ്യ സംവിധാനസംരംഭം *ചുട്ടി* പുറത്തിറങ്ങുന്നത്. ജന്മനാൽ അമ്മയെ നഷ്ടപ്പെട്ട പെൺകുട്ടി അച്ഛന്റെയും തുടർന്ന് സമൂഹത്തിന്റെയും അവഗണന നേരിട്ടുവളരുന്നതാണ് *ചുട്ടി*യുടെ പ്രമേയം. കൗമാരക്കാരിയായ ഭ്രമർ എന്ന പെൺകുട്ടി ആംഗ്ലോ ഇന്ത്യനായ യുവാവിനെ പ്രണയിക്കുന്നതും മറ്റുമാണ് സിനിമയുടെ പ്രമേയം. സ്ത്രീ എന്ന തന്റെ അസ്തിത്വം ഏതൊക്കെയോ മേഖലകളിൽ, പ്രണയത്തിൽ വിശേഷിച്ചും പരീക്ഷണത്തെ നേരിടുന്നത് എങ്ങനെയൊക്കെ എന്ന നിരീക്ഷണവും ഒരുഘട്ടത്തിൽ ഭ്രമർ നടത്തുന്നുണ്ട്. നന്ദിനി മല്യയാണ് ഭ്രമറായി വേഷമിട്ടത്. 1967 ലെ ദേശീയ ചലച്ചിത്ര അവാർഡിൽ ജൂറി പരാമർശ വിധേയമായ *ചുട്ടി* എന്ന കന്നിസിനിമയിലൂടെ തന്നെ അരുന്ധതി, ബംഗാളി സിനിമയിൽ സംവിധായിക എന്ന അർഥത്തിൽ കരുത്തോടെ ചുവടുറപ്പിച്ചു. ഈ സിനിമയുടെ സംഗീത സംവിധാനവും അവർ തന്നെയാണ് നിർവഹിച്ചത്. തിരക്കഥയിൽ അരുന്ധതിക്കൊപ്പം ബിമൽ കാറും സഹകരിച്ചു.

അരുന്ധതി സംവിധാനം ചെയ്ത രണ്ടാം ചിത്രമായ *മേഘ് ഒ രുദ്ര* സ്വാതന്ത്ര്യപൂർവ ഇന്ത്യയിലെ പെൺപോരാട്ടങ്ങളുടെ ഉദാഹരണങ്ങൾ നിരത്തുന്ന സിനിമയാണ്. 19-ാം നൂറ്റാണ്ടിലെ ബംഗാളി ഗ്രാമത്തിൽ ജനിച്ച പെൺകുട്ടിയുടെ രാഷ്ട്രീയ-സാമൂഹ്യ പോരാട്ടത്തിന്റെ കഥയാണിത്. നാട്ടിൻപുറത്ത് സ്ഥാപിച്ച സ്കൂളിൽനിന്നും അക്ഷരവെളിച്ചം നേടി, കൂട്ടുകാർക്കൊപ്പം സ്വയം സംഘടിച്ച് ബ്രിട്ടീഷ് അധികാരികളോട് പോരാടുന്നതാണ് കഥാതന്തു. പ്രക്ഷോഭം കനത്തതോടെ അവരെ ബ്രിട്ടീഷുകാർക്ക് ജയിലിലാക്കേണ്ടി വരുന്നു. തുടർന്ന് ജയിൽ മോചിതയായ അവർ, സമൂഹത്തിൽ മടങ്ങിയെത്തിയപ്പോൾ ഉണ്ടാകുന്ന പെൺതിരിച്ചറിവുകളാണ് സിനിമയെ സജീവമാക്കുന്നത്.

സാധാരണ പ്രേക്ഷകരെയും ഏറെ ആകർഷിച്ച അരുന്ധതിയുടെ പ്രധാന ചിത്രമാണ് പഡി പിഷിർ ബർമി ബക്ഷോ (1972). ലീല മജുംദാറിന്റെ പ്രശസ്തമായ കുട്ടികളുടെ നോവലിനെ അടിസ്ഥാനമാക്കി പുറത്തിറക്കിയ ഈ സിനിമ നിരൂപകരുടെയും പലവിധത്തിലുള്ള ചർച്ചകൾക്ക് വിധേയമായി. ബംഗാളിലെ എല്ലാക്കാലത്തെയും മികച്ച കുട്ടികളുടെ ചിത്രമായി പരിഗണിക്കുന്ന *പഡി പിഷിർ ബർമി ബക്ഷോ*യും ബാല്യവൈധവ്യത്തിന്റെ കഥ തന്നെയാണ് പറയുന്നത്. ക്യാമറയിലും സാങ്കേതിക വിദ്യയിലും പുതിയ പരീക്ഷണങ്ങൾ ഈ സിനിമ നടത്തി. ബംഗാളി സിനിമയിൽ തിളങ്ങി നിന്ന ഈ കാലത്താണ് അരുന്ധതി ഗുരുതരമായ രോഗത്തിന് അടിമയാകുന്നത്. കടുത്ത രോഗപീഡകൾക്കിടയിലും അവർ സിനിമാപ്രവർത്തനം നടത്തുന്നുണ്ട്. നീണ്ട കാലത്തെ ഇടവേളയ്ക്കു ശേഷമാണ് അവരുടെ അടുത്ത ചിത്രമായ *ദീപാർ പ്രേം* (1983) പുറത്തി

റങ്ങുന്നത്. കൗമാരപ്രണയിനികളുടെ കഥപറയുന്ന ഈ സിനിമയിൽ മൂൺമൂൺ സെന്നും തപസ് പാലുമാണ് മുഖ്യവേഷത്തിലെത്തിയത്. 1985 ൽ *ഗോകുൽ* എന്ന പേരിൽ ടെലിഫിലിമും പുറത്തിറക്കി. ഈ ടെലിഫിലിമും പെൺ പ്രശ്നങ്ങൾ തന്നെയാണ് ചർച്ചയാക്കിയത്.

നീണ്ട കാലത്തെ അസുഖത്തെ തുടർന്ന് 1990 ലാണ് അരുന്ധതി ദേവി അന്തരിക്കുന്നത്. ബംഗാളി സമാന്തര സിനിമാ പ്രസ്ഥാനത്തിലെ ശക്തമായ സ്ത്രീ സാന്നിധ്യം എന്നതിലുപരി, അവർ ബാക്കിവച്ച സിനിമാദർശനങ്ങൾ ഇപ്പോഴും നിരൂപണം ആവശ്യപ്പെടുന്നതാണ്. അത്തരത്തിൽ പ്രത്യേകിച്ചൊരു പഠനം അരുന്ധതി സിനിമകൾക്ക് ബംഗാളിൽപ്പോലും ഉണ്ടായില്ല എന്നതും, പുരുഷകേന്ദ്രീകൃതമായ സിനിമാ വിമർശന ശാഖയുടെ ബലഹീനതയായി വേണം കരുതാൻ.

ചെറുപ്രായത്തിൽത്തന്നെ അവരുടെ വിവാഹം കഴിഞ്ഞതാണെങ്കിലും ആ ദാമ്പത്യബന്ധം കൂടുതൽ കാലം നിലനിന്നില്ല. പിന്നീട് ചലച്ചിത്രകാരി എന്ന നിലയിൽ പേരെടുത്ത ശേഷമാണ് സംവിധായകൻ തപൻ സിൻഹയുമായി പരിചയപ്പെടുന്നത്. ബർലിൻ ചലച്ചിത്രോത്സവത്തിൽ പരസ്പരം കണ്ടപ്പോൾ തുടങ്ങിയ ആ ബന്ധം വിവാഹത്തിലാണ് കലാശിച്ചത്. ഈ ദാമ്പത്യത്തിൽ ഒരു മകനുണ്ട്. ശാസ്ത്രജ്ഞനായ അനിന്ദ്യ സിൻഹ.

ഫിലിമോഗ്രാഫി

ചുട്ടി	(1067)
മേഘ് ഓ രുദ്ര	(1969)
പഡി പിഷിർ ബർമി ബക്ഷോ	(1972)
ദീപാർ പ്രേം	(1983)
ഗോകുൽ	(1985)

ബംഗാളിൽ വീണ്ടും പെൺവഴി

അപർണയ്ക്കും അരുന്ധതിക്കും ശേഷവും ബംഗാളി സിനിമയുടെ പെൺസിനിമാ വഴികൾ സജീവമായിട്ടേയുള്ളൂ. അവിടെ ഇപ്പോഴും തുടർന്നുകൊണ്ടിരിക്കുന്ന സമാന്തര സിനിമാ സമൂഹത്തിൽ ഇപ്പോഴും ശക്തമായ സാന്നിധ്യമായാണ് ശതരൂപ സന്യാലിന്റെ സിനിമകളെ പ്രേക്ഷകർ കാണുന്നത്. കവി, സാമൂഹ്യപ്രവർത്തക, സംവിധായിക, നിർമാതാവ്, അഭിനേത്രി തുടങ്ങിയ മേഖലകളിലെല്ലാം സജീവമായ ശതരൂപയുടെ സിനിമകൾ, പെൺചിന്താധാര എന്നതിലുപരി ആക്ടിവിസത്തിന്റെ വലിയ സാധ്യതകളും തുറന്നിടുന്നുണ്ട്. ടെലിഫിലിം, ഡോക്യുമെന്ററി മേഖലയിലാണ് അവരുടെ ശക്തമായ സാന്നിധ്യം, വലിയ തിരശ്ശീലയേക്കാളും ഉള്ളത്. 1998 ൽ *അനു* എന്ന ഫീച്ചർ സിനിമ പുറത്തിറക്കി. നാല് ഫീച്ചർ സിനിമയും 16 ടെലിഫിലിമും ഏഴ് പ്രമുഖ ഡോക്യുമെന്ററിയും ശതരൂപയുടേതായി പുറത്തിറങ്ങി. ബംഗാൾ ദൂരദർശനിലും ഇ ടി വിയിലുമാണ് ഇവരുടെ ടെലിഫിലിമുകൾ ഏറെയും പുറത്തിറങ്ങിയത്.

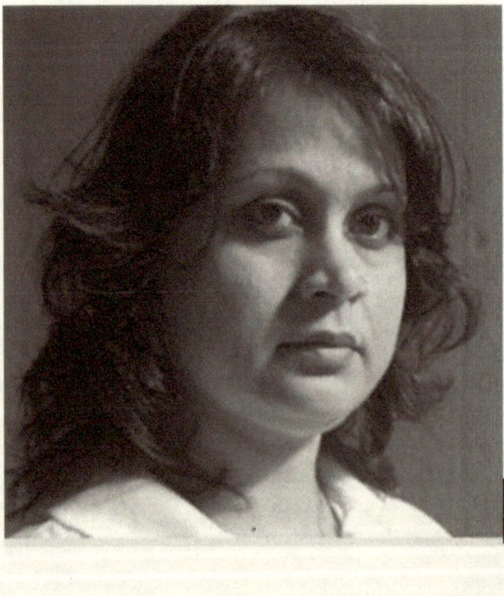

ശതരൂപ സന്യാൽ

മൃഗഡോക്ടറായി ഔദ്യോഗിക ജീവിതം തുടങ്ങിയ ശതരൂപ, പക്ഷേ സാഹിത്യകാരിയായി അറിയപ്പെടാനാണ് ആഗ്രഹിച്ചത്. "സംവിധായികയായാണ് തന്നെ കാലം അടയാളപ്പെടുത്തുന്നതെങ്കിലും, ഒരു സാഹിത്യകാരിയായി അറിയപ്പെടാനായിരുന്നു താൻ ആഗ്രഹിച്ചത്"– ഒരു അഭിമുഖത്തിൽ അവർ വ്യക്തമാക്കി. ഭർത്താവ് ഉൽപ്പലേന്ദു ചക്രവർത്തിയുടെ സിനിമകളുടെ അസിസ്റ്റന്റായാണ് അവർ സിനിമാപ്രവർത്തനം തുടങ്ങുന്നത്. ബംഗാളിൽ വിരിഞ്ഞ ചുവപ്പിന്റെ മണിമുഴക്കവും നക്സൽബാരി മുന്നേറ്റവും ശതരൂപയുടെ ആദ്യസിനിമകളിൽ തെളിഞ്ഞുകാണാം. ആദ്യസിനിമയായ *അനു;* ചുവപ്പ് സ്വപ്നങ്ങളുടെ ഏതൊക്കെയോ മേഖലകളിലെ കാഴ്ചയും കാഴ്ചപ്പാടും പങ്കിടുന്നതായിരുന്നു. ഇന്ദ്രാണി ഹൽദാർ, നിർമല ബാനർജി, ദേബേഷ് റോയ് ചൗധരി തുടങ്ങിയവർ വേഷമിട്ട ഈ സിനിമയ്ക്ക് കഥ, തിരക്കഥ, ഗാനരചന, സംഗീതം, സംവിധാനം എന്നിവയെല്ലാം നിർവഹിച്ചത് ശതരൂപ സന്യാൽ തന്നെയാണ്. ഈ ആദ്യ സിനിമതന്നെ ഇന്ത്യൻ പനോരമയിലേക്ക് തെരഞ്ഞെടുക്കപ്പെട്ടു. മികച്ച കഥയ്ക്കും ഫീച്ചർ സിനിമയ്ക്കുമുള്ള ബംഗാൾ ഫിലിം ജേർണലിസ്റ്റ് അവാർഡും ഈ സിനിമ നേടി.

രണ്ടായിരത്തിലാണ് ശതരൂപയുടെ രണ്ടാം ചിത്രമായ *അതായി* പുറത്തിറങ്ങിയത്. വിവിധ രാജ്യാന്തരമേളകളിൽ പ്രദർശിപ്പിച്ച *അതായി*യുടെ സംഗീതവും അവർതന്നെ നിർവഹിച്ചു. ഇന്ദ്രാണി ഹൽദാർ, തപസ് പാൽ തുടങ്ങിയവർ വേഷമിട്ടു. ഈ രണ്ട് ബംഗാളി സിനിമയ്ക്കുശേഷം *തന്യാബി* ലേക്ക് എന്ന ചക്മ ഭാഷയിലുള്ള സിനിമയും ശതരൂപ സംവിധാനം ചെയ്തു. ദേശീയ ഫിലിം ഡിവിഷൻ നിർമിച്ച ഈ ചിത്രം കേവലം 18 ലക്ഷം രൂപയ്ക്കാണ് പുറത്തിറക്കിയത്. വടക്കുകിഴക്കൻ സംസ്ഥാനങ്ങളിൽ വ്യാപകമായുള്ള സ്ത്രീധനത്തിനെതിരായ ബോധവൽക്കരണ സിനിമ എന്ന നിലയിലും ശ്രദ്ധേയമായ *തന്യാബി ലേക്ക്* ഹിന്ദിയിലേക്കും മൊഴിമാറ്റി. വിവിധ അന്തർദേശീയ മേളകളിലും ഈ സിനിമ പ്രദർശിപ്പിച്ചു.

2004 ൽ പുറത്തിറങ്ങിയ കലോ ചീറ്റാ, ശതരൂപയുടെ മുൻകാല സിനിമകളിൽനിന്നും പലതുകൊണ്ടും വ്യത്യാസമുള്ളതാണ്. പ്രമേയത്തിലും അവതരണത്തിലും മുഖ്യധാരാ സിനിമയുടെ സങ്കേതം ഉപയോഗിച്ച് നിർമിച്ച *കലോ ചീറ്റാ* ഹിന്ദിയിലും ഇംഗ്ലീഷിലും പുറത്തിറക്കി. വസന്തത്തിന്റെ ഇടിമുഴക്കത്തിനുശേഷമുള്ള സ്വാഭാവികമായ, സംവിധായികയുടെ പ്രമേയപരമായ വഴിപിരിയൽ എന്ന അർഥത്തിലും *കാലോ ചീറ്റയെ* വേർതിരിച്ച്, നിരൂപകർ കാണുന്നുണ്ട്. ഇന്തോ– ടിബറ്റൻ ഹിമാലയ മേഖലയിൽ അപൂർവമായി കാണുന്ന കരിമ്പുലിയെ വേട്ടയാടാൻ പോകുന്നവരുടെ സാഹസികതയാണ് ഈ സിനിമയ്ക്ക് പ്രമേയമായത്. ഡാർജിലിംഗിലെ പ്രമുഖ വ്യവസായിയായ കാംസുന്ദർ ഛേത്രി, നാട്ടിലെ സാഹസികനായ പ്രദീപ് എന്ന യുവാവുമായി ഹിമാലയൻ കുന്നിലേക്ക് പുലിവേട്ടയ്ക്കായി ഇറങ്ങുന്നു. ഒപ്പം വന്നാൽ, കാമുകിയുമായു

ള്ള ഒരു വിനോദയാത്രക്ക് പോകാൻ പണം നൽകാം എന്ന വാഗ്ദാനമാണ് ഛേത്രിയിൽനിന്നും പ്രദീപിന് കിട്ടിയത്. ഹിമാലയൻ മലനിരകളിലെ സാഹസികതയാണ് ചിത്രം വരച്ചുകാട്ടിയതെങ്കിലും പ്രണയവും നിരാസവും പ്രവാസവും തീക്ഷ്ണമായ ആഗ്രഹങ്ങളും വെന്തുനീറുന്ന ജീവിതത്തിന്റെ ഹിമാലയൻ തടസങ്ങളെയാണ് ശതരൂപ ഈ സിനിമയിൽ ചൂണ്ടിക്കാട്ടിയത്. സമരേഷ് മജുംദാറിന്റെ പ്രശസ്തമായ കഥയാണിത്. ശരത്കപൂർ, റിതുപർണ സെൻ ഗുപ്ത തുടങ്ങിയവർ വേഷമിട്ടു.

ദേശീയമായി ചർച്ച ചെയ്യപ്പെട്ട നിരവധി ടെലിഫിലിമും ഡോക്യുമെന്ററിയും ശതരൂപയുടേതായുണ്ട്. ആകാശ് ബംഗ്ലയിൽ സംപ്രേഷണം ചെയ്ത മഹേഷ്, *അന്തേര അലോ, മുസോൾ മനിർ ഗോൽപോ, പുത്രയജ്ഞ* ഇ ടി വി ബംഗ്ലയിൽ കാണിച്ച *ജന്മധാത്രി, കലോ മേം, ശേഷ് കേയ്, ബാർ ബോധു, സത്യ ചായ് ബോറോ* കൊൽക്കത്ത ദൂരദർശൻ *സംപ്രേഷണം ചെയ്ത സെ മായ്ത, ബഹോല ബസാർ രംഗ് (സി ടി വി), ദന്താ മുണ്ടോ, ജംഗ്ലർ ചിത്രാരണ്യ, ജലേർ മോതോ സോജ, ചേതന* (എയ്ഡ്സ് കൗൺസിലിന് വേണ്ടി തയ്യാറാക്കിയത്), *ആർ ബുൽ നോയി* തുടങ്ങിയവയാണ് ശതരൂപയുടെ ടെലിഫിലിമുകൾ.

ജെമിനി ഗാംഗുലിയേക്കുറിച്ചുള്ള *സീരേർ ഗുരു*, പശ്ചിമബംഗാൾ സർക്കാരിനുവേണ്ടി തയാറാക്കിയ *ട്രഷർ ഓഫ് ഗോരുമാര, ജെലെ ജംഗ്ലേ ജിബാൻ*, മൈസൂർ സി ഐ എല്ലിനുവേണ്ടി തയാറാക്കിയ *ഫെസ്റ്റിവൽ ആന്റ് ഫെസ്റ്റിവിറ്റീസ് ഓഫ് ബംഗാൾ, മധുസൂദന ദത്ത, രഥയാത്ര ആന്റ് ജൻപൻ ഉത്സവ്* തുടങ്ങിയ ഡോക്യുമെന്ററികളും ശ്രദ്ധേയം. ഗായകൻ മന്നാഡേയെക്കുറിച്ച് ശതരൂപ തയാറാക്കിയ *ജിബോനർ ജൽഷാഘോരേ* എന്ന ഡോക്യുമെന്ററിയും ഏറെ നിരൂപകശ്രദ്ധ നേടി. *ചന്ദനീർ* എന്ന സിനിമയിലൂടെ ഗാനരചനയ്ക്കുള്ള ദേശീയാംഗീകാരവും 1990 ൽ ശതരൂപയെ തേടിയെത്തി.

ഫിലിമോഗ്രാഫി

അനു	(1998)
അതായി	(2002)
തന്യാബി ലേക്ക്	(2002)
കലോ ചീറ്റാ	(2004)

അനുഭവങ്ങൾ പൂക്കുന്ന ക്രോസ്റോഡ്

മലയാളം, ഹിന്ദി, ബംഗാളി, ഇംഗ്ലീഷ് ഭാഷകൾ സംസാരിച്ച *ചൗരാഹീൻ* (*ക്രോസ്റോഡ്*) എന്ന സിനിമയാണ് രാജശ്രീ ഓജയെ വെള്ളിത്തിരയിൽ ശ്രദ്ധേയയാക്കിയത്. *ബാഡ്ജർ* (2002) എന്ന ലഘുസിനിമയാണ് രാജശ്രീയുടെ കന്നി സംരംഭം, തുടർന്ന് *ചൗരാഹീൻ* (2007), ഇതിന്റെ തന്നെ ഇംഗ്ലീഷ് റീമേക്കായ *യത്ന, ആയിഷ* (20101) തുടങ്ങിയ സിനിമകളും രാജശ്രീ സംവിധാനം ചെയ്തു. അവർ തന്നെ അവകാശപ്പെടുന്നതുപോലെ, തന്റെ സർഗാത്മകതയും അക്കാദമിക് മികവും ഏറെ പുറത്തുവന്ന സിനിമയാണ് *ചൗരാഹീൻ*. ഈ സിനിമ സംബന്ധിച്ചാകും ഏത് അഭിമുഖത്തിലും രാജശ്രീക്ക് ആദ്യം പറയാനുണ്ടാകുക.

രാജശ്രീ ഓജ

അമേരിക്കൻ സിനിമാ സ്കൂളിൽനിന്നും സ്വർണമെഡലോടെയാണ് ഈ ഗുജറാത്തുകാരി സംവിധാനം പഠിച്ചത്. അമ്മയുടെ നാടായ ബംഗാളിലെ സിനിമാസംസ്കാരം രാജശ്രീയുടെ കലാജീവിതത്തെ സ്വാധീനി

ച്ചതായി കാണാം. തന്റെ അടുത്ത സിനിമാസംരംഭം തീർച്ചയായും ബംഗാളിയിലായിരിക്കുമെന്ന് അവർ ആഗ്രഹിക്കാനും കാരണം, ഈ സ്വാധീനംതന്നെ. *ചൗരാഹീനി*ലെ പ്രധാനഭാഗം സംഭവിക്കുന്നത് കൊൽക്കത്തയിൽ വച്ചാണ്. 1998 ൽ ന്യൂയോർക്ക് സർവകലാശാലയിൽനിന്നും ബിരുദം നേടിയ ശേഷമാണ് അമേരിക്കൻ ഫിലിം ഇൻസ്റ്റിറ്റ്യൂട്ടിൽ നിന്നും ബിരുദാനന്തരബിരുദമെടുക്കുന്നത്; അതും സ്വർണമെഡലോടെ. ആദ്യ ചിത്രമായ *ബാഡ്ജർ* ഇവിടെ പഠിക്കുമ്പോഴാണ് പൂർത്തിയാക്കിയത്. ഈ ലഘുചിത്രത്തിനും, സംവിധാനത്തിനുള്ള പ്രത്യേകഅവാർഡ് രാജശ്രീക്ക് നേടിക്കൊടുത്തു. അമേരിക്കൻ സിനിമാ അക്കാദമികളിൽ പുതിയ തരംഗമായി രാജശ്രീയുടെ ബാഡ്ജർ വാഴ്ത്തപ്പെട്ടു. ഡയറക്ടർ ഗിൽഡ് ഓഫ് അമേരിക്ക, അവരെ പുതിയ ഏഷ്യൻ പ്രതീക്ഷയായും വിലയിരുത്തി.

കൊച്ചിയിലും കൊൽക്കത്തയിലും മുംബൈയിലുമായി സംഭവിക്കുന്ന മനുഷ്യാനുഭവങ്ങളുടെ പാരസ്പര്യമാണ് ചൗരാഹീൻ ചർച്ചയാക്കിയത്. പ്രണയവും മരണവും ജീവിതനഷ്ടവും വ്യത്യസ്ത ദേശഭാഷകളിലൂടെ സഞ്ചരിച്ച് ഒരേ ക്രോസ്റോഡിൽ ചേരുന്നു. *ആയിഷ*ക്കു മുമ്പു തന്നെ *ചൗരാഹീൻ* പൂർത്തിയാക്കിയെങ്കിലും, പലവിധ കാരണങ്ങളാൽ ഈ സിനിമ വെള്ളിത്തിര കണ്ടത് ഏറ്റവും അവസാനമായാണ്. പ്രധാനവേഷത്തിലെത്തിയ നെടുമുടി വേണു, ശബ്ദസന്നിവേശം നിർവഹിച്ച റസൂൽ പൂക്കുട്ടി, ചിത്രം എഡിറ്റു ചെയ്ത ബീനാപോൾ തുടങ്ങിയ മലയാളി സാന്നിധ്യങ്ങളും ഈ സിനിമയിലുണ്ട്. തന്റെ സിനിമാ അനുഭവത്തിൽ പൂക്കുട്ടിയെ പോലുള്ള പുതിയ തലമുറയ്ക്കുള്ള സ്വാധീനവും രാജശ്രീ പലയിടത്തും പങ്കുവച്ചിട്ടുണ്ട്. സീനത്ത് അമൻ, സോഹാലി ഖാൻ, ആങ്കുർഖന്ന, ശ്യാം മുൻഷി, അരുന്ധതി നാഗ്, കാർതിക് കുമാർ, രൂപ ഗാംഗുലി എന്നിവർക്കൊപ്പം ചാർലി ചാപ്ലിന്റെ കൊച്ചുമകൾ കേറ ചാപ്ലിനും ഈ സിനിമയിൽ മുഖ്യവേഷത്തിലെത്തി. രാജശ്രീയുടെ ആദ്യ സിനിമയായ *ബാഡ്ജർ* കണ്ട സന്തോഷത്തിലാണ്, കേറ അവരുടെ സിനിമയിൽ അഭിനയിക്കാനെത്തിയത്. പഠിക്കുന്ന കാലത്തെ അവരുടെ സൗഹൃദമാണ് കേറയെ ഇന്ത്യയിലെത്തിച്ചത്. (ചാപ്ലിന് നാലു വിവാഹബന്ധത്തിലായി 11 മക്കളാണുള്ളത്. ഇതിൽ ഊന എന്ന ഭാര്യയുടെ മകളായ യൂജിൻ ആന്റണിയുടെ മകളാണ് കേറ ചാപ്ലിൻ. മുത്തച്ഛന്റെ മരണത്തിന് ശേഷമാണ് കേറ ജനിച്ചത്.)

നിർമൽ വർമ്മയുടെ മൂന്നുകഥകളെ ഒരേ ചരടിൽ കോർത്താണ് രാജശ്രീ *ചൗരാഹീൻ* തയാറാക്കിയത്. അന്തരിച്ച പിതാവുമായുള്ള ആത്മബന്ധം, ഒരു മനോരോഗംപോലെ മനസിൽ ഏറ്റി നടക്കുന്ന സാഹിത്യകാരന്റെ വിചാരങ്ങളെയാണ് മുംബൈ പശ്ചാത്തലമാക്കി, ആദ്യഭാഗത്ത് *ചൗരാഹീനിൽ* കാണിക്കുന്നത്. സാഹിത്യകാരനൊപ്പം ചേർന്ന് ജീവിതത്തില നിർണായക തീരുമാനങ്ങളെടുക്കേണ്ടി വരുന്ന നായികയായി സോഹ അലിഖാനും ഈ സിനിമയിലെത്തുന്നു. ഭാര്യയുമായി കാൽനൂ

റ്റാണ്ടിലേറെ വേർപെട്ട് ജീവിക്കുന്ന വൃദ്ധന്റെ കഥയാണ് കൊൽക്കത്ത ഭാഗത്ത് രാജശ്രീ പറഞ്ഞത്. ഇയാളാകട്ടെ, തന്റെ മകളെക്കാളും പ്രായം കുറവുള്ള പെൺകുട്ടിയുമായി അവിഹിതം പുലർത്തുകയാണ് (ഈ പെൺകുട്ടിയായാണ് കേറ ചാപ്ലിൻ വേഷമിട്ടത്). ഇതിനിടയ്ക്ക് വൃദ്ധന്റെ മകളുടെ മരണം സംഭവിച്ചപ്പോൾ, തന്റെ ജീവിതത്തിലേക്ക് മടക്കയാത്ര നടത്താൻ അയാൾ നിർബന്ധിതനാകുന്നു. വൃദ്ധനായി വിക്ടർ ബാനർജിയും അയാളുടെ ഭാര്യയായി രൂപ ഗാംഗുലിയും അവിസ്മരണിയ പ്രകടനമാണ് കാഴ്ചവച്ചത്. സൈന്യത്തിലായിരുന്ന സഹോദരന്റെ മരണവാർത്തയറിഞ്ഞ് കൊച്ചിയിലെ വീട്ടിലെത്തുന്ന യുവാവിന്റെ മനോവ്യാപാരങ്ങളിലൂടെയാണ് *ചൗരാഹീനി*ലെ കൊച്ചി ഭാഗം തുടങ്ങുന്നത്. കുടുംബം, മരണപ്പെട്ട മകന്റെ ഓർമകളിൽ നീറുകയാണ്. ഇവിടേക്കാണ്, അവരുടെ ശേഷിക്കുന്ന പ്രതീക്ഷയായ രണ്ടാമത്തെ മകൻ കടന്നുവരുന്നത്. കുടുംബത്തിന്റെ പ്രതീക്ഷകളുടെ ഭാരവും മരിച്ച സഹോദരനോടുള്ള കുടുംബത്തിന്റെ സ്നേഹത്തിന്റെ ആധിക്യവും, അയാളെ വ്യക്തിപരമായി ഉലയ്ക്കുന്നതാണ് ഈ ഭാഗത്തിന്റെ ഇതിവൃത്തം. വിവാഹം കഴിക്കാൻ വീട്ടുകാർ നിർബന്ധിക്കുമ്പോഴും, സ്വവർഗാനുരാഗത്തിന്റെ വ്യക്തിപരമായ തീക്ഷ്ണതയിൽ കഴിയുന്ന അയാൾ, തന്നെ തന്നെ വഞ്ചിക്കാൻ കഴിയാത്തതിന്റെ ദുരന്തവും അനുഭവിക്കുന്നുണ്ട്. നെടുമുടി വേണു, കാർത്തിക് കുമാർ, അരുന്ധതീ നാഗ്, സുചിത്രാപിള്ള തുടങ്ങിയവരാണ് ഈ ഭാഗത്തിൽ അഭിനയിച്ചത്.

വ്യക്തികളുടെ മനോവ്യാപാരങ്ങളിലൂടെയുള്ള സൂക്ഷ്മമായ സഞ്ചാരമാണ് *ചൗരാഹീൻ* എന്ന സിനിമ വിഷയമാക്കിയത്. കാലം, ദേശം, കഥാപാത്രങ്ങൾ എന്നിവ വ്യത്യസ്തപ്പെട്ടാലും ആത്യന്തികമായി ക്രോസ്റോഡുകളിൽ– ജീവിത തിരക്കിന്റെ പെരുംവഴിയിൽ– മനുഷ്യൻ ദുർബലരാകുകയാണോ എന്ന തത്വചിന്താപരമായ ചോദ്യവും ഈ സിനിമ ഉയർത്തുന്നുണ്ട്. പതിനൊന്നിലധികം രാജ്യാന്തരമേളയിൽ പ്രദർശിപ്പിച്ച ഈ സിനിമ, ഇംഗ്ലീഷ് സംസാരിച്ചിട്ടും 'ക്രോസ്റോഡ്' എന്ന് പേരിടാത്തിന്റെ യുക്തി, രാജശ്രീതന്നെ ഒരു അഭിമുഖത്തിൽ പങ്കുവയ്ക്കുന്നുണ്ട് (ചൗരാഹീൻ എന്നാൽ ക്രോസ് റോഡ് എന്നാണർഥം). ക്രോസ് റോഡ് എന്ന പേരിൽ ബോളിവുഡിലും മറ്റും സിനിമയുണ്ട്. ഒരിക്കൽ അമേരിക്കൻ എംബസിയിലെത്തിയപ്പോൾ, അവിടെ തന്റെ പുതിയ സിനിമയെക്കുറിച്ച് പറഞ്ഞു. *ക്രോസ്റോഡ്* എന്നാണ് പേര് എന്നുപറഞ്ഞപ്പോൾ, ഓ.. കേട്ടിട്ടുണ്ട്; ബ്രിട്നി സ്പിയേഴ്സൊക്കെ അഭിനയിച്ച സിനിമയല്ലേ... കൊള്ളാം എന്നായിരുന്നു മറുപടി. എന്തായാലും ഇത്തരം തെറ്റിദ്ധാരണകൾ തുടരണ്ട എന്നു കരുതിയാണ് *ചൗരാഹീൻ* എന്ന പേരു തന്നെ തുടരാൻ കാരണമായത്.

2010 ലാണ് രാജശ്രീയുടെ *ആയിഷ* പുറത്തിറങ്ങിയത്. സോണം കപൂർ, അഭയ് ഡിയോൾ തുടങ്ങിയവരാണ് മുഖ്യവേഷത്തിലെത്തിയത്. വാണിജ്യ ഫോർമുലയിൽ നിർമിച്ച കോമഡി ചിത്രമാണെങ്കിലും വിപണി

യിൽ വേണ്ടത്ര തിളങ്ങാൻ *ആയിഷ*ക്കായില്ല. ഡൽഹിയിലെ സമ്പന്ന കുടുംബങ്ങളിലെ പൊങ്ങച്ചവും, ജീവിതത്തോടുള്ള അവരുടെ വീക്ഷണവുമാണ് ഇവിടെ വിഷയമാക്കിയത്. 1815 ൽ ബ്രിട്ടനിൽ പുറത്തിറങ്ങിയ ജാൻ ഓസ്റ്റന്റെ *എമ്മ* എന്ന നോവലിന്റെ സ്വതന്ത്രാവിഷ്കാരമാണ് ഈ സിനിമ. അനിൽ കപൂർകൂടി നിർമാണ പങ്കാളിയായ ഈ സിനിമ, പൂർണമായും തന്റെ സൃഷ്ടിയാണെന്ന് രാജശ്രീ സമ്മതിക്കില്ല. ഒരർഥത്തിൽ *ആയിഷ* തന്റെ സിനിമ അല്ല എന്നു തന്നെയാണ് രാജശ്രീ അഭിമുഖങ്ങളിൽ പ്രഖ്യാപിച്ചത്. സിനിമയുടെ അവസാനമാകുമ്പോഴേക്കും, അത് പൂർണമായും തന്നിൽ നിന്നു വിട്ടുമാറി. അനിൽ കപൂറാണ് അതിന്റെ 'ഫൈനൽ കട്ട്' തീരുമാനിച്ചത്. വിപണിയുടെയും സാമ്പത്തികബലത്തിന്റെയും കരുത്തിൽ *ആയിഷ*, പൂർണമായും ഒരു വാണിജ്യ സിനിമയായി മാറിയതിൽ അവർക്ക് പ്രതിഷേധമുണ്ടായിരുന്നു എന്നു വേണം കരുതാൻ.

ഫിലിമോഗ്രാഫി

ബാഡ്ജർ (2002)
യത്ന (2005)
ചൗരാഹീൻ (2007)
ആയിഷ (2010)

ജനപ്രിയ നായിക കാമ്പേറിയ സിനിമകൾ

സിനിമയിൽ നായികയായും അല്ലാതെയും വർണച്ചിന്തേരിട്ട നൂറ്റിപ്പത്തോളം സിനിമകൾ. മലയാളത്തിലെയും തമിഴിലെയും ദീർഘകാലത്തെ ജനപ്രിയനായിക. വിശേഷണങ്ങൾ പലതാണ് നടി രേവതിക്ക്. അവർ വാണിജ്യസിനിമയിൽ കൊളുത്തിവിട്ട നായികാ സ്വപ്നങ്ങൾ ഇപ്പോഴും ആസ്വാദകരുടെ മനസിൽ വർണപ്പൂമ്പാറ്റയായി പാറിനടക്കുന്നു. അഭിനയമികവിന്റെ ആ കരുത്തും മികവും അവരെ നല്ല സംവിധായികകൂടി ആക്കിയിട്ടുണ്ടാകും. സിനിമയുടെ സങ്കീർണമായ സർഗാത്മകമേഖലയിലും തന്റെ കൈയൊപ്പുകൂടി കരുത്തോടെ ചാർത്തിയ രേവതി നാലു ഫീച്ചർ സിനിമകൾ സംവിധാനം ചെയ്തു. രണ്ടെണ്ണം ഹിന്ദിയിലും ഒന്ന് ഇംഗ്ലീഷിലും ഒന്ന് മലയാളത്തിലും.

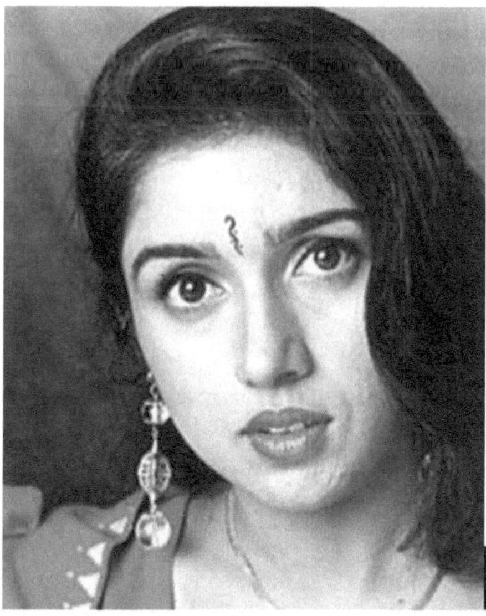

രേവതി

പെൺ ആകുലതകളുടെ ആഴങ്ങളിലേക്ക്, മറ്റൊരു ഇരയാക്കപ്പെട്ട പെണ്ണിന്റെ യാത്രപോലെയാണ് രേവതി സിനിമ തീർത്തത്. പെൺകരുത്തിൽ, അവർ ബോധപൂർ

വം അടിക്കുറിപ്പ് ചാർത്താൻ ശ്രമിച്ചതായി തോന്നുന്നു. ആണിന്റെ ലോകമായ സിനിമയുടെ പിന്നരങ്ങിൽനിന്നും തുടങ്ങണം, പെണ്ണിന്റെ സിനിമാപ്രവർത്തനങ്ങൾ എന്ന് രേവതി ഉറച്ചുവിശ്വസിച്ചു. അവരുടെ ആദ്യ സംവിധാന സംരംഭമായ *മിത്ര് മൈ ഫ്രണ്ട്* (2002) തന്നെ നോക്കുക. അരങ്ങിലും അണിയറയിലും പെൺമികവ് എന്തെന്ന് ഈ സിനിമ കാട്ടിത്തന്നു. നടന്മാർ ഒഴിച്ച് മറ്റാരു ആൺസാന്നിധ്യവും *മിത്ര് മൈ ഫ്രണ്ടി*ന്റെ ഇടങ്ങളിൽ ഉണ്ടായിരുന്നില്ല. ഇന്ത്യയിലും അമേരിക്കയിലുമാണ് സിനിമ ചിത്രീകരിച്ചത്. വി പ്രിയയും സുധാ കൊങ്ങാരയുമാണ് തിരക്കഥ എഴുതിയത്. എഡിറ്റിംഗ് ബീനാപോൾ നിർവഹിച്ചു. സംഗീതം ഇളയരാജയുടെ മകൾ ഭാവാധരണി. ക്യാമറ ഫൗസിയ ഫാത്തിമ, വസ്ത്രാലങ്കാരം പ്രഭാ കോടയുമാണ് ചെയ്തത്. ശോഭന, പ്രീതി വിസ, മാറ്റ് ഫിലിപ്സ്, നസീർ അബ്ദുള്ള, ബ്ലേയ്ക്ക് ഓംസ്ബി തുടങ്ങിയവരാണ് സിനിമയിൽ വേഷമിട്ടത്. ശോഭനയ്ക്ക് മികച്ച നടിക്കുള്ള രണ്ടാം ദേശീയ അവാർഡ് *മിത്ര് മൈ ഫ്രണ്ടി*ലൂടെ ലഭിച്ചു. മികച്ച ഇംഗ്ലീഷ് സിനിമയ്ക്കുള്ള അംഗീകാരവും ഈ സിനിമയ്ക്ക് ലഭിച്ചതിനൊപ്പം എഡിറ്റിങ്ങിന് ബീനാ പോളും ദേശീയ അവാർഡിന് അർഹയായി.

വിവാഹം, കുടുംബം തുടങ്ങിയ സ്ഥാപനങ്ങൾ നിലനിർത്താൻ പെണ്ണ് എത്രത്തോളം സഹനം നേരിടേണ്ടി വരുമെന്ന ചർച്ചയാണ് ഈ സിനിമ മുന്നോട്ടുവച്ചത്. മധ്യവർഗ കുടുംബത്തിന്റെ അരോചകമായ നിലനിൽപ്പ് എന്ന അശ്ലീലത്തെ തിരശ്ശീലയിലൂടെ രേവതി ചോദ്യം ചെയ്തു. ചിദംബരം എന്ന മഹനീയ നഗരത്തിന്റെ പാരമ്പര്യത്തെ പുൽകി ജീവിച്ച പെണ്ണായിരുന്നു ലക്ഷ്മി. വിവാഹാനന്തരം ഭർത്താവ് പൃഥ്വിയോടൊപ്പം അവൾ കാലിഫോർണിയയിലേക്ക് പോകുന്നു. അമേരിക്കയിലെ പരിചിതമല്ലാത്ത സംസ്കാരവുമായുള്ള സംഘട്ടനങ്ങൾ, അവളെ മുറിവേൽപ്പിക്കുന്നുണ്ടെങ്കിലും പൃഥ്വിയുടെ സ്നേഹത്തിൽ അവൾ അപകർഷതയോടെ അതിജീവിക്കുന്നു. അവർക്ക് മകൾ ദിവ്യ ജനിക്കുന്നു. വിദേശ ജീവിത ശീലങ്ങളുടെ എല്ലാ സ്വാതന്ത്ര്യവും എടുത്ത് വളർന്ന മകളിൽ, അമ്മയെന്ന ഇന്ത്യനവസ്ഥയെ അടിച്ചേൽപ്പിക്കാൻ ലക്ഷ്മി വല്ലാതെ തിരക്കുകൂട്ടുന്നുണ്ട്. ഒരുവേള കാമുകനെ ചുംബിച്ചതിന്റെ പേരിൽ മകളെ ലക്ഷ്മി അടിക്കുന്നു. സ്വാർഥമതിയാണ് അമ്മയെന്നും അവരുടെ ആകുലതകൾ സഹിക്കാൻ കഴിയുന്നില്ലെന്നും പ്രഖ്യാപിച്ച് ദിവ്യ കാമുകനൊപ്പം വീടുവിട്ടിറങ്ങുന്നു. ഈ ദേഷ്യത്തിൽ ഭർത്താവ് പൃഥ്വിയും ലക്ഷ്മിയെ അവഗണിക്കുന്നു, ഒറ്റപ്പെടുത്തുന്നു.

തന്റെ വ്യക്തിപരമായ പരിശ്രമങ്ങളെ ആ അർഥത്തിൽ തന്നെ മനസിലാക്കാത്ത കുടുംബാന്തരീക്ഷത്തെ അവളും വെറുക്കുന്നു. അതിൽ നിന്ന് രക്ഷനേടാനാണ് അവൾ കമ്പ്യൂട്ടർ ചാറ്റ്മുറിയിലേക്ക് കടന്നത്. അവിടെ അജ്ഞാതനായ സുഹൃത്ത് മിത്ര്, അവളെ സഹായിക്കാൻ എത്തുന്നു. മിത്രിന്റെ പ്രേരണയിൽ അവൾ, പെണ്ണിന്റെ കരുത്ത് തിരിച്ചറിയുന്നു. കുടുംബിനി എന്ന പ്രതിലോമകരമായ ഇന്ത്യൻ അസ്തിത്വ

ത്തെ അവൾ കുടഞ്ഞെറിയുന്നു. നൃത്തം പഠിച്ച്, ശരീരം സുന്ദരമായി താലോലിച്ച് അയൽപക്കക്കാരുമായി നല്ല സൗഹൃദം സ്ഥാപിച്ച് തന്റെ ലോകം ലക്ഷ്മി കൂടുതൽ വിപുലമാക്കുന്നു. കുടുംബത്തിലെ താളപ്പിഴകളിൽ പെണ്ണിന് മാത്രം കടുത്ത ആശങ്കയുണ്ടാക്കുന്ന വൈരുധ്യത്തെ അവൾ തോൽപ്പിക്കുന്നു. അപ്പോളെല്ലാം, നല്ല ഉപദേശകനായി ചാറ്റ് മുറിയിൽ മിത്ര് ഒപ്പം കൂടി.

ഇതിനിടയ്ക്കാണ് ദിവ്യയുടെ ഫോൺ ലക്ഷ്മിക്ക് ലഭിക്കുന്നത്. താൻ കാമുകനെ ഉപേക്ഷിച്ചുവെന്നും, അയാൾ തന്നെ മർദിക്കുന്നുവെന്നും ദിവ്യ അറിയിക്കുകയാണ്. ജീവിതത്തിൽ പുതിയ മുഖമണിഞ്ഞ ലക്ഷ്മി മകളെ ഒപ്പം തന്റെ ജീവിതത്തിലേക്ക് തിരിച്ച് കൂട്ടിക്കൊണ്ടു വരികയാണ്. അമ്മയ്ക്കുണ്ടായ മാറ്റം ദിവ്യയെ ഏറെ സന്തോഷവതിയാക്കുന്നുണ്ട്. ഇതിന് കാരണക്കാരനായ മിത്രിനെ നേരിട്ട് കാണാൻ ശ്രമിക്കണമെന്ന് മകൾ അമ്മയോട് പറയുന്നു. സാൻഫ്രാൻസിസ്കോയിലെ മത്സ്യവിപണനകേന്ദ്രത്തിൽ മിത്രിനെ അവർ കാണുന്നു. അത് മറ്റാരുമായിരുന്നില്ല; സ്വന്തം ഭർത്താവും ദിവ്യയുടെ അച്ഛനുമായ പൃഥ്വി തന്നെ!

ശോഭനയുടെ മികവാർന്ന അഭിനയ ചാരുതകൊണ്ടും വാണിജ്യ സിനിമ എന്ന നിലയിലുള്ള ത്രസിപ്പിക്കുന്ന കഥാന്ത്യം സൃഷ്ടിച്ചുകൊണ്ടും രേവതി തയാറാക്കിയ *മിത്ര് മൈ ഫ്രണ്ടിൽ*, കൃതഹസ്തയായ സംവിധായികയുടെ സാന്നിധ്യം ഉടനീളം ദൃശ്യമാണ്.

രണ്ടുവർഷത്തിനുശേഷം 2004 ലാണ് രേവതിയുടെ രണ്ടാം സിനിമയായ *ഫിർ മിലേംഗേ* പുറത്തിറങ്ങിയത്. ശിൽപ്പ ഷെട്ടി, അഭിഷേക് ബച്ചൻ, സൽമാൻ ഖാൻ, കമാലിനി മുഖർജി തുടങ്ങിയവർ വേഷമിട്ടു. സാമൂഹ്യ ശരീരത്തിനേറ്റ എയ്ഡ്സ് എന്ന മാരകരോഗം വ്യക്തിജീവിതത്തിൽ എത്രത്തോളം ആഘാതം സൃഷ്ടിക്കുന്നു എന്ന ചർച്ചയാണ് *ഫിർ മിലേംഗേ* പറയുന്നത്. പ്രശസ്തമായ പരസ്യ കമ്പനിയിലെ ഏറ്റവും കഴിവുള്ള ജീവനക്കാരിയാണ് തമന്ന സാഹ്നി. കമ്പനിയുടെ വിപണി വിജയത്തിന് തമന്നയുടെ സംഭാവന എല്ലാവരാലും പ്രകീർത്തിക്കപ്പെടുകയാണ്. ഇതിനിടയിലാണ്, കോളേജിലെ പൂർവവിദ്യാർഥി സംഗമത്തിനിടയിൽ പഴയ കാമുകനായ രോഹിതിനെ തമന്ന കണ്ടുമുട്ടുന്നത്. പ്രണയാർദ്രമായ പഴയ ക്യാമ്പസ് കാലത്തിന്റെ ഓർമകളിൽ, അവർ ജീവിതം ആഘോഷമാക്കുകയാണ്. രണ്ടുനാൾ ഒന്നിച്ചു കഴിഞ്ഞ് രണ്ടു പേരും തങ്ങളുടെ തിരക്കിലേക്ക് മടങ്ങിപ്പോകുന്നു.

ഇതിനിടയിലാണ്, തമന്നയുടെ സഹോദരി വാഹനാപകടത്തിൽ പെടുന്നത്. അപകടനിലയിലായ സഹോദരിക്ക് രക്തം നൽകിയ, തമന്നയെ പിറ്റേന്ന് ഡോക്ടർ വിളിപ്പിക്കുന്നു. തന്റെ രക്തം എച്ച് ഐ വി പോസിറ്റീവാണെന്ന തിരിച്ചറിവിൽ അവൾ തളർന്നുപോകുന്നു. പ്രണയാർദ്രനിമിഷങ്ങളിൽ കാമുകനിൽനിന്നും താൻ ഏറ്റുവാങ്ങിയത് രോഗത്തിന്റെ ബീജങ്ങളായിരുന്നോ? എത്ര അന്വേഷിച്ചിട്ടും രോഹിതിനെ അവൾക്ക് കണ്ടെത്താനാകുന്നില്ല. ഇതിനിടയിൽ ജോലിയിൽ അശ്രദ്ധ കാണിച്ചതി

ന്, തമന്നയെ കമ്പനി പിരിച്ചുവിടുന്നു. നിയമപരമായി ഇതിനെ എതിർക്കാൻ മുന്നിട്ടിറങ്ങിയ തമന്നയ്ക്കൊപ്പം സഹായിക്കാൻ പുതിയ സുഹൃത്ത് എത്തുന്നു-തരുൺ ആനന്ദ്, ഇയാളുടെ കൈത്താങ്ങോടെ ജീവിതത്തെ പൊരുതി തോൽപ്പിക്കാൻ തന്നെയാണ് തമന്ന തീരുമാനിക്കുന്നത്.

രേവതി ഈ സിനിമയിൽ ഡോക്ടറുടെ വേഷം ചെയ്യുന്നുണ്ട്. അതുൽ അബർവാൾ തിരക്കഥയൊരുക്കിയ *ഫിർ മിലേംഗേ*യുടെ ക്യാമറ രവി വർമനും കൈകാര്യം ചെയ്തു.

രഞ്ജിത്ത് ഒരുക്കിയ *കേരള കഫേയിൽ* (2009) *മകൾ* എന്ന ഭാഗം സംവിധാനം ചെയ്തതും രേവതിയാണ്. പത്ത് സംവിധായകർ അണിനിരന്ന ഈ സംരംഭത്തിൽ അഞ്ജലി മേനോനും രേവതിയും പെൺപക്ഷ കാഴ്ചപ്പാട് ഉയർത്തിപ്പിടിച്ച സിനിമകൾ മുന്നോട്ടുവച്ചു. നാഗർകോവിലിലെ ക്വാറിയിൽ ജോലിചെയ്യുന്ന നിർധന തമിഴ്കുടുംബത്തിലെ പെൺതരിയെ ദത്തെടുക്കാനെന്ന പേരിൽ കടത്തിക്കൊണ്ടുപോകുന്നതാണ് *മകൾ* സിനിമയുടെ ഇതിവൃത്തം. അവൾ-ആ എട്ടുവയസുകാരി- അനിയനൊപ്പം കളിച്ച് മതിവരാത്തവളാണ്. ഇതിനിടയിലാണ്, കേരളത്തിലെ മക്കളില്ലാത്ത ദമ്പതികൾ അവളെ ദത്തെടുക്കാൻ വരുന്നത്. നെഞ്ചു കലങ്ങുന്ന വിങ്ങലോടെ അച്ഛനും അമ്മയും ആ മകളെ വിട്ടുകൊടുക്കുന്നു. അനിയൻ തന്ന മയിൽപ്പീലിത്തുണ്ടുമായി അവൾ പുതിയ രക്ഷിതാക്കളോടൊപ്പം റെയിൽവേ സ്റ്റേഷനിലേക്ക് പോകുകയാണ് യാത്രാക്ഷീണത്തിൽ മയങ്ങിപ്പോയ അവളെ, റെയിൽവേ സ്റ്റേഷനിലെ കേരള കഫേയിൽ വച്ച് വിടനായ വൃദ്ധന് കൈമാറുന്നു. ഉറക്കത്തിൽ പക്ഷേ അവൾ ഒന്നുമറിഞ്ഞില്ല. ദത്തെടുത്ത ദമ്പതികളും പണം എണ്ണിവാങ്ങി ചെറുചിരിയോടെ റെയിൽവേസ്റ്റേഷനിലെ തിരക്കിൽ മായുകയാണ്.

ശ്രീനാഥും സോനാ നായരുമാണ് *മകളിൽ* അഭിനയിച്ചത്. മാംസവ്യാപാരത്തിന്റെ ആരുംകാണാത്ത സങ്കീർണമായ സാധ്യതകളിലേക്ക് ഉള്ളുലയ്ക്കും വിധമാണ് രേവതി തിരശ്ശീല പിടിച്ചത്. മാതൃത്വത്തിന്റെ ഏറ്റവും ഉയർന്ന തലമായ പുത്രീസ്നേഹം എത്ര പെട്ടെന്നാണ് പണത്തിന്റെ മാസ്മരികതയിലേക്ക് വഴിമാറുന്നതെന്ന് നടുക്കത്തോടെ മാത്രമേ *മകളിൽ* പ്രേക്ഷകർക്ക് കണ്ടുനിൽക്കാനാവൂ. അഞ്ജലി മേനോൻ, ലാൽ ജോസ്, ഷാജി കൈലാസ്, ശ്യാമ പ്രസാദ്, അൻവർ റഷീദ്, ബി ഉണ്ണികൃഷ്ണൻ, എം പത്മകുമാർ, ശങ്കർ രാമകൃഷ്ണൻ, ഉദയ് അനന്തൻ എന്നിവരാണ് രേവതിക്കൊപ്പം മറ്റു സിനിമകൾ സംവിധാനം ചെയ്തത്.

*കേരളകഫേ*ക്കുശേഷം ഇതേ രീതിയിലുള്ള *മുംബൈ കട്ടിങ്* എന്ന സിനിമയിലും രേവതി സഹകരിച്ചു. മുംബൈയിലെ ജീവിതം 11 കഥാസന്ദർഭങ്ങളായി പറയുന്നതാണ് *മുംബൈ കട്ടിങ്*. ഇതിൽ *പാർസൽ* എന്ന സെഗ്മെന്റാണ് രേവതി സംവിധാനം ചെയ്തത്. ജാനു ബറുവയുടെ *അഞ്ജന ദോസ്ത്*, റിതു പർണ ഘോഷ് സംവിധാനം ചെയ്ത *അർജ്*,

ബോംബെ മുംബൈ സേം ഷിറ്റ്– രാഹുൽ ധോൽക്കിയ, *10 മിനിറ്റ്സ്*– ശശാങ്ക ഘോഷ്, *ആന്റ് ഇറ്റ് റൈൻഡ്*– മനീഷ് ജാ, *പ്രമോദ് ഭായ് 23*– അനുരാഗ് കശ്യപ്, *ദ ബാൾ*– സുധീർ മിശ്ര, *ജോ പൾട്ടി നഹീൻ വോ റിക്ഷാ ക്യാ*– രുചി നാരായൺ, *ബോംബെ ഹൈ*– ആയുഷ്റൈന, *ഹിറോ* – കുന്ദൻ ഷാ തുടങ്ങിയവയാണ് *മുംബൈ കട്ടിങ്ങി*ലെ മറ്റു സിനിമകൾ. ബോളിവുഡിലെ നൂതന പരീക്ഷണമെന്നനിലയിൽ വിമർശക ശ്രദ്ധ പതിഞ്ഞ *മുംബൈ കട്ടിങ്*, മുംബൈയിലെ സാധാരണ ജീവിതത്തെ പലവിധത്തിലും അടയാളപ്പെടുത്തി.

വലിയ തിരശ്ശീലയ്ക്കൊപ്പം ദൃശ്യഭാഷയുടെ പുതിയ ഭാഷ്യങ്ങൾ തേടി ടെലിവിഷനിലും രേവതി സജീവമാണ്. തമിഴ് ദൂരദർശനിലും മറ്റും പെൺപക്ഷചിന്തകൾ പങ്കിട്ട നിരവധി പരിപാടികൾ രേവതി അവതരിപ്പിച്ചു. ദൂരദർശൻ സംപ്രേഷണം ചെയ്ത *ഇരവിൽ ഒരു പകൽ* (1990), *പെൺ തമിൾ* (1991) എന്നിവ ശ്രദ്ധേയമായ ടിവി ഷോകളായിരുന്നു. സൺ ടിവിയിൽ ജനപ്രിയ പരിപാടികളായ രേവതി, ഡോക്ടേഴ്സ്, നിറങ്ങൾ, ചിന്ന ചിന്ന ആശൈ എന്ന സീരിസിലെ ആഗസ്ത് 15, ബൂം ബൂം സകലക്ക തുടങ്ങിയവയുടെ അരങ്ങിലും അണിയറയിലും രേവതിയായിരുന്നു. വിജയ് ടിവിയിൽ കഥേ കഥേയം കഥയമമം എന്ന സീരിസിലെ ഡി എൻ എ എന്ന ഭാഗവും തയാറാക്കിയത് രേവതിയാണ്. തമിഴ് ജനപ്രിയ ടിവി പരിപാടികളുടെ ചുവടുപിടിച്ച് മലയാളത്തിൽ ചില സ്വകാര്യ ചാനലുകൾ തയാറാക്കിയ പരിപാടിയിലും അവതാരകയായി രേവതിയെത്തി.

ആശ കേളുണ്ണിക്കുട്ടി എന്ന രേവതി 1966 ൽ കൊച്ചിയിലാണ് ജനിച്ചത്. പിതാവ് മേജർ കേളുണ്ണിയുടെ നാട് പാലക്കാട് കല്ലടിക്കോടാണ്. കുട്ടിക്കാലവും പഠനവും പൂർണമായും ചെന്നൈയിലായിരുന്നു. അക്കാലത്തെ ജീവിതസാഹചര്യത്തിൽ നിന്നാണ് തമിഴ് അമ്മഭാഷയായി രേവതിയിൽ കുടിയേറിയത്. 1983 ൽ ഭാരതീരാജയിലൂടെയാണ് രേവതി തിരശ്ശീലയുടെ ലോകത്തെത്തുന്നത്. *മൺവാസനൈ* എന്ന ചിത്രത്തിൽ നായികയായി രേവതി അരങ്ങേറി. തമിഴ്സിനിമയിലും രേവതിയുടെ അഭിനയജീവിതത്തിലും നിർണായക വഴിത്തിരിവായിരുന്നു *മൺവാസനൈ*. മുത്തുപ്പേച്ചി എന്ന കഥാപാത്രം അവിസ്മരണീയമാക്കിയ ഈ തുടക്കക്കാരിക്കൊപ്പം പാണ്ഡ്യനും കെ കെ സൗന്ദറും മത്സരിച്ചഭിനയിച്ചു. '83 ൽ തന്നെ ഭരതന്റെ *കാറ്റത്തെ കിളിക്കൂടിലൂടെ* മലയാളത്തിലേക്കും രേവതി ചുവടുവച്ചു. ടി ദാമോദരൻ തിരക്കഥയെഴുതിയ *കാറ്റത്തെ കിളിക്കൂട്* മികച്ച ഹിറ്റായി. ഭരത്ഗോപിയും മോഹൻലാലുമായിരുന്നു രേവതിക്കൊപ്പം ഈ സിനിമയിൽ.

പുരാവൃത്തം, ദേവാസുരം, മങ്കമ്മ, മായാമയൂരം, കിലുക്കം, മോളി ആന്റി റോക്ക്സ്... തുടങ്ങിയ മലയാളസിനിമയിലൂടെ അവർ എല്ലാക്കാലത്തെയും മികച്ച ജനപ്രിയ നടിയായി. തെലുങ്കിൽ രേവതി 1984 ൽ അരങ്ങേറി. *മാനസവീണ* എന്ന ചിത്രത്തിലൂടെ. ഹിന്ദിയിൽ സുരേഷ്

കൃഷ്ണ സംവിധാനം ചെയ്ത *ലൗ* എന്ന സിനിമയാണ് രേവതിയുടെ ആദ്യ ഹിന്ദിചിത്രം. സൽമാൻഖാനും അംജദ്ഖാനുമായിരുന്നു ഒപ്പം.

ഫിലിമോഗ്രാഫി

മിത്ര് മൈ ഫ്രണ്ട് (2002)
ഫിർ മിലേംഗേ (2004)
കേരളാ കഫേ- മകൾ (2009)
മുംബൈ കട്ടിങ്- പാർസൽ (2010)
റെഡ് ബിൽഡിംഗ് വേർ ദ സൺ സെറ്റ്സ് (2011)

ഗൃഹാതുരതയുടെ നൂലിഴകൾ

ഓർമകളുടെ വേരിലേക്കുള്ള പിന്മടക്കമായിരുന്നു അഞ്ജലി മേനോന്റെ ആദ്യത്തെ മുഴുനീള ഫീച്ചർ സിനിമ *മഞ്ചാടിക്കുരു*. ദീർഘകാലം പുറം ലോകത്തുണ്ടായിരുന്ന ഒരാൾ തിരിച്ചെത്തി ജന്മനാടിനെ കാണുന്നതിന്റെ അഴകാണ് ആ സിനിമയ്ക്ക്. അവർ സംഭാഷണമൊരുക്കിയ *ഉസ്താദ് ഹോട്ടൽ* എന്ന അൻവർ റഷീദ് ചിത്രത്തിലും കേരളാ കഫേ ചിത്രസമുച്ചയത്തിലെ *ഹാപ്പി ജേണി* എന്ന സിനിമയിലും കുടുംബം എന്ന സ്ഥാപനത്തിന്റെ ഊഷ്മളത ഗൃഹാതുരതയോടെ കടന്നുവരുന്നുണ്ട്.

അഞ്ജലി മേനോൻ

പ്രഥമ മുഴുനീള ഫീച്ചർ സിനിമയായ *മഞ്ചാടിക്കുരുവി*ലൂടെ തന്നെ അഞ്ജലി, സംവിധായിക എന്ന നിലയിലുള്ള തന്റെ ഇരിപ്പിടം ഉറപ്പിച്ചതായി കാണാം. 2008 തിരുവനന്തപുരം രാജ്യാന്തരമേളയിൽ മികച്ച സിനിമയ്ക്കുള്ള ഫിപ്രസി പുരസ്കാരവും നവാഗത സംവിധായികയ്ക്കുള്ള ഹസൻകുട്ടി പുരസ്കാരവും *മഞ്ചാടിക്കുരു* നേടി. 2009 ൽ ന്യൂയോർക്കിൽ

നടന്ന സൗത്ത് ഏഷ്യൻ രാജ്യാന്തരമേളയിൽ അഞ്ച് പ്രമുഖ അവാർഡും *മഞ്ചാടിക്കുരു* നേടി. മികച്ച സിനിമ, മികച്ച സംവിധായിക, മികച്ച തിരക്കഥ, മികച്ച ക്യാമറ, മികച്ച നവാഗത പ്രതിഭ എന്നിങ്ങനെയുള്ള അംഗീകാരങ്ങൾ അഞ്ജലിയെ വിദേശത്തും ശ്രദ്ധേയയാക്കി. ഗൃഹാതുരതയുടെ, നെഞ്ചിൽ കൊളുത്തുവലിക്കുന്ന ഓർമകളുടെ ചുടുഗന്ധമാണ് *മഞ്ചാടിക്കുരു* പ്രസരിപ്പിച്ചത്.

മുത്തച്ഛന്റെ മരണാനന്തരചടങ്ങിനായി 16 ദിവസത്തേക്ക് ജന്മനാട്ടിലേക്ക് എത്തിയ വിക്കിയുടെ ഓർമകളിലൂടെയാണ് സിനിമ വികസിക്കുന്നത്. ഈ 16 ദിവസംകൊണ്ട്, വിക്കി തന്റെ പൂർവകാലത്തിലെ ചില വേരുകൾ വീണ്ടെടുക്കുന്നു. പാഴിലകൾ വീണ് മൂടിയ നാട്ടിടവഴിയിൽ മഞ്ചാടിക്കുരുവിന്റെ തിളക്കംപോലെ ആ ഓർമകൾ വീണുകിടപ്പുണ്ടായിരുന്നു. കൂട്ടുകുടുംബത്തിന്റെ അന്തർസംഘർഷങ്ങൾ, വഴിപിരിയലിന് മുമ്പുള്ള കടുംപിടുത്തങ്ങൾ. വലിയ വീടിന്റെ മുറികളിൽനിന്ന് മുറികളിലേക്ക് പരന്നൊഴുകുന്ന മുറുമുറുക്കലുകൾ ആശങ്കകൾ... മഞ്ചാടിക്കുരുവിന് തിളങ്ങുന്ന ചുവപ്പുനിറത്തിനൊപ്പം ചിലയിടങ്ങളിൽ മണ്ണിൽപുതഞ്ഞ മഞ്ഞ നിറവും വിക്കി കണ്ടെടുക്കുന്നുണ്ട്. എഴുപതുകളുടെ അവസാനം കേരളത്തിലെ ഒരു കൂട്ടുകുടുംബത്തിൽ ഉണ്ടായ മാനസിക വിസ്ഫോടനം, കുടുംബം എന്ന സ്ഥാപനത്തെ ഏതൊക്കെ തരത്തിൽ മാറ്റത്തിന്റെ പാതയിലേക്ക് വിശ്ലേഷിപ്പിച്ചു എന്ന ചരിത്രപാഠവും *മഞ്ചാടിക്കുരു* സമ്മാനിക്കുന്നുണ്ട്. കാലത്തെയും അതിന്റെ ആചാരങ്ങളെയും കൃത്യമായി അടയാളപ്പെടുത്തി, ഏതൊക്കെ ഘട്ടങ്ങളിൽ അതിന് അനിവാര്യമായ പരിണാമം സംഭവിച്ചു എന്ന നിരീക്ഷണവും, ഒരു ചരിത്രപടുവിനെപ്പോലെ അഞ്ജലി പറഞ്ഞുവയ്ക്കുന്നുണ്ട്. ഇന്നലെകളെയും അതിന്റെ ഓർമകളെയും നനുത്ത അക്ഷരങ്ങളിൽ കുറിച്ചിട്ട ഡയറിത്താളായി *മഞ്ചാടിക്കുരു* എന്ന സിനിമയെ പ്രേക്ഷകർ കണ്ടു.

അഞ്ജലി തന്നെ നിർമാണം നിർവഹിച്ച *മഞ്ചാടിക്കുരു*വിൽ പൃഥ്വിരാജ്, ജഗതി ശ്രീകുമാർ, ഉർവശി, തിലകൻ, കവിയൂർ പൊന്നമ്മ, മുരളി, റഹ്മാൻ, സിന്ധുമേനോൻ തുടങ്ങിയവർ വേഷമിട്ടു. കാവാലത്തിന്റെയും രമേഷ് നാരായണന്റെയും ഗ്രാമ്യസംഗീതവും സിനിമയെ ശ്രദ്ധേയമാക്കുന്നതിൽ മുഖ്യപങ്കുവഹിച്ചതായി കാണാം. ഫ്രാങ്കോയീസ് ജമൂറിയുടെ സംഗീതവും സിനിമയ്ക്ക് ഇമ്പമേകി. ഈ സിനിമയ്ക്ക് തിരക്കഥയൊരുക്കുമ്പോൾ മലയാളഭാഷയിൽ, കാര്യമായ സ്വാധീനമില്ലാത്ത എഴുത്തുകാരിയിരുന്നു അവർ. മലയാള സിനിമയെടുക്കാൻ പാടുപെട്ട് മാതൃഭാഷ പഠിച്ചു. സംഭാഷണങ്ങൾ ഇംഗ്ലീഷിലെഴുതി, സുഹൃത്തായ അപർണയെക്കൊണ്ട് തർജമചെയ്യിക്കും. അങ്ങനെ ശ്രമപ്പെട്ട അധ്വാനത്തിന്റെ മികച്ച ഫലമായിരുന്നു *മഞ്ചാടിക്കുരു.*

സ്വിറ്റ്സർലന്റുകാരനായ പെട്രോസുൾച്ചറാണ് *മഞ്ചാടിക്കുരു*വിന്റെ ക്യാമറ. അമേരിക്കൻ ഫിലിംസ്കൂളിലെ മികച്ച വിദ്യാർഥിയായ സുൾച്ചറെ ക്യാമറ ഏൽപ്പിക്കുന്നതിൽ അഞ്ജലിക്ക് കൃത്യമായ ഉദ്ദേശ്യമു

ണ്ടായിരുന്നു. ഇന്നലെയും ഇന്നും ഇടകലർന്ന കേരളീയസാഹചര്യവും ദൃശ്യവും ഒപ്പിയെടുക്കാൻ, അതെന്തെന്ന് അറിയാത്ത ഒരാളാണ് ഏറെ നല്ലതെന്ന് അഞ്ജലി വിശ്വസിച്ചു. മലയാളിയായ ഛായാഗ്രാഹകനാണ് ഇത്തരം കേരളീയ പശ്ചാത്തലം ചിത്രീകരിക്കുന്നതെങ്കിൽ അതിൽ വലിയ തോതിലുള്ള പുതുമ (അതിന്റെ ഗന്ധവും) കടന്നുവരണമെന്നില്ല. പക്ഷേ, സുൾച്ചർ എല്ലാം, പിഞ്ചുകുഞ്ഞിന്റെ കൗതുകത്തോടെ നോക്കിക്കണ്ടു. അമ്പലത്തിൽ പ്രസാദം വാങ്ങിക്കുന്ന സ്ത്രീയുടെ ദൃശ്യത്തിൽ പുതുമ കൈവരുത്താൻ മലയാളിയായ ഒരു ഛായാഗ്രാഹകന് പരിമിതിയുണ്ട്. കാരണം, ഒരുപാട് തവണ സിനിമകളിലും ഓർമകളിലും ആവർത്തിച്ച ദൃശ്യമാണത്. എന്നാൽ സുൾച്ചർ ഇത്തരമൊരു കേരളീയ ദൃശ്യം ആദ്യമായി കാണുകയാണ്. എല്ലാത്തരം പുതുമകളോടെയും ആവേശത്തോടെയുമായിരുന്നു ഈ ദൃശ്യങ്ങൾ സുൾച്ചർ പകർത്തിയതെന്ന് അഞ്ജലിമേനോൻ അഭിമുഖങ്ങളിൽ പറഞ്ഞിട്ടുണ്ട്. 2008 ൽ തന്നെ സിനിമ പൂർത്തിയായെങ്കിലും 2012 ലാണ് സിനിമ പ്രേക്ഷകരിലെത്തിയത്.

മഞ്ചാടിക്കുരു തിയേറ്ററിൽ എത്തുന്നതിന് മുമ്പുതന്നെ അഞ്ജലിയുടെ *ഹാപ്പി ജേണി* എന്ന ഹ്രസ്വചിത്രവും പ്രേക്ഷകരിലെത്തി. പത്ത് സംവിധായകർ ഒന്നിച്ച *കേരളാകഫേ*യിലാണ് *ഹാപ്പി ജേണി*യുമായി അഞ്ജലിയെത്തിയത്. രേവതിയും അഞ്ജലിയുമാണ് *കേരളാകഫേ*യിൽ സഹകരിച്ച വനിതാസംവിധായകർ. ജഗതി ശ്രീകുമാറും നിത്യാമേനോനും വേഷമിട്ട ഹാപ്പി ജേണി, നർമത്തിൽ പൊതിഞ്ഞ യാത്രയുടെ കഥയാണ് പറയുന്നത്. സമ്മർദം ഇരുൾമൂടിയ ഒരു ബസ് യാത്ര അവസാനിക്കുമ്പോൾ ഉതിരുന്ന പൊട്ടിച്ചിരിയാണ് സിനിമയുടെ കഥാതന്തു.

ജോലിസ്ഥലത്തു നിന്നും കെ എസ് ആർ ടി സി ബസിൽ പതിവ് വാരാന്ത്യയാത്ര നടത്തുന്ന (എറണാകുളം മുതൽ കോഴിക്കോട് വരെ) ജഗതിയാണ് സിനിമയിലെ കേന്ദ്രകഥാപാത്രം. തൊട്ടടുത്ത സീറ്റിൽ ഒരു കോളേജ് കുമാരി വന്നതോടെ, അയാളിലെ ആൺതൃഷ്ണകൾ ഉണർന്നു. ശൃംഗാരരസവും ഫോൺവിളിയും ഇടകലർന്ന അയാളുടെ യാത്രയ്ക്കിടയിൽ, തൊട്ടടുത്തിരുന്ന പെൺകുട്ടി; താനൊരു ചാവേറാണെന്ന് സഹയാത്രികനെ ഓർമിപ്പിക്കുന്നു. ബസ് കോഴിക്കോട്ടെത്തും മുമ്പ് യാത്രക്കാർ സ്ഫോടനത്തിൽ കൊല്ലപ്പെടുമെന്നുമുള്ള വെളിപ്പെടുത്തൽകൂടി കേട്ടതോടെ ആ യാത്രക്കാരൻ തളരുകയാണ്. ഫോണിൽ അയാൾ അവസാനമായി തന്റെ ഭാര്യയെ വിളിച്ച് കണ്ണീർ വാർക്കുന്നു. താൻ എപ്പോഴും കാര്യമില്ലാതെ ശണ്ഠ കൂടുന്ന ഭാര്യ എത്രമാത്രം സ്നേഹമയിയാണെന്ന് അയാൾ ഓർക്കുന്നു. യാത്ര അവസാനിക്കാറായതോടെ, പെൺകുട്ടി ബാഗുമായി ഇറങ്ങാൻ ശ്രമിക്കുമ്പോൾ, സ്ഫോടനം സംഭവിക്കുമെന്ന് അയാൾ വല്ലാതെ ഭയക്കുന്നു. എന്നാൽ പെൺകുട്ടി അയാളെ പറഞ്ഞുപറ്റിക്കുക മാത്രമാണ് ഉണ്ടായതെന്ന നടുക്കുന്ന ക്ലൈമാക്സിൽ പ്രേക്ഷകർ ആശ്വാസംകൊള്ളുകയാണ്. ഈ ചെറുചിത്രത്തിൽ ജഗതി

യെന്ന മധ്യവയസ്കൻ ബസിൽ സഞ്ചരിച്ചത് അയാളുടെ വീട്ടിലേക്കല്ല, അയാളുടെ ജീവിതത്തിലേക്കും കൂടിയാണ്. ഇതേപോലെ കാഴ്ചക്കാരിലേക്കും ഒരു പിന്തിരിഞ്ഞുള്ള യാത്രയ്ക്ക് ഈ സിനിമ പ്രേരിപ്പിക്കുന്നുണ്ട്. *കേരളാ കഫേ* ചിത്രസമുച്ചയത്തിൽ *ഹാപ്പി ജേണി* സവിശേഷമായ വ്യത്യസ്തത പുലർത്തുന്നതും അതുകൊണ്ടാണ്. അഞ്ജലിയുടെ സംവിധാനമികവിനൊപ്പം ജഗതിയുടെയും നിത്യമേനോന്റെയും പകർന്നാട്ടവും സിനിമയെ ശ്രദ്ധേയമാക്കി.

സിനിമയിലെ സംഭാഷണകലയിൽ അഞ്ജലിക്ക് ദേശീയ അവാർഡ് നേടിക്കൊടുത്ത സിനിമയാണ് *ഉസ്താദ് ഹോട്ടൽ*. അൻവർ റഷീദ് സംവിധാനം ചെയ്ത ഈ ചിത്രത്തിൽ, പുതുമ മാറാത്ത സംഭാഷണശകലങ്ങൾ തീർത്ത അഞ്ജലി, തന്റെ രചനാപാടവം ഒന്നുകൂടി തെളിയിക്കുകയായിരുന്നു. ആദ്യ സിനിമയ്ക്കായി പാടുപെട്ട് മലയാളം പഠിച്ച അവർ, തന്റെ മലയാളമെഴുത്തിൽ ദേശീയാംഗീകാരം നേടിയെടുത്ത അത്ഭുതംകൂടി സംഭവിക്കുകയായിരുന്നു. കോഴിക്കോടൻ രുചിമേളയ്ക്കൊപ്പം ആസ്വാദ്യമായ രീതിയിലാണ് സിനിമാ സംഭാഷണവും അവർ തീർത്തത്. *ഉസ്താദ് ഹോട്ടലി*ലും കുടുംബം, ബന്ധങ്ങൾ അതിന്റെ അസ്വാരസ്യങ്ങൾ തുടങ്ങിയവയാണ് വിഷയമാക്കിയത്. അൻവർ റഷീദിന്റെ സംവിധാനമികവിന് ഊടും പാവും നൽകി അഞ്ജലിയുടെ സംഭാഷണവും ഈ സിനിമയെ മികച്ചതാക്കാൻ സഹായിച്ചു.

ഇപ്പോൾ മുംബൈയിൽ സ്ഥിരതാമസമാക്കിയ അഞ്ജലി മേനോൻ കോഴിക്കോടാണ് ജനിച്ചത്. തുടർന്ന് ദുബായിലാണ് കുട്ടിക്കാലം. കോഴിക്കോട് പ്രൊവിഡൻസ് കോളേജിൽനിന്നും ബിരുദപഠനത്തിനുശേഷം പൂണെയിൽനിന്നും കമ്യൂണിക്കേഷൻ വിഷയത്തിൽ ബിരുദാനന്തരബിരുദം നേടി. 2000 ത്തിൽ ലണ്ടൻ ഫിലിം സ്കൂളിൽ സംവിധാന കോഴ്സിന് ചേർന്നു. മികച്ച വിദ്യാർഥിയായി ഇവിടെനിന്നും പുറത്തിറങ്ങി.

പൂണെ പഠനത്തിനുശേഷം ശ്രദ്ധേയമായ ചില ഡോക്യുമെന്ററികളും ഹ്രസ്വചിത്രങ്ങളും അഞ്ജലി നിർമിച്ചിട്ടുണ്ട്. മലപ്പുറത്തെ റുബിയയെക്കുറിച്ച് തയാറാക്കിയ *ദ ടൈം ടു ബ്ലോസം* എന്ന ഡോക്യുമെന്ററി, തെരുവുകുട്ടികളുടെ ജീവിതം പ്രമേയമാക്കിയ *കല്യാണി* എന്ന ഹ്രസ്വചിത്രം, *ഇള* എന്ന പേരിൽ സംഗീതപ്രധാനമായ മറ്റൊരു ഹ്രസ്വചിത്രം തുടങ്ങിയവ ഇവയിൽ പ്രധാനപ്പെട്ടതാണ്. 2006 ൽ ലിറ്റിൽ ഫിലിംസ് എന്ന പേരിൽ മുംബൈ കേന്ദ്രമാക്കി ചലച്ചിത്ര നിർമാണ കമ്പനിയും തുടങ്ങി. അഞ്ജലിയുടെ സിനിമകൾ നിർമിക്കുന്നത് ഈ നിർമാണ കമ്പനിയാണ്.

അഞ്ജലി മേനോനുമായി ലേഖകൻ 2012 മെയിൽ നടത്തിയ അഭിമുഖത്തിലെ പ്രസക്തഭാഗങ്ങൾ (2012 മെയ് 20 *ദേശാഭിമാനി* വാരാന്തപ്പതിപ്പ് പ്രസിദ്ധീകരിച്ചത്:)

ഞാൻ സ്ത്രീ സംവിധായിക അല്ല

ഓർമയുടെ നിറമെന്താണ്? നമ്മൾ കുപ്പായം മാറിയിടുന്നതുപോലെ മനസും ഓരോ വേഷം കെട്ടി വരുന്നതിനാൽ ഓർമകൾക്കും പലവിധ നിറങ്ങളായിരിക്കും. എന്നാലും നിറഞ്ഞ ഓർമകൾക്ക് മഞ്ചാടിക്കുരുവിന്റെ തെളിഞ്ഞ നിറംതന്നെയാണെന്നാണ് നവാഗത സംവിധായികയായ അഞ്ജലിമേനോൻ പറയുന്നത്. അവർ വീട്ടുവഴിയിൽ പൊലിഞ്ഞുവീണ് പുതഞ്ഞുപോയ മഞ്ചാടിക്കുരു നമുക്ക് പെറുക്കിത്തരുന്നു. അപ്പോഴാണ് നാം ഓർക്കുക, ഈ വഴി പലവട്ടം നടന്നുപോയിട്ടും ചെറുമഞ്ചാടിക്കുരുപോലും കണ്ടെത്തിയില്ലല്ലോ. ഇന്നലെയുടെ വീട്ടുവഴി എന്നെന്നേക്കുമായി അടഞ്ഞുപോയ അഞ്ജലിയെപ്പോലുള്ളവർ മഞ്ചാടിക്കുരു കൈയിൽ അമർത്തിപ്പിടിച്ച് നമുക്ക് നീട്ടുന്നു. ബാല്യത്തിന്റെ വിയർപ്പുമണമുള്ള ഓർമയുടെ വിത്തുകൾ നാം തുറന്നുനോക്കുമ്പോഴാണ് ഈ വീട്ടകം ഇത്ര മനോഹരമാണെന്ന് നാം അമ്പരക്കുന്നത്.

തിയേറ്ററിലെത്തിയ *മഞ്ചാടിക്കുരു* എന്ന സിനിമയിലെ വിക്കു (പൃഥിരാജ്) പറയുന്നത് കേൾക്കുക: "പലരും എന്നോട് ചോദിക്കാറുണ്ട്, ഞാൻ എവിടെ നിന്നാണ്? അപ്പോഴൊക്കെ ഞാൻ പറയുന്ന പേര് കേരളത്തിൽ ഒളിച്ചിരിക്കുന്ന ഒരു കൊച്ചുഗ്രാമത്തിന്റേതാണ്. ജനിച്ചത് അവിടെയല്ല, പഠിച്ചതും വളർന്നതും ഒന്നും അവിടെയല്ല. പക്ഷേ, ഞാൻ ആ നാട്ടുകാരനാണ്. ആ നാട് എന്റേതും." തലസ്ഥാനത്തെ രാജ്യാന്തര ചലച്ചിത്രമേളയിലും ഗോവയിലും വിദേശത്തും ആസ്വാദകരുടെ നിറഞ്ഞ കൈയടി നേടിയശേഷമാണ് നാലുവർഷത്തിനുശേഷം *മഞ്ചാടിക്കുരു* എന്ന സിനിമ കേരളത്തിലെ തിയേറ്ററിലെത്തുന്നത്. ദുബായിൽ ജനിച്ചു വളർന്ന, മാഹിയിലും കോഴിക്കോട്ടും അപ്പൂപ്പന്റെ കൂടെ കൈപിടിച്ചു നടന്ന, കോഴിക്കോട്ട് കോളേജ് വിദ്യാഭ്യാസം പൂർത്തിയാക്കിയ അഞ്ജലി മേനോന്റെ ആദ്യ മുഴുനീള ഫീച്ചർ സിനിമയാണിത്. *കേരളാ കഫേ* എന്ന ചലച്ചിത്രകൂട്ടായ്മയിൽ *ഹാപ്പി ജേണി*യെന്ന സിനിമയിലെ കൈയൊതുക്കം പ്രേക്ഷകർ ഏറെ അംഗീകരിച്ചതുമാണ്. 2008 ലെ തിരുവനന്തപുരം രാജ്യാന്തരമേളയിൽ മികച്ച മലയാള സിനിമയ്ക്കുള്ള ഫിപ്രസി അവാർഡും മികച്ച നവാഗത സംവിധായകനുള്ള ഹസൻകുട്ടി അവാർഡും *മഞ്ചാടിക്കുരു* നേടിയിട്ടുണ്ട്. തന്റെ കന്നിസംരംഭം തിയേറ്ററിലെത്തിയ സന്തോഷം അഞ്ജലിമേനോൻ *ദേശാഭിമാനി*യുമായി പങ്കുവയ്ക്കുകയാണിവിടെ.

സിനിമാ സംവിധായിക എന്ന നിലയിൽ മലയാളത്തിൽ ആരും അത്രകണ്ട് സജീവമല്ല. സിനിമാ പിന്നണിയിലെ താങ്കളുടേതുപോലുള്ള സജീ

വമായ സ്ത്രീസാന്നിധ്യത്തെ എങ്ങനെയാണ് അടയാളപ്പെടുത്തേണ്ടത്?

അങ്ങനെ സ്ത്രീസംവിധായിക എന്ന ലേബലിൽ അറിയപ്പെടണം എന്നു ഞാൻ ആഗ്രഹിക്കുന്നില്ല. സിനിമ നന്നായി സംവിധാനംചെയ്യുക എന്ന ജോലി ഞാൻ ഏറ്റെടുക്കുന്നു എന്നുള്ളതുമാത്രമാണ്. ഒരുപക്ഷേ, മലയാളത്തിലെ സിനിമാ പിന്നണിയിൽ സ്ത്രീസാന്നിധ്യം കുറവാണെന്നതുകൊണ്ടായിരിക്കും എന്റെ സംരംഭം ശ്രദ്ധിക്കപ്പെടുന്നത്. പക്ഷേ, ഞാൻ അത്തരമുള്ള ലേബലിൽ ക്രിയേറ്റിവിറ്റിയെ സമീപിക്കുന്ന ആളല്ല. ഞാൻ എങ്ങനെ സിനിമയെടുക്കുന്നു എന്നു മാത്രമാണ് ചർച്ചയാകേണ്ട വിഷയം. അതിൽ ഞാനെന്ന സ്ത്രീസാന്നിധ്യത്തിന് പ്രത്യേകിച്ച് സ്ഥാനമില്ല.

ഗൃഹാതുരതയാണ് 'മഞ്ചാടിക്കുരു'വിലെ പ്രമേയം. മലയാള സിനിമയിൽ അത്തരം വിഷയം ഒരുപാട് ചിത്രീകരിച്ചതുമാണ്. പുതിയ ഭാവുകത്വം ചർച്ചചെയ്യപ്പെടുന്ന മലയാളത്തിൽ എങ്ങനെയാണ് ഈ സിനിമ പ്രസക്തമാകുന്നത്?

ഏതുകാലത്തായാലും നമ്മുടെ ഓർമയിലേക്കുള്ള മടക്കം പ്രസക്തംതന്നെയല്ലേ. എന്നുവച്ച് പോയകാലത്തിന്റെ ഒരു സ്മൃതിരേഖ മാത്രമാകുന്നില്ല ഈ സിനിമ. കുടുംബം, ബന്ധങ്ങൾ, പ്രണയം, വിവാഹം, വാർധക്യം, മരണം തുടങ്ങിയ ക്യാൻവാസുകളിലേക്ക് ഒഴുകിപ്പരക്കുന്നതാണത്. അത്തരത്തിൽ നവീനമായ ഭാവുകത്വം സിനിമ പങ്കിടുന്നുണ്ടെന്നുതന്നെയാണ് സിനിമ കണ്ടവർ പറയുന്നത്.

പ്രവാസിയായ താങ്കളെപ്പോലുള്ളവർക്ക് ഇക്കാര്യം കൂടുതൽ ശക്തമായി അവതരിപ്പിക്കാൻ കഴിയുമെന്നാണോ?

ഇപ്പോൾ ശരിക്കും ആരാണ് പ്രവാസി അല്ലാത്തത്. ജനിച്ച നാട്ടിൽ തന്നെ തുടരാൻ കേരളത്തിലെ സവിശേഷ സാഹചര്യത്തിൽ ആർക്കും കഴിയുന്നില്ല. ഗ്രാമവും നാട്ടുവഴിയും ഒരർഥത്തിൽ നഷ്ടബോധംതന്നെയാണ് നമുക്ക് ഉണ്ടാക്കുന്നത്. അപ്പോൾ എല്ലാവരിലും പ്രസക്തമായ ഒരനുഭവം എന്ന നിലയിലാണ് ഞാൻ ഈ സിനിമയെ സമീപിച്ചത്.

ഈ സിനിമയുടെ ക്യാമറ ഏൽപ്പിച്ചത് സ്വിറ്റ്സർലൻഡുകാരനായ പെഡ്രോ സുൾക്കറിനെയാണ്. കേരളീയ ഗ്രാമീണതയെപ്പറ്റി മുൻവിധി കലരാതിരിക്കാനുള്ള ബോധപൂർവമായ ശ്രമമാണോ ഇത്?

കേരളത്തിനു പുറത്തുനിന്നു വേരുകളിലേക്ക് മടങ്ങിവന്ന ഒരാളുടെ കാഴ്ചയിലൂടെയാണ് സിനിമ സഞ്ചരിക്കുന്നത്. അപ്പോൾ കാഴ്ചയ്ക്കെല്ലാം ഒരു പുതുമ ആവശ്യമാണ്. പുറത്തുനിന്നുള്ള ഒരാളുടെ കാഴ്ചപ്പാടാണ് ഇതിന് യോജ്യമാകുക എന്നതിനാലാണ് പെഡ്രോ സുൾക്കറിനെ തീരുമാനിച്ചത്. അത് സിനിമയിൽ ഏറെ ഗുണവും ചെയ്തു. നമ്മുടെ നിത്യജീവിതത്തിലെ വളരെ ലളിതമായ ചലനത്തെപ്പോലും അദ്ദേഹം കൗതുകത്തോടെ നിരീക്ഷിച്ചു. ഇവിടെത്തന്നെയുള്ള ഒരാൾക്ക് അക്കാര്യം അത്ര പെട്ടെന്ന് ഗ്രഹിക്കാൻ കഴിഞ്ഞുവെന്ന് വരില്ല. ഗ്രഹിച്ചാൽ

ത്തന്നെ അത്ര പുതുമയോടെ അവതരിപ്പിക്കാനും പരിമിതിയുണ്ട്.

പൃഥ്വിരാജ്, ജഗതി, തിലകൻ തുടങ്ങിയ വലിയ താരനിര ഈ സിനിമയിലുണ്ട്. നവാഗത സംവിധായിക എന്ന നിലയിൽ എങ്ങനെയായിരുന്നു ഇവരുമായുള്ള രസതന്ത്രം?

ഈ സിനിമയിൽ പ്രവർത്തിച്ചവരിൽ ഏറ്റവും പരിചയം കുറവുള്ള വ്യക്തി ഞാനാണ്. നടന്മാർ എന്ന നിലയിൽ അവർക്കൊക്കെ എന്റെ സിനിമയിൽ സുരക്ഷിതമായ സ്പെയ്സ് ഉണ്ടാക്കുക എന്ന ദൗത്യം മാത്രമാണ് ഞാനേറ്റെടുത്തത്. ബാക്കിയെല്ലാം നടന്മാരുടെയും മറ്റു കലാകാരന്മാരുടെയും സിനിമയിലേക്കുള്ള സംഭാവനയാണ്. സിനിമയുടെ നിർമാണവഴിയിൽ ഉണ്ടായ പല ബുദ്ധിമുട്ടിലും വലിയ കൈത്താങ്ങാണ് എല്ലാ ആർട്ടിസ്റ്റുകളും നൽകിയത്.

ചലച്ചിത്രമേളകളിലും മറ്റും സമ്മാനിതമായ സിനിമ എന്ന നിലയിൽ 'മഞ്ചാടിക്കുരു'വിനെ അവാർഡ് സിനിമ എന്ന ലേബലിൽ പ്രേക്ഷകർ സമീപിക്കും എന്ന ഭയമുണ്ടോ?

അവാർഡ് കിട്ടിയ സിനിമ എന്ന നിലയിൽ *മഞ്ചാടിക്കുരുവിന്* ഞങ്ങൾ പ്രചാരണം നൽകിയിട്ടില്ല. ടി വിയിലും മറ്റും നൽകിയ ദൃശ്യങ്ങൾ കണ്ടാൽത്തന്നെ വലിയ അളവിൽ പ്രേക്ഷകരെ ആകർഷിക്കാൻ കഴിയും എന്നുതന്നെയാണ് പ്രതീക്ഷിക്കുന്നത്.

അടുത്ത സിനിമാ വിശേഷങ്ങൾ?

ഉസ്താദ് ഹോട്ടലിന്റെ തിരക്കഥയാണ് ഒടുവിൽ ചെയ്തത്. കാ[illegible]ലത്തെക്കുറിച്ചുള്ള ഡോക്യുമെന്ററിയിൽ സഹകരിച്ചു. അതിന്റെ ജോലി പൂർത്തിയായിട്ടില്ല. മുംബൈയിലാണ് ഇപ്പോൾ താമസം. ഈ വർഷം അവസാനം പുതിയ ഫീച്ചർ സിനിമ തുടങ്ങാനുള്ള പദ്ധതിയുണ്ട്. യുവാക്കളെ കേന്ദ്രീകരിച്ചുള്ള കോമഡി സിനിമയാണ് ഉദ്ദേശിക്കുന്നത്.

ഫിലിമോഗ്രാഫി

കേരള കഫേ (2009)
മഞ്ചാടിക്കുരു (2010)
ദ ടൈം ടു ബ്ലോസം
കല്യാണി

അച്ഛന്റെ പെൺമക്കൾ

സിനിമക്കാരുടെ മക്കൾ സിനിമക്കാർ തന്നെയാകുന്നതിൽ ശീലക്കേടൊന്നുമില്ലെന്ന് മാത്രമല്ല; ഒട്ടൊക്കെ ഭംഗിയുമുണ്ട്. സിനിമയുടെ പളപളപ്പിലും പ്രശസ്തിയിലും നോട്ടമിടുന്ന മക്കൾ തിരശ്ശീലയ്ക്ക് മുന്നിൽ എത്താനാണ് ഏറെയും തിരക്ക് കൂട്ടുന്നത്. അതിനൊരു പൊളിച്ചെഴുത്താകുകയാണ് രജനീകാന്തിന്റെ പെൺമക്കളായ ഐശ്വര്യയും സൗന്ദര്യയും. സിനിമയുടെ പിന്നണിയിൽ ചുവടുറപ്പിച്ച ഇവരുടെ കലാമികവ് പുതിയ കാലവുമായി ചേർത്ത് വായിക്കപ്പെടേണ്ടവയാണ്. ഉന്നത കലാമൂല്യവും ക്ലാസിക്കൽ പരിവേഷവുമൊന്നും ഈ പെൺമക്കളുടെ സിനിമയ്ക്ക് നൽകാനാവില്ലെങ്കിലും ഇന്ത്യൻ സിനിമാവിപണിയിൽ അവർ തീർത്ത പുതുതരംഗം, വാണിജ്യവിജയം എന്ന അർത്ഥത്തിലെങ്കിലും ചർച്ച ചെയ്യേണ്ടവയാണ്.

ഐശ്വര്യ

വൈ ദിസ് കൊലവെറി എന്ന പാട്ടുമായി യുവത്വത്തെ ത്രസിപ്പിച്ച സിനിമാസംവിധായികയാണ് ഐശ്വര്യ. ഭർത്താവ് ധനുഷ് നായകനായ, ഐശ്വര്യ സംവിധാനം ചെയ്ത *ത്രീ,* വിപണി

യിൽ പ്രതീക്ഷിച്ച നേട്ടം ഉണ്ടാക്കിയിട്ടില്ലെങ്കിലും, ധനുഷ് പാടിയ വൈ ദിസ് കൊലവെറിയുടെ പ്രതിധ്വനി ഇപ്പോഴും തുടരുകയാണ്. ഇതിന്റെ ഗാനചിത്രീകരണ രംഗം യൂട്യൂബിൽ ആരാധകർ കണ്ടതിന്റെ റെക്കോർഡ് ഇപ്പോഴും തിരുത്തിയിട്ടില്ല. ഈ പാട്ട് ഉണ്ടാക്കിയ ആഘോഷത്തിന്റെ പൊലിമയ്ക്കൊപ്പം സിനിമ എത്തിയില്ല എന്ന സ്വയംവിമർശനം ഐശ്വര്യ ഏറ്റെടുത്തിട്ടുണ്ട്. കൊലവെറി സംഭവിച്ചുപോയതാണ്. അതിന്റെ മാസ്മരിക വിജയത്തിൽ മുങ്ങിത്താഴുകയല്ല; മറിച്ച് സംവിധായിക എന്ന അർഥത്തിൽ താൻ എത്രത്തോളം തന്റെ കലയോട് ഉത്തരവാദപ്പെട്ടവളാണ് എന്ന ബോധ്യം *ത്രീ* സിനിമ തന്നിലുണ്ടാക്കിയതെന്നും ഐശ്വര്യ പറഞ്ഞുവച്ചിട്ടുണ്ട്.

പ്രണയവും മഹാമാരിയും മാനസിക വിഭ്രാന്തിയും ആത്മഹത്യയും എല്ലാം ഉൾപ്പെടുത്തിയ പുതുതലമുറക്കഥയാണ് *ത്രീ*യിലൂടെ ഐശ്വര്യ പറഞ്ഞത്. ഭർത്താവ് ധനുഷ് നായകനും നിർമാതാവുമായപ്പോൾ, കമലഹാസന്റെ മകൾ ശ്രുതി ഹാസൻ നായികയായി. കൗമാരകാലത്തെ പ്രണയം വിവാഹത്തിൽ കലാശിച്ച്, പിന്നീടുള്ള ജീവിച്ചു തീർക്കലിലെ ദുരൂഹമായ വഴികളുമാണ് സിനിമ കാട്ടിത്തന്നത്. അമിതമായി പ്രണയിക്കയാൽ ജീവിതം കാമുകിയുടെ സുരക്ഷയ്ക്കായി ബലികൊടുക്കുന്നതരം മാനസിക വൈകല്യത്തെയാണ് സിനിമ വിശകലനം ചെയ്യാൻ ഉദ്ദേശിച്ചത്. എന്നാൽ അത്തരം വിപുലവും സങ്കീർണവുമായ പ്രമേയം കൈകാര്യം ചെയ്യാനുള്ള കൈയടക്കവും തഴക്കവും ഐശ്വര്യക്ക് കൈവന്നിട്ടില്ല എന്ന് സിനിമ തെളിയിക്കുന്നുണ്ട്. എന്നാൽ ഇത്തരം ഗൂഢാത്മകമായ പ്രമേയം തെരഞ്ഞെടുക്കാൻ ധൈര്യം കാട്ടിയ ഐശ്വര്യയുടെ അധ്വാനത്തെ നിരൂപകർ സമ്മതിക്കുന്നുമുണ്ട്. തിരക്കഥയൊരുക്കാൻ ഐശ്വര്യക്കൊപ്പം ശ്രുതിയും ഉണ്ടായിരുന്നു. അമലാപോളിനെയാണ് നായികയായി അവർ നിശ്ചയിച്ചത്. എന്നാൽ ഒടുവിൽ ശ്രുതിതന്നെ നായികയായി എത്തുകയായിരുന്നു. പുതുതലമുറ പ്രണയകഥ പറഞ്ഞ *ത്രീ*യുടെ പിന്നണിക്കാർ മിക്കവരും പുതുമുഖങ്ങളായിരുന്നു. സംഗീതം നിർവഹിച്ച അനിരുദ്ധ് രവിചന്ദറും ക്യാമറയേന്തിയ വേൽരാജും കന്നിക്കാരായിരുന്നു. ധനുഷും ശ്രുതിയുംകൂടി സിനിമയിൽ പാടുന്നുമുണ്ട്. തെലുങ്കിലും സിനിമ പുറത്തിറക്കി.

പാട്ടുകാരിയും നല്ലൊരു നർത്തകിയും കൂടിയായ ഐശ്വര്യ തമിഴ്നാട് സർക്കാരിന്റെ നൃത്തത്തിനുള്ള കലൈലാമണി പുരസ്കാരം നേടിയിട്ടുണ്ട്. 2012 ൽ തമിഴ്നാട്ടിലെ മികച്ച വാർത്തതാരത്തിനുള്ള അവാർഡും അവർ നേടി. *വിസ്സിൽ* എന്ന സിനിമയിൽ നട്പെ നട്പെ..., *ആയിരത്തിൽ ഒരുവൻ* എന്ന സിനിമയിലെ ഉൻമേലെ ആശ തൻ... എന്ന പാട്ടും പാടിയത് ഐശ്വര്യയാണ്. 2004 ലാണ് ധനുഷുമായുള്ള വിവാഹം. യത്ര, ലിംഗ എന്നിവർ മക്കൾ.

സിനിമാ സംവിധായിക എന്നതിലുപരി, തിരശ്ശീലയിലെ അനിമേഷൻ സംവിധായിക എന്ന നിലയിൽ ശ്രദ്ധനേടിയ രജനീകാന്തിന്റെ രണ്ടാ

മത്തെ മകളാണ് സൗന്ദര്യ. ഐശ്വര്യയുടെ സഹോദരിയായ ഇവർ, രജനീകാന്ത് അനിമേഷൻ കഥാപാത്രമായി നായകനാകുന്ന *കൊച്ചടയാൻ* എന്ന സിനിമയുടെ സംവിധായികയാണ്. നിരവധി സിനിമകളിൽ ഗ്രാഫിക് ഡിസൈനിംഗ് നിർവഹിച്ച സൗന്ദര്യ, രജനിയുടെ ഹിറ്റ് ചിത്രങ്ങളായ *ബാബ, ചന്ദ്രമുഖി, ശിവാജി* തുടങ്ങിയ സിനിമകളുടെ പിന്നണിയിലുണ്ടായിരുന്നു. *അൻപേ ആരുയിരെ, സണ്ടക്കോഴി, മജ, ചെന്നൈ 600028* തുടങ്ങിയ സിനിമകളുടെയും അനിമേഷൻ സാങ്കേതിക കാര്യങ്ങൾ നിയന്ത്രിച്ചത് സൗന്ദര്യയാണ്. 2010 ൽ *ഗോവ* എന്ന പേരിൽ സിനിമ നിർമിച്ചു. *കൊച്ചടയാൻ* എന്ന അനിമേഷൻ ചിത്രം പുറത്തിറക്കുന്നതിന്റെ അന്തിമഘട്ടത്തിലാണ് ഇപ്പോൾ സൗന്ദര്യ. ഓഷർ പിക്ചേഴ്സ് എന്ന നിർമാണകമ്പനിയും ഇവർ നടത്തുന്നുണ്ട്.

ത്രീ സിനിമയുടെ സംവിധായിക ഐശ്വര്യ രജനീകാന്തുമായി ലേഖകൻ നടത്തിയ അഭിമുഖത്തിന്റെ പ്രസക്തഭാഗങ്ങൾ. *ദേശാഭിമാനി സ്ത്രീ* പതിപ്പിൽ 2012 നവംബർ 27ന് പ്രസിദ്ധീകരിച്ചത്:

എനിക്കൽപ്പം സമയം തരൂ...

> വെള്ള ഷർട്ടും കറുപ്പ് ഫ്രോക്കുമിട്ട്, വേഷത്തിൽ തുന്നലിന്റെ പോലും ഒരു പരിഷ്കാരവുമില്ലാത്ത വിളറിവെളുത്ത മെലിഞ്ഞ പെൺകുട്ടി. ഒന്നമർത്തി നോക്കിയാൽ നാണത്താൽ ചൂളുമെന്ന് തോന്നുന്ന മുഖം. സംസാരത്തിനിടയ്ക്ക് വാക്കുകൾ കിട്ടാതെ വരുന്ന വേളയിൽ കൈത്തലം കൊണ്ട് വായ മറച്ച് നാണം കലർന്ന കുസൃതിച്ചിരി ചാലിച്ച് മൗനത്തിലേക്ക്... സാധാരണ തമിഴ്സിനിമയിൽ നാട്ടിൻപുറത്തു കാണുന്ന പ്ലസ്ടുക്കാരി നായികയിൽ കവിഞ്ഞ് മറ്റൊന്നുമല്ല ഈ ഐശ്വര്യ. ഇവളാണോ താരരാജാവ് രജനീകാന്തിന്റെ മകൾ ഐശ്വര്യ... ഇവളാണോ കൊലവെറിയെന്ന പാട്ടിലൂടെ ഇന്ത്യൻ പ്രേക്ഷകരെയാകമാനം നൃത്തം ചെയ്യിച്ച ഐശ്വര്യ. ഇവളാണോ തമിഴിലെ സൂപ്പർതാരം ധനുഷിന്റെ ഭാര്യ ഐശ്വര്യ. ഗോവയിൽ രാജ്യാന്തര ചലച്ചിത്രോത്സവവേദിയിൽ താരഭാരത്തിന്റെ നേരിയ കെട്ടുകാഴ്ച പോലുമില്ലാതെ തിയേറ്ററിൽനിന്നു തിയേറ്ററിലേക്ക് ലോകസിനിമകൾ കാണാൻ ഓടി നടക്കുകയാണ് അവർ.

ഐശ്വര്യ കഥയെഴുതി സംവിധാനം ചെയ്തു നിർമിച്ച *ത്രീ* എന്ന സൂപ്പർ ഹിറ്റ് സംഭവിച്ചിട്ട് ഒരുവർഷമായി. അടുത്ത ഹിറ്റിനുള്ള ഇടവേളയിലാണ് ഐശ്വര്യ ഗോവയിലെത്തിയത്. അവിടെയും മാധ്യമങ്ങൾ ചോദിക്കുന്നത് 'കൊലവെറിയിലെ' വിശേഷങ്ങളെപ്പറ്റി. അവർക്ക് പറഞ്ഞു മതിയായി, സംഭവിച്ചു കഴിഞ്ഞ സിനിമയെപ്പറ്റി.

സ്റ്റൈൽ മന്നന്റെ മകൾ; ധനുഷിന്റെ ഭാര്യ... ഇതിലൊതുങ്ങുന്നതു മാത്രമാണോ ഐശ്വര്യയുടെ സിനിമ?

ജനിച്ചതു മുതൽ കുടുംബത്തിലും ഞാൻ കാണുന്നിടത്തുമെല്ലാം സിനിമ മാത്രമാണ് എന്നെ പിന്തുടർന്നത്. സ്വാഭാവികമായും അതൊരു അഭിനിവേശമായി എന്നിൽ കത്തിപ്പടർന്നിട്ടുണ്ടാകണം. എന്തുപേരിട്ട് വിളിച്ചാലും, പാരലൽ, ആർട്ട് അല്ലെങ്കിൽ ന്യൂജനറേഷൻ എന്തുമായിക്കോട്ടെ സിനിമ എന്നു മാത്രമായി കാണാനാണ് എനിക്കിഷ്ടം. ആത്യന്തികമായി സിനിമ, കാഴ്ചക്കാരനുള്ളതാണെന്ന് ഞാൻ വിശ്വസിക്കുന്നു. അപ്പോൾ അവനിഷ്ടമുള്ള ചില ചേരുവകൾ നൽകുന്നതിൽ തെറ്റില്ലെന്നാണ് ഞാൻ കരുതുന്നത്. അല്ലെങ്കിൽത്തന്നെ സിനിമയുടെ പലവിധതലങ്ങളെക്കുറിച്ച് പറയാനൊന്നും ആളായിട്ടില്ല ഞാൻ. ഇപ്പോഴും വിദ്യാർഥിയാണ് ഈ രംഗത്ത്.

കൊലവെറിപ്പാട്ട് ഇപ്പോഴും കത്തിപ്പടരുകയാണ്. പ്ലാൻ ചെയ്ത് തയാറാക്കിയതാണോ അത്?

സിനിമ ഇറങ്ങുന്നതിനു മുമ്പേ പാട്ട് ഹിറ്റാക്കണമെന്ന ഉദ്ദേശ്യം സംവിധായിക എന്ന നിലയിൽ ഞാൻ ആഗ്രഹിച്ചിരുന്നു. ധനുഷ് അത് പാടുന്നത് ചിത്രീകരിച്ചപ്പോൾത്തന്നെ അതിന്റെ ഡയമൻഷൻ മനസിലായി. പിന്നെയെല്ലാം ഒരു സംഭവമായി. ആഗോള ഹിറ്റ് ചാർട്ടിലേക്കാണ് കൊലവെറിപ്പാട്ട് പോയത്. പാട്ടിന്റെ ഭംഗിയൊപ്പം ധനുഷിന്റെ ആലാപനവും ആൾക്കാർക്ക് ഇഷ്ടപ്പെട്ടു. ശരിക്കും കൊലവെറി സംഭവിച്ചു പോയതാണെന്നു പറയുന്നതാണ് സത്യം.

ധനുഷും രജനീകാന്തും?

സെറ്റിൽ അവർ നടന്മാർ മാത്രമാണ് എനിക്ക്. വീട്ടിൽ മാത്രമാണ് അച്ഛനും ഭർത്താവും. സെറ്റിൽ സിനിമാ സംബന്ധമായ കാര്യങ്ങൾ ചർച്ച ചെയ്യാൻ കൂടുതൽ അവസരം ഇവരുമായി എനിക്ക് കിട്ടുമെന്നത് സത്യമാണ്. പക്ഷേ, കാര്യങ്ങളെ സെറ്റിൽ പ്രൊഫഷണലായി കാണാനാണ് അവരും ഞാനും പഠിച്ചിട്ടുള്ളത്.

അടുത്ത സിനിമാ വർക്കുകൾ തുടങ്ങിയോ?

അതിന്റെ പിന്നണിപ്രവർത്തനത്തിലാണ്. എഴുത്തുകൾ നടക്കുന്നു. *ത്രീ* ഹിറ്റായതിനുശേഷം എല്ലാവരും ചോദിക്കുന്നത് അടുത്ത സിനിമയെ കുറിച്ചാണ്. ഞാൻ ഈ രംഗത്ത് തുടക്കക്കാരിയല്ലേ. കുറച്ചു സമയം അനുവദിച്ചുകൂടെ... ഹിന്ദിയിലാണോ തമിഴിലാണോ അടുത്ത സിനിമ എന്നതും തീരുമാനിച്ചിട്ടില്ല.

തെലുങ്ക് വിപണിയിലെ നന്ദിനി

തെലുങ്ക് പുതുതലമുറ വാണിജ്യ സിനിമയുടെ തന്ത്രങ്ങൾ എല്ലാ അർഥത്തിലും ഉൾക്കൊണ്ട്, പുതിയ തരംഗം തീർത്ത യുവസംവിധായികയാണ് ബി വി നന്ദിനി റെഡ്ഡി. ആഗോളവൽക്കരണാനന്തരം ചെറുപ്പത്തിന്റെ ശീലങ്ങൾ ഇതൊക്കെയാണ് എന്ന സമ്മതി തീർക്കുന്ന വാണിജ്യശീലങ്ങളാണ് നന്ദിനിയുടെ സിനിമകളും പിൻപറ്റുന്നത്. അതേസമയം, സമൂഹത്തിൽ ഏതൊക്കെയോ മേഖലകളിൽ ചർച്ചയാവുന്ന മൂർത്ത പെൺപ്രശ്നങ്ങളോട് സംവദിക്കാനും അവർ തയാറാകുന്നുണ്ട് എന്നത് യാഥാർഥ്യമാണ്.

ബി വി നന്ദിനി റെഡ്ഡി

കന്നി സിനിമയായ *അല മൊതലേന്ദി* (2011)എന്ന സിനിമതന്നെ തെലുങ്കിൽ വലിയ വാണിജ്യവിജയം കുറിച്ചു. മലയാളത്തിലേക്കും ഈ സിനിമ *അങ്ങനെ തുടങ്ങി* എന്നപേരിൽ മൊഴിമാറ്റം ചെയ്തു. നിത്യാമേനോനും നാനി (നവീൻ ബാബു ഗണ്ട), ആശിഷ് വിദ്യാർഥി തുടങ്ങിയവർ മുഖ്യവേഷത്തിലെത്തി.

അപ്രതീക്ഷിത സാഹചര്യങ്ങളിൽപ്പെടുന്ന ഒരു

ആണും പെണ്ണും, ആ സാഹചര്യത്തിന്റെ നിർണായ ഘട്ടത്തിൽ കണ്ടുമുട്ടിയാൽ, ഉണ്ടാകാവുന്ന സാധ്യതകളെ വിപുലീകരിച്ചാണ് ഈ പ്രണയകഥ ഉണ്ടാക്കിയതെന്നാണ് സംവിധായിക നന്ദിനി പറയുന്നത്. ഓർമയുടെ രൂപത്തിൽ ഇതൾവിരിയുന്ന സിനിമാക്കഥ, മറ്റേത് ജനപ്രീയ പ്രണയകഥപോലെ തന്നെയാണ് തയാറാക്കിയത്. അതേസമയം കഥയിൽ ഇടയ്ക്കുണ്ടാകുന്ന ആകാംക്ഷാപൂർവമായ വഴിത്തിരിവുകൾ പൊതുവിൽ തെലുങ്ക് സിനിമയ്ക്ക് അത്ര പരിചയമില്ലാത്തതും അതുകൊണ്ടുതന്നെ ഏറെ ജനപ്രിയവുമായി. മികച്ച നവാഗത സംവിധായികയ്ക്കുള്ള ആന്ധ്രപ്രദേശ് സർക്കാരിന്റെ നന്ദി അവാർഡ് *അല മൊതലേന്ദി*യിലൂടെ നന്ദിനിക്ക് ലഭിച്ചു. മലയാളം മൊഴിമാറ്റത്തിൽ ജാസി ഗിഫ്റ്റാണ് സംഗീതം നിർവഹിച്ചത്. മലയാളിക്ക് പ്രിയങ്കരിയായ നടി നിത്യാമേനോന്റെ സാന്നിധ്യം മലയാളം മൊഴിമാറ്റ സിനിമയ്ക്കും നേട്ടമായി. ഓൺലൈനിലും റിലീസായ *അങ്ങനെ തുടങ്ങി* എന്ന സിനിമയിൽ നിത്യാമേനോൻ രണ്ട് പാട്ടും പാടുന്നുണ്ട്.

ആദ്യവിജയത്തിന്റെ തിളക്കത്തിനിടയിൽത്തന്നെ 2013 ൽ നന്ദിനിയുടെ രണ്ടാംചിത്രമായ *ജബർദസ്ത്* പുറത്തിറങ്ങി. *അല മൊതലേന്ദി*യുടെ അതേ പാറ്റേണിൽ പ്രണയ-കോമഡി സിനിമയാണ് *ജബർദസ്തും*. സിദ്ധാർഥ്, സാമന്ത, നിത്യാമേനോൻ തുടങ്ങിയവർ വേഷമിട്ടു. ബന്ത് ബാജാ ബറാത് എന്ന ഹിന്ദി സിനിമയുടെ ആശയം കടമെടുത്താണ് നന്ദിനി ഈ സിനിമയെടുത്തത്. ആദ്യ സിനിമയുടെ അത്രയില്ലെങ്കിലും ഹിറ്റ് ചാർട്ടിൽ ഈ സിനിമയും ഇടം പിടിച്ചതോടെ തമിഴ് ജനപ്രിയ-വാണിജ്യ സിനിമയുടെ പുതുതലമുറ അമരക്കാരിയായിരിക്കുകയാണ് നന്ദിനി എന്ന സംവിധായിക.

ഫിലിമോഗ്രാഫി

അല മൊതലേന്ദി (2011)
ജബർദസ്ത് (2013)

ഭട്ട് കുടുംബത്തിലെ പെൺതിളക്കം

പ്രശസ്ത സംവിധായകനും നിർമാതാവുമായ അച്ഛൻ മഹേഷ് ഭട്ട്, സഹോദരൻ നടനായ രാഹുൽ ഭട്ട്, അമ്മാവൻ ബോളിവുഡ് നിർമാതാവ് മുകേഷ് ഭട്ട്, അർധസഹോദരി നടിയായ അലിയാ ഭട്ട്, ബോളിവുഡ് താരമായ ഇമ്രാൻ ഹാഷ്മി കസിൻ, സംവിധായകനായ മൊഹിത്സൂരി മറ്റൊരു കസിൻ, നടിയും സംവിധായികയുമായ സോണി റസ്ദാൻ അടുത്ത ബന്ധു.... ഭട്ട് കുടുംബത്തിലെ ഈ ബന്ധങ്ങളുടെയെല്ലാം അടിത്തറ മേലാണ് പൂജാഭട്ട് എന്ന നടിയും സംവിധായികയും നിർമാതാവും മോഡലും ഉയർന്നുവന്നത്. ബോളിവുഡ് വർണപ്രപഞ്ചത്തിൽ ശക്തമായ താരമായി ഉയർന്നുവന്ന പൂജാഭട്ട്, സംവിധായിക എന്ന നിലയിലും കരുത്ത് തെളിയിച്ച നടിയാണ്. അഭിനേത്രി എന്ന ഓർമപ്പെടുത്തലിനേക്കാളും ശക്തിയുണ്ട് അവർ സംവിധാനം ചെയ്ത *പാപ്* അടക്കമുള്ള അഞ്ചു സിനിമകൾക്കും.

പൂജാഭട്ട്

പിതാവ് മഹേഷ്ഭട്ട് സംവി

ധാനം ചെയ്ത *ഡാഡി* (1989) എന്ന ടി വി ചിത്രത്തിലൂടെ പതിനേഴാം വയസിലാണ് പൂജ കാഴ്കളുടെ വർണലോകത്തെത്തുന്നത്. മദ്യപാനിയായ അച്ഛനോടുള്ള കൗമാരപ്രായത്തിലുള്ള പെൺകുട്ടിയുടെ അകൽച്ചയും അതിന്മേൽ തുടരുന്ന അവളുടെ ആത്മാന്വേഷണവുമാണ് ഈ ടെലിഫിലിമിന്റെ ഇതിവൃത്തം. അനുപം ഖേറാണ് ഇതിൽ മദ്യപാനിയായ അച്ഛനായി എത്തിയത്.

തുടർന്ന് 1991 ൽ മഹേഷ് ഭട്ട് സംവിധാനം ചെയ്ത *ദിൽ ഹേ കി മാന്താ നഹി* എന്ന സൂപ്പർ ഹിറ്റ് ബോളിവുഡ് ചിത്രത്തിൽ നായികയായതോടെ പൂജയുടെ പേര് ഇന്ത്യൻ സിനിമയിൽ എന്നെന്നേക്കുമായി കുറിച്ചിട്ടു. സംഗീതവും പ്രണയവും ഇഴകലർന്ന് മഴപോലെ പെയ്തിറങ്ങിയ ആ ബോളിവുഡ്ഹിറ്റ് പൂജയുടെ കരിയർതന്നെ മാറ്റിയെഴുതി. അമീർ ഖാനായിരുന്നു നായകൻ. ഈ ഗംഭീരൻ വിജയത്തിനുശേഷം പൂജ ബോളിവുഡിൽ തിരക്കുള്ള നടിയായി. ആ വർഷംതന്നെ മഹേഷിന്റെ *സദക്കി*ലും പൂജ നായികയായി. സച്ചിൻ പിലഗോംഗറിന്റെ *പ്രേം ദീവാന*യാണ് (1992) അടുത്ത ചിത്രം. അച്ഛൻ മഹേഷ് ഭട്ടിന്റെ സംവിധാനത്തിൽ ഇറങ്ങിയ പത്ത് സിനിമകളിൽ പൂജയായിരുന്നു നായിക. ഇവയിൽ മിക്കതും ഹിറ്റ് ചാർട്ടിൽ ഇടംനേടി. മുപ്പതോളം സിനിമകളിൽ നായികയായ പൂജ, നായികയായ സിനിമയടക്കം ഒമ്പതെണ്ണത്തിന്റെ നിർമാണവും നിർവഹിച്ചു.

അഭിനേത്രി എന്ന നിലയിലുള്ള അനുഭവസമ്പത്തും കുടുംബ പശ്ചാത്തലത്തിന്റെ ബലവും കൂടിയായതോടെ 2003 ലാണ് പൂജ സ്വതന്ത്രസംവിധായികയായി *പാപ്* എന്ന സിനിമയുമായി ബോളിവുഡിൽ അരങ്ങേറുന്നത്– 31-ാം വയസിൽ. അച്ഛൻ മഹേഷ് ഭട്ട് എഴുതി പൂജതന്നെ നിർമാണവും നിർവഹിച്ച *പാപി*ൽ ജോൺ എബ്രഹാം, ഉദിത ഗോസ്വാമി, ഗുൽഷൻ ഗ്രോവർ തുടങ്ങിയവർ മുഖ്യവേഷത്തിലെത്തി. ബോക്സോഫീസിൽ വലിയ വിജയമായില്ലെങ്കിലും ചിത്രീകരണത്തിന്റെ സവിശേഷതകൊണ്ടും ക്യാമറയുടെയും ഗാനചിത്രീകരണത്തിന്റെയും മികവിൽ സിനിമ വിമർശക ശ്രദ്ധനേടി. ഹിമാലയൻ മലനിരകളിലെ സ്പിതി താഴ്വരയിൽ ജീവിക്കുന്ന കായ എന്ന യുവതിയുടെ കഥയിലൂടെയാണ് സിനിമ വികസിക്കുന്നത്. പിതാവ് കുട്ടിക്കാലത്ത് ബുദ്ധന്റെ ആശ്രമത്തിൽ ചേർക്കാൻ നേർന്ന കുട്ടിയാണവൾ. പീറ്റർ വേഴ്സിന്റെ 1985 ൽ പുറത്തിറങ്ങിയ വിറ്റ്നസ് എന്ന ഹോളിവുഡ് ചിത്രത്തിന്റെ ഇന്ത്യൻ തർജമയാണ് ഈ സിനിമ. പ്രണയവും ആത്മീയതയും ഇന്ത്യൻ സങ്കൽപ്പങ്ങളിൽ എങ്ങനെയൊക്കെ വ്യക്തികളിൽ/സ്ത്രീകളിൽ സ്വാധീനം ചെലുത്തുന്നു എന്ന വിഷയവും *പാപി*ലൂടെ പൂജ മുന്നോട്ടുവയ്ക്കുന്നുണ്ട്. പൂജയുടെ ഭർത്താവായ മനീഷ് മഖിജയും ഈ സിനിമയിൽ അഭിനയിച്ചിട്ടുണ്ട്. ഈ സിനിമാപ്രവർത്തനത്തിനിടയിലാണ് പൂജ മനീഷുമായി പ്രണയത്തിലാകുന്നതും പിന്നീട് വിവാഹം കഴിക്കുന്നതും.

പ്രശസ്ത ടി വി അവതാരകനായ മനീഷ് മുംബൈയിൽ ഹോട്ടൽ ബിസിനസും നടത്തുന്നുണ്ട്.

ദൈവിക സാന്നിധ്യമുള്ള ഡൽഹിയിലെ ബാലനെ ആശ്രമത്തിലേക്ക് കൂട്ടിക്കൊണ്ടുവരാനുള്ള ചുമതല കായയ്ക്ക് ലഭിക്കുന്നു. ബാലനെ കൊണ്ടുവരാൻ ഡൽഹിയിലെത്തിയ കായയ്ക്ക് പക്ഷേ, അത് എളുപ്പം സാധ്യമാകുന്നില്ല. ഒരു കൊലപാതകത്തിന് സാക്ഷിയാണ് ആ ബാലൻ. അന്വേഷണ ഉദ്യോഗസ്ഥൻ അവനെയും കായയെയും തടഞ്ഞുവച്ചു. ആത്മീയതയും ഐഹികലോകത്തിലെ നിയമങ്ങളും തമ്മിലുള്ള സംഘർഷത്തിനിടയ്ക്കാണ് കായയും പൊലീസ് ഉദ്യോഗസ്ഥനും പ്രണയബദ്ധരാകുന്നത്. പിതാവിന്റെയും ആത്മീയതയുടെയും സ്വാധീനത്തിൽ പ്രണയവും അഭിനിവേശവും ആഗ്രഹവും പാപമാണെന്ന് ചിന്തിക്കുന്ന യുവതിയും, പ്രണയത്തെ എന്തിന്റെ പേരിലായാലും ഇല്ലാതാക്കുന്നത് പാപമാണെന്ന് വിശ്വസിക്കുന്ന കാമുകനും തമ്മിലുള്ള സംഘർഷമാണ് സിനിമയുടെ കാതൽ.

പൂജതന്നെ നിർമിച്ച് സംവിധാനം ചെയ്ത രണ്ടാമത്തെ സിനിമയാണ് *ഹോളിഡേ* (2006). ഇതും പഴയൊരു ഹോളിവുഡ് സിനിമയായ ഡേർട്ടി ഡാൻസിങ്ങിന്റെ റീമേക്കാണ്. ദിനോ മോറ, അഞ്ജലി നായർ, കഷ്മീരാ ഷാ തുടങ്ങിയവർ മുഖ്യവേഷമിട്ടു. ഗോവയിലെ നർത്തകനായ ഷൈമുവും സഹപ്രവർത്തകരും തമ്മിലുള്ള അടുപ്പവും വിയോജിപ്പുമാണ് സിനിമയുടെ പ്രമേയം. ഈ സിനിമയും കാര്യമായ വാണിജ്യ വിജയം തീർത്തില്ല.

പൂജയുടെ അടുത്ത സംവിധാനസംരംഭമായ *ധോക്ക* നിർമിച്ചത് അച്ഛൻ മഹേഷ് ഭട്ടാണ്. പ്രമേയത്തിലും കഥാവതരണത്തിലും വലിയ സാധ്യതകൾ തുറന്നിട്ട *ധോക്ക*, ആ അർഥത്തിൽ ബോളിവുഡ് സിനിമാതട്ടകത്തിൽ ചർച്ചയായില്ല. നഗരത്തിലെ കച്ചവടകേന്ദ്രത്തിൽ 20 പേർ കൊല്ലപ്പെട്ട ബോംബുസ്ഫോടനം അന്വേഷിക്കുന്ന പൊലീസ് ഉദ്യോഗസ്ഥന്റെ ജീവിതത്തിലൂടെയും കേസ് വഴികളിലൂടെയുമുള്ള സഞ്ചാരമാണ് ഈ സിനിമ. ഇൻസ്പെക്ടർ സയിദ് അഹമ്മദ്, ചാവേർ ബോംബ് സ്ഫോടനത്തിന്റെ ഉത്തരവാദി തന്റെ ഭാര്യയായ സാറാ ഖാനാണെന്നറിഞ്ഞ് നടുങ്ങുന്നു. ഭാര്യ മുസ്ലിം തീവ്രവാദിയായ ചാവേറാവാനുള്ള കാരണം തേടി, അവരുടെ കുടുംബ പശ്ചാത്തലം ചികയുകയാണ് അയാൾ. ഭാര്യയുടെ അച്ഛനെ പൊലീസുകാർ തീവ്രവാദിയെന്ന് മുദ്രകുത്തി കൊലപ്പെടുത്തുകയായിരുന്നുവെന്ന് ഇൻസ്പെക്ടർ മനസിലാക്കി. മാത്രമല്ല; സാറയെ പൊലീസുകാർ ബലാത്സംഗം ചെയ്തു. ഒരു സഹോദരനെയും കൊലപ്പെടുത്തി. ബാക്കിയുള്ളവരെയും ഭീഷണിപ്പെടുത്തി. തങ്ങൾക്ക് വഴങ്ങിയില്ലെങ്കിൽ, കുടുംബാംഗങ്ങളെയെല്ലാം തീവ്രവാദികളെന്ന് മുദ്രകുത്തി ജയിലിലടയ്ക്കുമെന്ന് പൊലീസ് പ്രഖ്യാപിച്ചു.

ഭാര്യ തീവ്രവാദിയായതെങ്ങനെയെന്ന് മനസിലായ, ഇൻസ്പെക്ടർ, വഴിപിഴച്ചുപോയ മറ്റൊരു ഭാര്യാസഹോദരനെ ശരിയായ പാതയിലേക്ക് നയിക്കുന്നു. അതോടൊപ്പം, രാജ്യത്ത് തീവ്രവാദികൾ ഉണ്ടാകുന്നതെങ്ങനെ എന്ന വലിയപാഠം തീവ്രവാദ വിരുദ്ധസേനാംഗങ്ങൾക്ക് പകർന്നുകൊടുക്കുകയും ചെയ്യുന്നു. കപടദേശീയതയുടെ മഞ്ഞക്കണ്ണടകൊണ്ട്, രാജ്യത്തുള്ളവരെ നിരന്തരം വീക്ഷിക്കുന്ന ആൾക്കാർ, എങ്ങനെയാണ് മതസ്പർധയുടെ പേരിൽ തീവ്രവാദികളെ സൃഷ്ടിക്കുന്നതെന്ന വലിയ രാഷ്ട്രീയ ചോദ്യമാണ് പൂജ മുന്നാട്ടുവയ്ക്കുന്നത്. തീവ്രവാദത്തിന് മതമില്ലെന്നും; അഥവാ വല്ലതും ഉണ്ടെന്ന് വരികിൽ അതിനുകാരണം നിലവിലുള്ള ഭരണകൂടം തന്നെയാണെന്നുമുള്ള വലിയ രാഷ്ട്രീയചോദ്യവും ഈ സിനിമ മുന്നോട്ടുവച്ചു. മുസമ്മിൽ ഇബ്രാഹിം, തുലിപ് ജോഷി, അനുപം ഖേർ, പൂജയുടെ ഭർത്താവ് മനീഷ് മഖിജ തുടങ്ങിയവർ വേഷമിട്ടു. കെ എം കീരവാണി സംഗീതം നിർവഹിച്ചു.

2010 ലാണ് പൂജയുടെ അടുത്ത ചിത്രം *ഖജ്ജാരെ* പുറത്തിറങ്ങുന്നത്. ഗായകനും സംഗീത സംവിധായകനുമായ ഹിമേഷ് രഷേമിയ, പാക് നടി മൊനാ ലൈസ തുടങ്ങിയവർ മുഖ്യവേഷമിട്ടു. ജോർദാനിലെ ചരിത്രനഗരമായ പെട്രേയിൽ ചിത്രീകരിച്ച ആദ്യ ബോളിവുഡ് സിനിമയാണിത്. ബാർ നർത്തകിയെ പ്രണയിച്ച ഗായകന്റെ ജീവിതാന്വേഷണങ്ങളാണ് *ഖജ്ജാരെയി*ലൂടെ പൂജ പറഞ്ഞുവച്ചത്. സിനിമയ്ക്ക് തിരക്കഥയൊരുക്കിയത് അച്ഛൻ മഹേഷ് ഭട്ട് തന്നെയായിരുന്നു.

ലൈംഗികതയുടെ ധാരാളിത്തപരമായ കാഴ്ചകളും ദർശനങ്ങളും അവതരിപ്പിച്ച വിവാദമായ *ജിസം 2* എന്ന സിനിമയാണ് പൂജ ഒടുവിൽ സംവിധാനം ചെയ്ത് പുറത്തിറക്കിയത്. തിരക്കഥയും സംഭാഷണവും പതിവുപോലെ മഹേഷ് ഭട്ട് തന്നെ തയാറാക്കി. പൂജ തന്നെയായിരുന്നു നിർമാണം. രൺദീപ് ഹൂഡയും സണ്ണി ലിയോണും അരുണോദയ് സിങ്ങും മുഖ്യവേഷത്തിലെത്തി. ജിസം എന്നപേരിൽ അമിത് സക്സേന സംവിധാനം ചെയ്ത സിനിമ 2003 ൽ പൂജാ ഭട്ട് നിർമിച്ചിരുന്നു. ഇതിന്റെ തുടർച്ചയായാണ് *ജിസം 2* വന്നത്. ബിപാഷ ബസുവും, ജോൺ എബ്രഹാമുമാണ് *ജിസ*ത്തിൽ വേഷമിട്ടത്.

സെൻസർ ബോർഡ് എ സർട്ടിഫിക്കറ്റ് നൽകിയ *ജിസം 2*, ഫലത്തിൽ ലൈംഗികതയ്ക്ക് മേലുള്ള ആൺനോട്ടങ്ങളെ വലിയ തോതിൽ വെല്ലുവിളിച്ചു. അതേസമയം ലൈംഗികതയുടെ അതിപ്രസരമുണ്ടെന്ന് ചൂണ്ടിക്കാട്ടി വൻതോതിൽ പ്രതിഷേധങ്ങളുമുണ്ടായി. മിക്കവാറും ബജ്റംഗ് ദൾ പോലുള്ള മതമൗലിക വാദികളായിരുന്നു പ്രതിഷേധത്തിന് പിന്നിൽ. സെൻസർ ബോർഡിന് മുന്നിലും പൂജയുടെ ഈ സിനിമ ആദ്യം തടഞ്ഞു. അവർ നിർദേശിച്ച എഡിറ്റിംഗ് കഴിഞ്ഞാണ് സിനിമ പുറത്തിറങ്ങിയത്. എ സർട്ടിഫിക്കേഷനിൽ വനിതാ സംവിധായിക പുറത്തിറക്കിയ വാണിജ്യവിജയം നേടിയ ആദ്യസിനിമ കൂടിയാണ് *ജിസം 2*. സംവിധാനം ചെയ്

ത *പാപ്, ഹോളിഡേ, ജിസം 2* സിനിമകൾ കൂടാതെ *ജിസം, തമന്ന, ദുശ്മൻ, സഖം, ദ മെലഡി ഓഫ് ലൈഫ്, രോഗ്* എന്നീ സിനിമകളും പൂജാ ഭട്ട് നിർമിച്ചു. 1994 ൽ *കല്ലൂരി വാസൽ* എന്ന തമിഴ് ചിത്രത്തിലും പൂജ വേഷമിട്ടിട്ടുണ്ട്.

ഫിലിമോഗ്രാഫി

പാപ്	(2003)
ഹോളിഡേ	(2006)
ധോക്ക	(2010)
ജിസം 2	(2012)

ഇന്ദിരയുടെ അമ്മ

തെന്നിന്ത്യൻ സിനിമയ്ക്ക് വിശേഷിച്ച് മലയാളിക്ക്, സുഹാസിനി മണിരത്നം ഒരു വിരിഞ്ഞ ചിരിയാണിന്നും. എൺപതുകളിൽ അവർ മലയാളം, തമിഴ് വെള്ളിത്തിരയിൽ ഉയർത്തിവിട്ട മാസ്മരിക ഭാവങ്ങൾക്ക് ഇപ്പോഴും ക്ലാവുപിടിച്ചിട്ടില്ല. സുഹാസിനി നായികയായെത്തിയ നിത്യ സുരഭില സിനിമകൾ ഇപ്പോഴും ചാനലുകളിൽ നിറഞ്ഞോടുകയാണ്.

സുഹാസിനി

ക്ലാസിക് സംവിധായകൻ മണിരത്നത്തിന്റെ ഭാര്യയെന്ന നിലയിലും അല്ലാതെയും തന്റെ സർഗപ്രതിഭ വേണ്ടവിധം ജ്വലിപ്പിച്ചു നിർത്താൻ സുഹാസിനി ശ്രമിച്ചതായി കാണാം. അവർ സംവിധാനം ചെയ്ത, മണിരത്നം തിരക്കഥയെഴുതി നിർമിച്ച ഇന്ദിര (1995) ഇപ്പോഴും ഒരു സൂചകമായി നിൽക്കുകയാണ്; സുഹാസിനിയെന്ന അഭിനേത്രിയുടെ, നിർമാതാവിന്റെ കലാമികവിന് കൈയൊപ്പു ചാർത്തി. അതിന് മുമ്പ് 1991

ൽ *പെൺ* എന്ന പേരിൽ ഒരു ടെലിവിഷൻ ചിത്രവും സുഹാസിനി സംവിധാനം ചെയ്തു.

സ്ത്രീപ്രശ്നങ്ങളുടെ കൃത്യമായ അടയാളപ്പെടുത്തലായിരുന്നു നന്ദിനി എന്ന സ്ത്രീപക്ഷ സിനിമയിലൂടെ സുഹാസിനി മുന്നോട്ടുവച്ചത്. സുഹാസിനിക്കൊപ്പം ഭർത്താവ് മണിരത്നവും സിനിമയ്ക്ക് സംഭാഷണമൊരുക്കി. മാറന്നൂർ ഗ്രാമക്കാരും സമീപത്തെ ഗ്രാമമുഖ്യനും തമ്മിലുള്ള സംഘട്ടനവും അതുണ്ടാക്കുന്ന സാമൂഹ്യ പ്രത്യാഘാതങ്ങളുമാണ് സിനിമയുടെ ഇതിവൃത്തം. ജാതീയവും സാമ്പത്തികവുമായ വേർതിരിവ് നന്ദിനിയടക്കമുള്ള പുതുതലമുറയെ എങ്ങനെയെല്ലാം ബാധിക്കുന്നു എന്ന വിഷയവും ഈ സിനിമ മുന്നോട്ടുവയ്ക്കുന്നു. പ്രാദേശികവും ജാതീയവുമായ സ്വത്വങ്ങളെ കീറിമുറിക്കാൻ, പ്രണയത്തിന്മേൽ മറ്റാരും പ്രദർശിപ്പിക്കാത്ത കരുത്തുകാട്ടാൻ നന്ദിനിക്ക്/പെണ്ണിന് സാധിക്കുമെന്ന് ഈ സിനിമയിലൂടെ സംവിധായിക പറഞ്ഞുവയ്ക്കുന്നു.

കമൽഹാസന്റെ സഹോദരൻ ചന്ദ്രഹാസന്റെ മകൾ അനുഹാസനാണ് നന്ദിനിയായത്. ഒപ്പം അരവിന്ദ് സ്വാമി, രാധാ രവി, നാസർ തുടങ്ങിയവരും വേഷമിട്ടു. എ ആർ റഹ്മാൻ സംഗീതമിട്ട സിനിമയ്ക്ക് സന്തോഷ് ശിവൻ ക്യാമറ ചലിപ്പിച്ചു. ഇതിന് മികച്ച ക്യാമറയ്ക്കുള്ള തമിഴ്നാട് സർക്കാർ അവാർഡും ലഭിച്ചു. പ്രത്യേക ജൂറി പരാമർശവും സുഹാസിനിക്ക് *നന്ദിനി*യിലൂടെ ലഭിക്കുകയുണ്ടായി. ഹിന്ദിയിലും *പ്രിയങ്ക* എന്ന പേരിൽ ഈ സിനിമ മൊഴിമാറ്റി. ഭർത്താവ് മണിരത്നം സംവിധാനം ചെയ്ത *തിരുടാ തിരുടാ, ഇരുവർ, രാവണൻ* എന്നീ സിനിമകൾക്ക് സംഭാഷണമൊരുക്കിയതും സുഹാസിനിയാണ്.

അഭിനേത്രി എന്ന നിലയിലുള്ള അവരുടെ മികവിനെ സൂചിപ്പിക്കാതെ സുഹാസിനിയെന്ന സിനിമക്കാരിയെ സമീപിക്കാൻ കഴിയില്ല. കമൽഹാസന്റെ സഹോദരൻ ചാരുഹാസന്റെ മകളായ സുഹാസിനി 1980 ൽ *നെഞ്ചത്തെ കിള്ളാതെ* എന്ന സിനിമയിലൂടെയാണ് വെള്ളിത്തിരയിലെത്തുന്നത്. ഈ ചിത്രത്തിൽ തമിഴ്നാട് സർക്കാരിന്റെ മികച്ച നടിക്കുള്ള അംഗീകാരവും ലഭിച്ചു. 1983 ൽ മമ്മൂട്ടി നായകനായ പത്മരാജൻ ചിത്രം *കൂടെവിടെ*യിൽ നായികയായി മലയാളത്തിലുമെത്തി. *ബങ്കിയല്ലി ആരാലിട ഹൂവു* (1983), തെലുങ്കിൽ *ചിലങ്ക* എന്നിവയാണ് ആദ്യസിനിമകൾ. അഭിനയിച്ച നൂറ്റിയഞ്ചോളം സിനിമകളിൽ അധികവും തെലുങ്കിലാണ്. കന്നടയിൽ വിഷ്ണുവർധന്റെ നായികയായി അഭിനയിച്ച നിരവധി സിനിമകൾ എല്ലാക്കാലത്തെയും ഹിറ്റായി. വിഷ്ണുവർധനും സുഹാസിനിയും ഒന്നിച്ച *ബന്ധന* എന്ന ചിത്രം ഒരുവർഷമാണ് തിയേറ്ററിൽ നിറഞ്ഞോടിയത്. മലയാളത്തിൽ *എഴുതാപ്പുറങ്ങൾ, മണിവത്തൂരിലെ ആയിരം ശിവരാത്രികൾ, എഴുതാപ്പുറങ്ങൾ, വാനപ്രസ്ഥം, തീർഥാടനം, സമൂഹം* തുടങ്ങിയ സിനിമകൾ ഏറെ ശ്രദ്ധിക്കപ്പെട്ടു.

സിന്ധുഭൈരവി എന്ന തമിഴ്ചിത്രത്തിൽ 1986 ൽ സുഹാസിനിക്ക് മികച്ച നടിക്കുള്ള ദേശീയ അവാർഡ് ലഭിച്ചു. *എഴുതാപ്പുറങ്ങൾ* (1987),

തീർഥാടനം (2001) തുടങ്ങിയ സിനിമകളിലെ വേഷത്തിന് കേരള സംസ്ഥാന അവാർഡും സുഹാസിനിക്ക് ലഭിച്ചു. *സ്വാതി* (1984), *നുവ്വു നാക്കു നച്ചാവു* (2001) തുടങ്ങിയ സിനിമയിലെ അഭിനയത്തിന് ആന്ധ്ര സർക്കാരിന്റെ നന്ദി അവാർഡും അവർക്ക് ലഭിച്ചു. മണിരത്നത്തിനും ജി ശ്രീനിവാസനുമൊപ്പം മദ്രാസ് ടാക്കീസ് എന്ന പേരിൽ നിർമാണ കമ്പനി നടത്തുകയാണ് അവരിപ്പോൾ. ഇതിനിടയിലും സിനിമാഭിനയത്തിൽ സജീവമാണ്.

തമിഴിലെ പുതുമുന്നേറ്റം

തിരശ്ശീലയ്ക്ക് പിന്നിലെ സംവിധായിക എന്ന അമരക്കാരിയാകാൻ വലിയ ബുദ്ധിമുട്ടു തന്നെയാണ്. പക്ഷേ, അതൊരിക്കലും അസാധ്യമല്ല– തമിഴ് സിനിമാ ഭാവുകത്വത്തിന് നവീനമായ പാതയൊരുക്കുന്നതിൽ പ്രമുഖയായ മധുമിത പറയുന്നു. ബാല്യ കൗമാരവും വിദ്യാഭ്യാസവും പൂർണമായും സിംഗപ്പൂരിലായിരുന്ന മധുമിത തമിഴിൽ രണ്ട് സിനിമകൾ സംവിധാനം ചെയ്തു. ബോക്സോഫീസിലും നിരൂപക ശ്രദ്ധയിലും ഫുൾമാർക്ക് നേടിയ രണ്ട് സിനിമകൾ. *വെള്ളമായി തരായോ* (2008), *കോല കോലായ മുന്തിരിക്ക* (2010) എന്നിവ തമിഴ് പുതുതരംഗത്തിൽ ഹരമായി മുന്നേറി. സിനിമ എന്ന ഉപകരണത്തിന്റെ കൃത്യമായ വിനിയോഗം, അതിന്റെ സാമൂഹ്യമായ സാധ്യതകളെയും പരിമിതികളെയും കുറിച്ചുള്ള ധാരണ, സാങ്കേതികമായ മികച്ച ജ്ഞാനം എന്നിവയെല്ലാമുള്ള സംവിധായികയാണ് മധുമിത. “നമ്മൾ നമ്മളുടെ

മധുമിത

മേഖലയിൽ പൂർണമായും അധ്വാനിക്കുക. ആൺലോകമെന്ന ലേബലുള്ള സിനിമയിൽ നമുക്ക് അംഗീകാരങ്ങളുണ്ടാകും" ഒരു അഭിമുഖത്തിൽ മധുമിത പറഞ്ഞു.

സിംഗപ്പൂരിൽ കോളേജ് വിദ്യാഭ്യാസകാലത്ത് ഫാഷൻ ഡിസൈനർ ആകാൻ വേണ്ടിയുള്ള കോഴ്സാണ് മധുമിത തെരഞ്ഞെടുത്തത്. അതവർക്ക് വലിയ ആഗ്രഹമായിരുന്നു. എന്നാൽ തന്റെ ഡിസൈനിങ്ങിൽ പിഴവുള്ളതായി അവർ തിരിച്ചറിഞ്ഞു. ഡ്രോയിങ് തനിക്ക് വഴങ്ങുന്നതല്ല എന്ന തിരിച്ചറിവാണ്, അവരെ ഹ്രസ്വചിത്ര മേഖലയിലേക്കെത്തിച്ചത്. തന്റെ ഡിസൈനിങ്ങുകൾ തിരശ്ശീലയിലേക്ക് പരാവർത്തനം ചെയ്യാമെന്ന് അവൾ കരുതി. അക്കാലത്ത് നിർമിച്ച ഹ്രസ്വചിത്രങ്ങൾ ക്യാമ്പസ് മേളകളിൽ ശ്രദ്ധേയമായി. അപകടത്തിൽപ്പെട്ട് അനാഥയായ പെൺകുട്ടിയുടെ കഥ പറഞ്ഞ ഹ്രസ്വചിത്രം വ്യാപകമായി ശ്രദ്ധ നേടി. ബി ബി സി ലോകസിനിമ വിഭാഗത്തിൽ മധുമിതയുടെ *അബ്സ്ട്രാക്റ്റ് ഐഡന്റിറ്റി* എന്ന ഈ ഹ്രസ്വ ചിത്രം പ്രദർശിപ്പിച്ചു. ഇക്കാലത്ത് നിർമിച്ച *അൺടൈറ്റിൽഡ് റെഡ്* എന്ന ചിത്രത്തിന് സിംഗപ്പൂർ സർക്കാരിന്റെ അംഗീകാരം ലഭിച്ചു. 15 മിനിറ്റ് നീളുന്ന *യുവേഴ്സ് അഫക്ഷനേറ്റ്ലി* എന്ന ചിത്രം വിവിധ ലോകമേളകളിൽ പ്രദർശിപ്പിച്ചു.

സിനിമാ അക്കാദമിക് തലത്തിലെ മികവിനെ തുടർന്ന് മധുമിതയ്ക്ക് സ്റ്റീഫൻ സ്പീൽ ബർഗിനൊപ്പം പരിശീലനത്തിന് അവസരം ലഭിച്ചു. *പൈറേറ്റ്സ ഓഫ് ദ കരീബിയൻ സീ 3* യിൽ അസിസ്റ്റന്റായി ചേർന്ന് തിരക്കഥാ ചർച്ചകളിൽ ഇടപെട്ടു. പൊതുവിൽ ഇന്ത്യൻ സംവിധായകർക്കാർക്കും ലഭിക്കാത്ത തൊഴിൽ നൈപുണ്യവുമായാണ് മധുമിത ജന്മനാട്ടിലേക്ക് തിരിച്ചെത്തുന്നതും സിനിമയെടുക്കുന്നതും. സാഹിത്യകാരനും നടനും സിംഗപ്പൂരിൽ കമ്പനി ഉടമയുമായ അച്ഛൻ സുന്ദരരാമന്റെയും അമേരിക്കയിൽ പരസ്യ ഏജൻസി നടത്തുന്ന ഭർത്താവ് വിജയിന്റെയും സ്നേഹപൂർണമായ പിന്തുണ തന്നിലെ കലാകാരിയെ പൂർണമാക്കിയെന്ന് അവർ അനുസ്മരിച്ചിട്ടുണ്ട്. നിരവധി ഹോളിവുഡ് സിനിമകളുടെ ടെക്നിക്കൽ മാനേജറായി പ്രവർത്തിച്ചയാളാണ് വിജയ്.

1993 മുതൽ 2006 വരെ പൂർണമായും വിദേശത്തായിരുന്ന മധുമിത തുടർന്ന് ചെന്നൈയിലേക്ക് താമസം മാറി. ഗൗതം മേനോന്റെ സഹസംവിധായികയായി തമിഴ് സിനിമയിൽ പ്രവർത്തനം തുടങ്ങി. *വേട്ടയാട് വിളയാട്, പച്ചക്കിളി മുത്തുച്ചരം* തുടങ്ങിയ സിനിമകളിൽ സഹസംവിധായികയായി.

ആദ്യസിനിമയായ *വെള്ളമായി തരായോ* ചർച്ച ചെയ്തത്, കുടുംബം, പ്രണയം, ജീവിതം തുടങ്ങിയ വിഷയങ്ങളിലെ മധ്യവർഗ ചിന്തകളായിരുന്നു. പാർഥിപൻ, ഛായാസിംഗ് എന്നിവർ മുഖ്യവേഷത്തിലെത്തിയ സിനിമ നിർമിച്ചത് മധുമിതയുടെ അച്ഛന്റെ ഉടമസ്ഥതയിലുള്ള നിർമാണകമ്പനിയാണ്.

അച്ഛന്റെ നിർബന്ധത്തിന് വഴങ്ങിയാണ് നന്ദിതയ്ക്ക് ആനന്ദിനെ

വിവാഹം ചെയ്യേണ്ടി വന്നത്. നഗരത്തിലെത്തിയ ആ ദമ്പതികൾക്ക് പൊരുത്തപ്പെട്ട് ജീവിക്കാൻ കഴിഞ്ഞില്ല. വിവാഹമോചനം ആവശ്യപ്പെട്ട, നന്ദിനി, അതിനുശേഷം കാമുകനായ ശേഖറുമായുള്ള ജീവിതം സ്വപ്നം കണ്ടു. ഭർത്താവ് തന്നെ മർദിക്കുന്നു എന്ന് പരാതിപ്പെട്ട് വിവാഹമോചനം നേടിയ ശേഷം നന്ദിനി കാമുകനുമായുള്ള ദാമ്പത്യജീവിതം സ്വപ്നം കാണുന്നു. സുഹൃത്തുമായി അതേ നഗരത്തിൽ കഴിഞ്ഞ നന്ദിനിക്ക്, പക്ഷേ തന്റെ മുൻഭർത്താവുമായുള്ള ജീവിതത്തിലെ കൂട്ടിമുട്ടലുകൾ ഒഴിവാക്കാനാകുന്നില്ല. കാമുകൻ വേറൊരു വിവാഹം കഴിക്കാൻ തീരുമാനിച്ചതായി ഒരു പ്രണയദിനത്തിൽ അവൾ മനസിലാക്കുന്നു. അപ്പോഴും തനിക്കുവേണ്ടി പ്രണയാതുരനായി ഭർത്താവ് കാത്തിരിക്കുന്ന യാഥാർഥ്യം അവൾ മനസിലാക്കുകയാണ്. പ്രണയവും നിരാസവും പല തലത്തിൽ സംവദിക്കുന്ന സിനിമ, സങ്കീർണമായ മധ്യവർഗ കുടുംബങ്ങളുടെ ജീവിതാവസ്ഥകൾ വരച്ചുകാട്ടുന്നതിലും വിജയിച്ച സിനിമയാണ്.

വളരെ ഗൗരവമാർന്ന ആദ്യ സിനിമയ്ക്കുശേഷം 2010 ലാണ് മധുമിത *കോല കോലായ മുന്തിരിക്ക* എന്ന കോമഡി ചിത്രമെടുത്തത്. നിധി തേടിയുള്ള ഒരുകൂട്ടം ആൾക്കാരുടെ അന്വേഷണം എലിയും പൂച്ചയും കളിയെ അനുസ്മരിക്കുംവിധം ഹാസ്യാത്മകമായി ചിത്രീകരിച്ച സിനിമയാണിത്. തമിഴിലെ എം എസ് ഭാസ്കർ, പാണ്ഡ്യരാജൻ, അനന്ദരാജൻ, വാസു വിക്രം, വൈയാപുരി, തുടങ്ങിയ ഹാസ്യനടന്മാർക്കൊപ്പം ജയറാം, കാർത്തിക്, ശിഖ എന്നിവർ മുഖ്യവേഷത്തിലെത്തി.

ഫിലിമോഗ്രാഫി

വെള്ളമായി തരായോ (2008)
കോല കോലായ മുന്തിരിക്ക (2010)

വീണ്ടും ഇന്ത്യൻ വംശജ ഇന്ത്യൻ ചിന്തകൾ

ജന്മത്തിലും കർമത്തിലും ഇന്ത്യക്കാരിയല്ലെങ്കിലും മീരാ നായർക്കും ദീപാ മേത്തയ്ക്കും ശേഷം, ഇന്ത്യൻ പശ്ചാത്തലം പ്രമേയമാക്കിയ വിദേശ ഇന്ത്യൻ സംവിധായികയാണ് ഗൗരിന്ദർ ചന്ദ. കെനിയ നെയ്റോബിയിൽ ജനിച്ച ചന്ദയുടെ രക്ഷിതാക്കൾ പഞ്ചാബുകാരാണ്. ഐശ്വര്യ റായ് തുടങ്ങിയ ഇന്ത്യൻ താരങ്ങളെ അണിനിരത്തി ഹിറ്റ് ഹോളിവുഡ് സമാന്തരസിനിമകൾ ചന്ദ പുറത്തിറക്കി. അവരുടെ ബാജി ഓൺ ബീച്ച്, ബന്റിറ്റ് ലൈക്ക് ബക്കാം തുടങ്ങിയ സിനിമകൾ ലോകവ്യാപകമായി ചർച്ച ചെയ്യപ്പെട്ടു. ബ്രിട്ടനിലെ ഏഷ്യൻ ജീവിതവും അതിന്റെ സാംസ്കാരികവും സാമൂഹ്യവുമായ അന്തർസംഘർഷങ്ങൾ ഏതൊക്കെ തലത്തിൽ പ്രതിഫലിക്കുന്നു തുടങ്ങിയവയാണ് അവരുടെ മിക്ക സിനിമകളുടെയും കാതൽ.

ഗൗരിന്ദർ ചന്ദ

റേഡിയോ പത്രപ്രവർത്തനത്തിൽ ഡിപ്ലോമ നേടിയശേഷം ലണ്ടനിൽ റേഡിയോ ബി ബി സിയിൽ പത്രപ്രവർത്തകയായി ചേർന്നു. തുടർന്ന് ടെലിവിഷൻ പരിപാടികൾ സംവിധാനം ചെയ്ത് എൺപതുകളോടെ ദൃശ്യമാധ്യമത്തിലും സജീവമായി. ബി

ബി സിയിൽ അവരുടെ പരിപാടികൾ മാധ്യമലോകത്ത് ഏറെ ചർച്ച ചെയ്യപ്പെട്ടതാണ്. ചാനൽ ഫോറിനുവേണ്ടി അവർ തയാറാക്കിയ *ഐ ആം ബ്രിട്ടീഷ് ബട്ട്..* എന്ന ഡോക്യുമെന്ററി വിവാദമായതാണ്. ബ്രിട്ടനിലെ ഏഷ്യൻ യുവത്വത്തിന്റെ അസ്തിത്വ പ്രതിസന്ധികൾ ചർച്ച ചെയ്ത ഡോക്യുമെന്ററിയാണിത്. 1991 ൽ ഉമ്പി എന്ന പേരിൽ സ്വന്തം ടിവി നിർമാണകമ്പനി തുടങ്ങിയ ചന്ദ, *നൈസ് അറേഞ്ച്മെന്റ്* എന്ന ഡോക്യുമെന്ററിയെടുത്തു. ഏഷ്യൻ– ബ്രിട്ടീഷ് വിവാഹബന്ധത്തിന്റെ സാംസ്കാരികമാനങ്ങൾ ചികഞ്ഞ ഈ ഡോക്യുമെന്ററിയും ഏറെ ചർച്ചയായി. *ആക്ടിങ് അവർ ഏയ്ജ്, പെയിൻ പാഷൻ ആന്റ് പ്രൊഫിറ്റ്* തുടങ്ങിയ ടി വി ചിത്രങ്ങൾക്കുശേഷമാണ് ചന്ദയുടെ ആദ്യ ഫീച്ചർ സിനിമയായ *ബാജി ഓൺ ദ ബീച്ച്* (1993) പുറത്തിറങ്ങിയത്.

ഹിന്ദിയിൽ *ബാജി*ക്ക് രണ്ട് വിശേഷണമുണ്ട്. ബഹുമാനാർഥം സഹോദരങ്ങളെ വിശേഷിപ്പിക്കുന്ന പദമാണിത്. അതേസമയം മുംബൈയിലെയും മറ്റും ഉരുളക്കിഴങ്ങ് കറിയായ ബാജി ഏറെ പ്രശസ്തമാണ്. ഈ രണ്ടർഥത്തിലും–രുചിയിലും മനുഷ്യബന്ധത്തിലും – ഇന്ത്യൻ/ഏഷ്യൻ സംസ്കാരങ്ങൾ പുലർത്തുന്ന ആത്മാർഥതയും സംഘർഷങ്ങളുമാണ് സിനിമയിൽ ചർച്ചയാക്കിയത്. ദക്ഷിണേന്ത്യൻ വംശജരായ ഒരു കൂട്ടം സ്ത്രീകൾ വടക്കു പടിഞ്ഞാറൻ ഇംഗ്ലണ്ടിലെ ബ്ലാക്ക്പൂൾ ബീച്ചിലേക്ക് വിനോദയാത്ര പോകുകയാണ്. അവരെല്ലാവരും വിവാഹമോചിതരും കൂടിയാണ്. ഇവരിൽ പ്രായം കൂടിയവർ പരമ്പരാഗത ഇന്ത്യൻ സ്വത്വം ഉയർത്തിപ്പിടിക്കുമ്പോൾ, പ്രായമേറിയവർ അതിനെ എതിർക്കുന്നു. അവർ കാര്യങ്ങളെ പാശ്ചാത്യ സ്വാധീനത്തിന്റെ മഞ്ഞക്കണ്ണട വച്ചാണ് കാണുന്നത്. ഇതിനെ എതിർക്കുന്ന പഴയ തലമുറയും തമ്മിലുള്ള രസകരമായ അഭിപ്രായ ഭിന്നതകളാണ് തമാശയുടെ മേമ്പൊടി ചാർത്തി *ബാജി ഓൺ ദ ബീച്ചി*ൽ പറഞ്ഞത്. മീര സ്യാലിനൊപ്പം ചേർന്ന് ചന്ദ തന്നെയാണ് സിനിമയ്ക്ക് തിരക്കഥയൊരുക്കിയത്. കിം വിതന, ജിമ്മി ഹർകിഷൻ, സരിത ഖജൂരിയ തുടങ്ങിയവർ അഭിനയിച്ചു. മികച്ച ബ്രിട്ടീഷ് ചിത്രത്തിനുള്ള ബാഫ്ത നോമിനേഷൻ, നവാഗത സംവിധായികയ്ക്കുള്ള ഇവനിംഗ് സ്റ്റാന്റേഡ് ബ്രിട്ടീഷ് അവാർഡ് എന്നിവ ഈ സിനിമയ്ക്ക് ലഭിച്ചു.

വാട്ട് യു കാൾ ആൻ ഇന്ത്യൻ വുമൺ ഹൂസ് ഫണ്ണി (1994), വാട്ട്സ് കുക്കിങ് (2000) എന്നീ ഹോളിവുഡ് കോമഡി ചിത്രങ്ങളും പിന്നീട് ചന്ദ സംവിധാനം ചെയ്തു. 1995 ൽ ബി ബി സി ക്കുവേണ്ടി തയാറാക്കിയ റിച്ച് ഡിസീവർ എന്ന ടി വി ചിത്രം ഒന്നരക്കോടിയോളം പേർ കണ്ടു എന്നാണ് കണക്ക്.

2002 ലാണ് ചന്ദയുടെ എക്കാലത്തെയും ഹിറ്റും മാസ്റ്റർപീസുമായ *ബന്റിറ്റ് ലൈക്ക് ബക്കാം* പുറത്തിറങ്ങിയത്. ബ്രിട്ടനിൽ മികച്ച വിപണി വിജയം നേടിയ ചിത്രമാണിത്. അന്തർദേശീയമായിത്തന്നെ ചിത്രം വിമർശക ശ്രദ്ധയിൽപ്പെടുകയും വാണിജ്യവിജയം നേടുകയും ചെയ്തു.

അമേരിക്ക, ആസ്ത്രേലിയ, ന്യൂസിലന്റ്, സ്വിറ്റ്സർലന്റ്, ദക്ഷിണാഫ്രിക്ക തുടങ്ങിയ രാജ്യങ്ങളിലും സിനിമ വൻതോതിൽ ചർച്ചയായി. ലൊകാർണോ, സിഡ്നി, ടൊറന്റോ ചലച്ചിത്രമേളകളിൽ മികച്ച സിനിമയ്ക്കുള്ള പ്രേക്ഷകാംഗീകാരം ഈ സിനിമയ്ക്ക് ലഭിച്ചു. ഗോൾഡൻ ഗ്ലോബ്, ബാഫ്ത, യൂറോപ്യൻ ഫിലിം അക്കാദമി, യു എസ് റൈറ്റേഴ്സ് ഗിൽഡ് തുടങ്ങിയ അംഗീകാരങ്ങളും *ബന്റ് ഇറ്റ് ലൈക്ക് ബക്കാം* എന്ന ചന്ദ സിനിമയ്ക്ക് ലഭിച്ചു.

പടിഞ്ഞാറൻ ലണ്ടനിൽ താമസിക്കുന്ന സിഖ് കുടുംബത്തിലെ മകളായ ജെസ്സിന് ഫുട്ബോൾ എന്നാൽ തീരാത്ത അഭിനിവേശമാണ്. എന്നാൽ അവൾ പെൺകുട്ടിയായതിനാൽ, ഇന്ത്യൻ സാഹചര്യങ്ങൾ രക്തത്തിലുള്ള രക്ഷിതാക്കൾ ജെസ്സിനെ കളിക്കാൻ അനുവദിക്കുന്നില്ല.

പെൺകുട്ടികൾ അങ്ങനെ കളിച്ചുവളരേണ്ടവരല്ലെന്ന് ഇന്ത്യൻ യാഥാസ്ഥിതിക ബോധം ലണ്ടനിലും രക്ഷിതാക്കളെ മഥിച്ചു. എന്നാൽ ജെസ്സ്, രക്ഷിതാക്കൾ കാണാതെ തന്റെ ആൺസുഹൃത്തുക്കളോടൊപ്പം പാർക്കിലും മറ്റും കളിച്ചു തകർത്തു. ജെസ്സിന്റെ കളിമികവ് അറിഞ്ഞ സുഹൃത്ത് ടോണി, അവളെ പ്രാദേശി ഫുട്ബോൾ ടീമിലേക്ക് ക്ഷണിക്കുന്നു. തുടർന്ന് കോച്ച് ജോയുമായി പ്രണയത്തിലായ ജെസ്സിന് പക്ഷേ കോച്ചിന്റെ സ്വവർഗാനുരാഗിയായ സുഹൃത്തിൽനിന്നും എതിർപ്പുകൾ നേരിടേണ്ടി വരികയാണ്.

ഇതിനിടയിൽ നിർണായക കളികളിൽ ജയിപ്പിച്ച ജെസ്സിന്, ഫുട്ബോൾ സ്കോളർഷിപ്പ് ലഭിക്കുന്നു. പ്രണയത്തിന്റെയും കളിയുടെയും പാശ്ചാത്യ അനുഭവങ്ങളെ മറികടക്കാൻ തയാറാകാത്ത രക്ഷിതാക്കൾ, മാംസനിബദ്ധമായ ശാഠ്യങ്ങളുടെ കൂട്ടിൽ ബന്ധങ്ങൾ വഴിതെറ്റിപ്പോകുന്ന സൗഹൃദവും പ്രണയവും തുടങ്ങിയ ജീവിതാവസ്ഥകളിൽനിന്ന് തികവോടെ മുന്നേറുന്ന ജെസ്സിനെയാണ് സിനിമാവസാനം പ്രേക്ഷകർക്ക് അനുഭവപ്പെടുക. അനുപം ഖേർ, പ്രിയ കാളിദാസ്, പർമീന്ദർ നഗ്ര, കേറ നൈറ്റ്ലി, ആർച്ചി പഞ്ചാബി തുടങ്ങിയവർ വേഷമിട്ടു.

ഐശ്വര്യ റായിയും സോണാലി കുൽക്കർണിയും വേഷമിട്ട ഹോളിവുഡ് ചിത്രമായ *പ്രൈഡ് പ്രിജുഡീസ്* 2004 ലാണ് ചന്ദയുടെ സംവിധാനത്തിൽ പുറത്തിറങ്ങിയത്. *ബന്റ് ഇറ്റ് ലൈക്ക് ബക്കാമി*ന്റെ ആവേശത്തിൽ ഈ സിനിമയെയും ലോകവിപണി പ്രതീക്ഷയോടെയാണ് വരവേറ്റത്. അനുമാലിക് സംഗീതം നിർവഹിച്ച ഇതിലെ ഗാനങ്ങൾ സംഗീതവിപണിയിൽ ചൂടപ്പംപോലെ വിറ്റഴിഞ്ഞു. സോനു നിഗവും ഗായത്രി അയ്യരും ചേർന്ന് പാടിയ ബല്ലേ.. ബല്ലേ.., ഉദിത് നാരായണും അൽക്ക യാഗ്നിക്കും ആലപിച്ച തുംസെ കഹീൻ യാഹും ന കഹീൻ... തുടങ്ങിയ ഹിറ്റുകൾ ഹിറ്റ് ചാർടിൽ ഇടം നേടി. ഗായത്രി അയ്യർ, നിഷ, സൗമ്യ റാവു, അശാന്തി, കുനാൻ ജ്വാല തുടങ്ങിയവരും ഈ സിനിമയിൽ പാട്ട് പാടി.

18-ാം നൂറ്റാണ്ടിലെ ഇംഗ്ലീഷ് നോവലിസ്റ്റ് ജെൻ ഓസ്റ്റന്റെ *പ്രൈഡ്*

ആന്റ് പ്രിജുഡിസ് എന്ന പേരിലുള്ള നോവലിനെ അടിസ്ഥാനമാക്കിയാണ് ചന്ദ ഈ സിനിമ തീർത്തത്. അമൃതസറിലെ പഞ്ചാബി കുടുംബത്തിലെ പെൺകുട്ടിയാണ് ലളിത ബക്ഷി. അവളെ സുന്ദരനും ധനികനുമായ ചെറുപ്പക്കാരനെ കൊണ്ട് വിവാഹം കഴിപ്പിക്കാൻ ആലോചിക്കുന്നതിനിടയിലാണ്, അമേരിക്കക്കാരനായ ഡാൻസി, സുഹൃത്തിന്റെ വിവാഹത്തിനായി അമൃതസറിലെത്തുന്നത്. ലളിതയെ അയാൾക്ക് ഇഷ്ടമാണെങ്കിലും ഇന്ത്യൻ സംസ്കാരത്തിനോടും ജനതയുടെ യാഥാസ്ഥിതികത്വത്തിലമർന്ന അന്തർമുഖത്വത്തോടും അയാൾക്ക് വിയോജിപ്പുണ്ട്. സംസ്കാരങ്ങൾ തമ്മിലുള്ള സംഘട്ടനങ്ങളുടെ തുടരെയുള്ള സംവാദങ്ങൾക്കുശേഷം ഡാൻസിയും ലളിതയും ഒന്നിക്കുകയാണ്. അപ്പോഴേക്കും അമേരിക്കക്കാരനായ ഡാൻസി, ഇന്ത്യൻ സംസ്കാരത്തിന്റെയും കൂടി കാമുകനായിപ്പോകുകയാണ്.

ഐശ്വര്യയെ നായികയാക്കി 2005 ൽ പോൾ മയേദ മർക്കസ് സംവിധാനം ചെയ്ത *ദ മിസ്ട്രസ് ഓഫ് സ്പൈസസ്* എന്ന ഈ സിനിമയ്ക്ക് തിരക്കഥയൊരുക്കിയതും ഗൗരിന്ദർ ചന്ദയാണ്. വിപണിയിൽ കാര്യമായ ചലനമുണ്ടാക്കിയില്ലെങ്കിലും ഇന്ത്യ/ പാശ്ചാത്യ സംസ്കാരങ്ങൾ തമ്മിലുള്ള അന്തഃസംഘർഷങ്ങളെ ചന്ദ ഈ സിനിമയിലും പ്രശ്നവൽക്കരിച്ചു.

22 സംവിധായകർ സഹകരിച്ച 18 ഹ്രസ്വ ചിത്രങ്ങളുടെ സമാഹാരമായ *പാരീസ് ഐ ലവ് യു* (2006) എന്ന ഹോളിവുഡ് ചിത്രത്തിലും ഗൗരിന്ദർ ചന്ദ സഹകരിച്ചു. ക്വയിസ് ഡീ സിൻ എന്ന ഭാഗമാണ് ചന്ദ സംവിധാനം ചെയ്തത്. *ദ മിസ്ട്രസ് ഓഫ് സ്പൈസസ്* സംവിധാനം ചെയ്ത പോൾ മയേദ മർക്കസും ചന്ദയുമായി ഈ സിനിമയിൽ സഹകരിച്ചിട്ടുണ്ട്.

ചന്ദ തന്നെ നിർമിച്ച് തിരക്കഥയെഴുതി സംവിധാനം ചെയ്ത *അംഗുസ്, തോംഗ്സ് ആന്റ് പർഫക്ട് സ്നോഗ്ഗിങ്* (2008), *ഇറ്റ് ഈസ് എ വണ്ടർഫുൾ ആഫ്റ്റർലൈഫ്* (2010) തുടങ്ങിയ സിനിമകളും പിന്നീട് പുറത്തിറങ്ങി. ഹോളിവുഡിൽ ചർച്ചയായ ഈ സിനിമകൾ ഇന്ത്യയിൽ കാര്യമായി ചർച്ചയായില്ല. *ഇറ്റ് ഈസ് എ വണ്ടർഫുൾ ആഫ്റ്റർലൈഫിൽ* ശബാന ആസ്മി, സെന്തിൽ രാമമൂർത്തി, സഞ്ജീവ് ഭാസ്കർ തുടങ്ങിയവരും വേഷമിട്ടു.

ഫിലിമോഗ്രാഫി

ഐ ആം ബ്രിട്ടീഷ് ബട്ട്..	(ടിവി 1989)
എ നൈസ് അറേഞ്ച്മെന്റ്	(1991)
ആക്ടിങ് അവർ എയ്ജ്	(1992)
പെയ്ൻ പാഷൻ ആന്റ് പ്രോഫിറ്റ്	(ടി വി 1992)
വാട്ട് ഡു യു കാൾ ആൻ	

ഇന്ത്യൻ വുമൺ ഹൂസ് ഫണ്ണി (1994)
റിച്ച് ഡിസീവർ (ടിവി 1995)
വാട്ട്സ് കുക്കിംഗ് (2000)
ബെന്റ് ഇറ്റ് ലൈക്ക് ബെക്കാം (2002)
ബ്രൈഡ് ആന്റ് പ്രിജുഡീസ് (2004)
ദ മിസ്ട്രസ് ഓഫ് സ്പൈസസ് (2005)
പാരീസ് ഐ ലവ് യു (2006)
അംഗുസ്, തോംഗ്സ് ആന്റ് പർഫക്ട് സ്നോഗ്ഗിങ് (2008)
ഇറ്റ് ഈസ് എ വണ്ടർഫുൾ ആഫ്റ്റർലൈഫ് (2010)

ഭാവന: പുതിയ സിനിമയുടെയും ചിന്തയുടെയും

പത്രപ്രവർത്തന ലോകത്തുനിന്നും തിരശ്ശീലയിലെത്തി വിജയം കുറിച്ച മറ്റൊരു സംവിധായികയാണ് ഭാവന തൽവാർ. ഇവരുടെ ആദ്യ സംവിധാന സംരംഭമായ *ധർമ;* 2007 ൽ മികച്ച ദേശീയോദ്ഗ്രഥന ചിത്രമായി തെരഞ്ഞെടുത്തു. കാൻ ഫെസ്റ്റിവലിൽ സമാപനചിത്രമായി ഈ സിനിമ പ്രദർശിപ്പിച്ചു. ഓസ്കാർ അവാർഡിനുള്ള ഇന്ത്യൻ ചിത്രമായി ആദ്യം ധർമയെ പരിഗണിച്ചുവെങ്കിലും പിന്നീട് വിധു വിനോദ് ചോപ്രയുടെ *ഏകലവ്യ – ദ റോയൽ ഗോഡ്* എന്ന സിനിമയാണ് ഔദ്യോഗിക എൻട്രിയായി പോയത്. ഇതിനെതിരെ ഭാവന കോടതിയിൽ സമീപിച്ചെങ്കിലും ഫലമുണ്ടായില്ല. മെക്സിക്കോ, സിംഗപ്പൂർ, കാലിഫോർണിയ ചലച്ചിത്രോത്സവങ്ങളിൽ മികച്ച അഭിപ്രായം ഭാവനയുടെ ഈ ആദ്യ സിനിമ നേടി.

ഭാവന തൽവാർ

ബ്രാഹ്മണ്യത്തിന്റെ പൂണൂലിളകാതെ വാരാണസിയിൽ വേദമന്ത്രങ്ങളോടെ ജീവിക്കുന്ന ആളാണ് പണ്ഡിറ്റ്

ചതുർവേദി. ഇതിനിടയിലാണ് പണ്ഡിറ്റിന്റെയും ഭാര്യയുടെയും ജീവിതത്തിലേക്ക് ആ അനാഥബാലൻ കടന്നു വരുന്നത്. മക്കളില്ലാത്ത ആ ദമ്പതിമാർ, അവനെ മകനായി സ്വീകരിക്കുന്നു. അവരുടെ ജീവിതം ആ കൊച്ചുകുട്ടിയുടെ ജീവിതംപോലെ സന്തോഷമായി തുടരുന്നു. ഇതിനിടയ്ക്കാണ്, ഈ കുട്ടിയെ അന്വേഷിച്ച് അവന്റെ അമ്മ വരുന്നത്. അവർ ഒരു മുസ്ലിം സ്ത്രീയായിരുന്നു. ഇത്രനാളും ഒരു മുസ്ലിം കുട്ടിയെയാണോ താൻ മകനെപ്പോലെ വീട്ടിലിട്ട് വളർത്തിയതെന്ന ചിന്ത പണ്ഡിറ്റിനെ തളർത്തി. അയാൾക്ക് തന്റെ ബ്രാഹ്മണ്യം പങ്കിലമായതുപോലെ തോന്നി. അയാൾ പാപമുക്തനാകാൻ മനസ്സ് ശുദ്ധീകരിക്കുന്നു. അതിനിടയ്ക്ക് അമ്മ കൂട്ടിപ്പോയ കുട്ടി, വീണ്ടും വീട്ടിലേക്ക് തിരിച്ചെത്തുന്നു. ഇത്തവണ അവൻ ശരിക്കും അനാഥനാണെന്ന വാർത്ത പണ്ഡിറ്റിനെയും ഭാര്യയെയും തളർത്തുകയാണ്. ഹിന്ദു– മുസ്ലിം കലാപത്തിൽ അവന്റെ രക്ഷിതാക്കൾ കൊല്ലപ്പെട്ടു. ജീവിതം ശുദ്ധീകരിക്കാൻ വ്രതം നോറ്റു നിന്ന ആ വൃദ്ധബ്രാഹ്മണൻ, ആ അനാഥബാലനെ തന്റെ ജീവിതത്തിലേക്ക് കൈപിടിച്ചു കയറ്റുന്നു. അപ്പോഴാണ് തന്റെ ബ്രാഹ്മണ്യത്തിന്റെ യഥാർഥ ധർമമെന്തെന്ന് അയാൾ തിരിച്ചറിഞ്ഞത്.

വരുൺ ഗൗതമും വിഭാ സിംഗും ചേർന്നാണ് *ധർമ*യ്ക്ക് തിരക്കഥയൊരുക്കിയത്. പങ്കജ് കപൂർ, സുപ്രിയ പഥക്, റിഷിത ഭട്ട് തുടങ്ങിയവർ പ്രധാനവേഷങ്ങളിലെത്തി. മതചിന്തകൾക്കും സങ്കുചിത ധാരണകൾക്കും എത്രയോ അപ്പുറമാണ് യഥാർഥ മാനവികതയെന്ന് ഈ സിനിമ തെളിയിച്ചു. യാഥാസ്ഥിതികത്വത്തിന്റെ കടുംനിറങ്ങളിൽനിന്നും ഉജ്വലമായ മാനവധർമത്തിലേക്കുള്ള ഒരു ബ്രാഹ്മണ പുരോഹിതന്റെ പരാവർത്തനം അതിമനോഹരമായി ഈ സിനിമ കാണിച്ചു തന്നു– 2007 ൽ മികച്ച ദേശീയോദ്ഗ്രഥന ചിത്രമായി തെരഞ്ഞെടുത്ത *ധർമ*യെ ജൂറി ഇങ്ങനെ വിലയിരുത്തി.

ഭാവനയുടെ രണ്ടാമത്തെ സിനിമയായ *ഹാപ്പി*യിലും മുഖ്യവേഷത്തിലെത്തിയത് *ധർമ*യിലെ നായകനായ പങ്കജ് കപൂറാണ്. ഞങ്ങൾ തമ്മിലുള്ള രസതന്ത്രം, ഞങ്ങളുടെ സിനിമയെ മികച്ചതാക്കാൻ സഹായിച്ചുവെന്ന് ഭാവന പറയുന്നു. ചാർളി ചാപ്ലിൻ സിനിമകളിൽനിന്നും പ്രേരണ ഉൾക്കൊണ്ടാണ് ഭാവന *ഹാപ്പി* നിർമിക്കുന്നത്. ജീവിതത്തിനോടും സമൂഹത്തിനോടും കാര്യമായി അഭിനിവേശമൊന്നുമില്ലാതെ സ്വയം അലസമായി തുഴഞ്ഞുപോകുന്ന ഒരാളുടെ ജീവിതകഥയാണ് *ഹാപ്പി.* പങ്കജ് കപൂറാണ് ഇതിൽ ചാപ്ലിന് സമാനമായ വേഷം അവതരിപ്പിച്ചത്. ഇളയരാജയുടെ സംഗീതത്തിൽ കമൽഹാസനും ഈ സിനിമയിൽ ഒരു പാട്ടുപാടുന്നുണ്ട്. പങ്കജ് തന്നെ പറഞ്ഞ കഥയെ അടിസ്ഥാനമാക്കിയാണ് സിനിമ തയാറാക്കിയത്. "തിരക്കേറിയ മുംബൈ പോലുള്ള മഹാനഗരത്തിൽ എത്തിപ്പെട്ട ഒരാൾ, അയാൾക്കാണെങ്കിൽ ജോലിയില്ല, വിശേഷങ്ങളില്ല; ജീവിതത്തോട് വലിയ താൽപ്പര്യം തന്നെയില്ല. ഇങ്ങനെയുള്ള ഒരാൾ അഭിമുഖീകരിക്കുന്നത്, ഒന്ന് ചിരിക്കാൻപോലും സമയമില്ലാത്ത നഗരജീ

വിതങ്ങളെയാണ്. എല്ലാ തിരക്കുകളെയും കണ്ട് പുഞ്ചിരി തൂകുന്ന അയാൾ സാക്ഷാൽ ചാപ്ലിൻ തന്നെയായാൽ എന്തായിരിക്കും സംഭവിക്കുക? അത്തരം ഒരു ആലോചനയിൽ നിന്നാണ് *ഹാപ്പി* പിറക്കുന്നത്. പുതിയ കാലത്തേക്കുള്ള ചാപ്ലിന്റെ പരാവർത്തനം"- *ഹാപ്പി* എന്ന സിനിമയെക്കുറിച്ച് ഭാവന പറയുന്നതിങ്ങനെ.

ഏഷ്യൻ ഏജിലെ പത്രപ്രവർത്തനത്തിനുശേഷം എട്ടുവർഷം നിരവധി സംവിധായകർക്കൊപ്പം ഭാവന സഹായിയായി പ്രവർത്തിച്ചു. മികച്ച രീതിയിൽ ശ്രദ്ധിച്ച നിരവധി പരസ്യങ്ങളും സംവിധാനം ചെയ്തു.

തമിഴ്കരുത്തിന്റെ പ്രിയങ്കരി

മണിരത്നത്തിന്റെയും സുഹാസിനിയുടെയും സഹസംവിധായികയായ വി പ്രിയ ഇപ്പോൾ തമിഴ് പുതുതരംഗത്തിലെ പ്രധാന സംവിധായികയാണ്. തമിഴിൽ മാറിയ പുതിയ സിനിമാ ഭാവുകത്വത്തിന്റെ കൊടിയടയാളമാണ് പ്രിയയുടെ സിനിമകൾ. ഹീറോയിസത്തിന്റെ അതിപ്രസരത്തിൽ മുങ്ങിയ തമിഴ് സിനിമയിൽ, കഥയ്ക്കും സിനിമാ നിർമാണ രീതിക്കും പ്രാമുഖ്യം കൊടുത്താണ് പ്രിയയുടെ സിനിമാ ചിന്തകൾ മുന്നേറിയത്. സുഹാസിനിയുടെ *ഇന്ദിര* എന്ന ചിത്രത്തിലും തുടർന്ന് മണിരത്നത്തിന്റെ *ഇരുവർ* പോലുള്ള സിനിമകൾക്കും സഹകരിച്ചത്, തന്റെ സിനിമാ ചിന്തകൾക്ക് കൂടുതൽ ഇഴയടുപ്പം ഉണ്ടാക്കിയെന്ന് പ്രിയ അഭിമുഖങ്ങളിൽ വ്യക്തമാക്കിയിട്ടുണ്ട്.

വി പ്രിയ

2005 ലാണ് പ്രിയയുടെ ആദ്യ സിനിമയായ *കണ്ട നാൾ മുതൽ* പുറത്തിറങ്ങിയത്. നടൻ പ്രകാശ് രാജ് നിർമിച്ച ഈ കോമഡി പ്രണയചിത്രം വിപണിയിൽ വൻ ഹിറ്റായി. പ്രസന്ന, ലൈല, കാർത്തിക് കുമാർ, രേവതി, ലക്ഷ്മി തുടങ്ങിയവർ

സിനിമയിൽ വേഷമിട്ടു. ബാല്യകാലത്ത് നാം കളിച്ചും തർക്കിച്ചും വല്ലാതെ കലഹിച്ചും വേർപിരിയുന്ന കൂട്ടുകാരെ, പിന്നീട് പല കാരണങ്ങൾ കൊണ്ടും നാം കണ്ടുവെന്ന് വരില്ല. ഏതെങ്കിലും കാലത്ത് കണ്ടാൽ; തമ്മിലുണ്ടാകുന്ന സൗഹൃദത്തിന്റെ തോത് എത്രത്തോളമായിരിക്കും? പണ്ട് കളിച്ചതും കലഹിച്ചതും അതേ ഭാവത്തിൽ, അതേ തീവ്രതയോടെ തുടരാൻ പറ്റുമോ? തുടങ്ങിയ ചിന്തകളിൽ നിന്നാണ് *കണ്ട നാൾ മുതൽ* എന്ന സിനിമയുടെ സത്ത ഉറങ്ങിക്കിടക്കുന്നത്. ലളിതമായ വാക്യങ്ങൾകൊണ്ട് പൂരിപ്പിച്ച സംഭാഷണങ്ങൾ, ഹൃദയത്തിൽ തട്ടുന്ന ബാല്യകാലാനുഭവങ്ങളുടെ പച്ചയായ ഓർമപ്പെടുത്തൽ, കണ്ണീരിനോളം ആർദ്രമായ കളിതമാശകൾ ഇതൊക്കെ വേണ്ട രീതിയിൽ പാകപ്പെടുത്തിയാണ് പ്രിയ തന്റെ ആദ്യ സിനിമ രൂപപ്പെടുത്തിയത്. യുവാൻ സുന്ദർരാജന്റെ സംഗീതത്തിൽ ശ്രേയ ഘോഷാൽ, ശങ്കർ മഹാദേവൻ, വസുന്ധരാ ദാസ് എന്നിവർ പാടിയ ഈ സിനിമയിലെ പാട്ടും ഏറെ ശ്രദ്ധേയമായി.

പൃഥ്വിരാജിനെ നായകനാക്കി 2007 ൽ പ്രിയ സംവിധാനം ചെയ്ത *കണ്ണാമൂച്ചി ഏനടാ* എന്ന ചിത്രവും ശ്രദ്ധിക്കപ്പെട്ടു. ഹോളിവുഡ് ചിത്രമായ *ഗസ് ഹൂ* (സംവിധാനം: കെവിൻ റോഡ്നി സുള്ളിവൻ) എന്ന സിനിമയിൽ നിന്നാണ് *കണ്ണാമൂച്ചി ഏനടാ*യുടെ ആശയം പ്രിയ കടമെടുത്തത്.

മലേഷ്യയിൽ കോടീശ്വരനായ അമ്മാവനൊപ്പം ജീവിക്കുകയാണ് ഹരീഷ് (പൃഥ്വിരാജ്). അവൻ ചെറുപ്പത്തിലെ മാതാപിതാക്കൾ നഷ്ടപ്പെട്ടയാളാണ്. മലേഷ്യൻ ജീവിതത്തിനിടയിലാണ് അവൻ, സുന്ദരിയായ ദേവയെ (സന്ധ്യ) പരിചയപ്പെടുന്നത്. അവരുടെ പ്രണയത്തിന്റെ ചരടുകൾ ചെന്നൈയിലേക്ക് നീളുന്നു. ചെന്നൈയിൽ പൊലീസ് കമ്മീഷണറുടെ മകളാണ് ദേവ. നാട്ടിലേക്ക് മടങ്ങിയ ഹരീഷിന്റെയും ദേവയുടെയും പ്രണയത്തെ ദേവയുടെ രക്ഷിതാക്കൾ അംഗീകരിക്കുന്നില്ല. ഇതിനെ തുടർന്നുണ്ടാകുന്ന ആശങ്കകളും അതിന്മേലുള്ള നർമരംഗങ്ങളുമാണ് സിനിമയെ സജീവമാക്കുന്നത്. ആദ്യ പകുതിയിൽ ഹരീഷും ദേവയും തമ്മിലുള്ള പ്രണയരംഗങ്ങളാണ് സിനിമയെ വർണമനോഹരമാക്കിയതെങ്കിൽ രണ്ടാം പകുതി ദേവയുടെ രക്ഷിതാക്കൾ (സത്യരാജും രാധികയും) തമ്മിലുള്ള മുതിർന്നവരുടെ പ്രണയരംഗങ്ങളാൽ- അതും നർമത്തിൽ ചാലിച്ച്- സജീവമാണ്.

സിനിമയെന്ന കല സാമൂഹ്യാന്തരീക്ഷത്തിൽ,വിശേഷിച്ച് തമിഴ് ജനതയിൽ ഉണ്ടാക്കുന്ന സ്വാധീനം കണക്കിലെടുത്ത് പ്രിയ നടത്തിയ ശ്രദ്ധേയമായ ഇടപെടലാണ് അവരുടെ മൂന്നാമത്തെ സിനിമ (ഡോക്യുഡ്രാമ) *ഹീറോവ... സീറോവ.* തമിഴ്നാട്ടിലെ പ്രാഥമിക വിദ്യാഭ്യാസ രംഗത്ത് തുടരുന്ന വ്യാപകമായ കൊഴിഞ്ഞു പോക്കിനെതിരെയുള്ള ബോധവൽക്കരണ സിനിമയാണിത്. നടൻ സൂര്യയുടെ നിർമാണത്തിൽ പ്രിയ സംവിധാനം ചെയ്ത ഈ ഹ്രസ്വ ചിത്രത്തിൽ സൂര്യ, മാധവൻ, ജ്യോതിക, വിജയ് എന്നിവർ വേഷമിട്ടു. അമീർ ഖാൻ, കമൽഹാസൻ, പ്രകാശ്‌രാജ്, മനോരമ തുടങ്ങിയവരും ഈ സിനിമയിൽ അഭിപ്രായങ്ങൾ

പങ്കിടാൻ എത്തുന്നുണ്ട്. തമിഴ്നാട് വിദ്യാഭ്യാസ വകുപ്പിന്റെ സഹകരണത്തോടെ ഈ സിനിമ തമിഴ്നാട്ടിൽ വ്യാപകമായി പ്രദർശിപ്പിച്ചു. സൂര്യയുടെ അകാരം ഫൗണ്ടേഷന്റെ ആഭിമുഖ്യത്തിലാണ് സിനിമ നിർമിച്ചത്.

ഫിലിമോഗ്രാഫി

കണ്ട നാൾ മുതൽ (2005)
കണ്ണാമൂച്ചി ഏനഡ (2007)
ഹീറോവ.. സീറോവ(2008)
ചേരി (2010)

തെലുങ്കിലെ പുതുജയം

പത്രപ്രവർത്തനത്തിന്റെ ലോകത്തു നിന്നാണ് തെലുങ്ക് ഹിറ്റ് സംവിധായികയായ ബി ജയയുടെയും കടന്നുവരവ്. ആദ്യ ചിത്രമായ *ചന്ദിഗഢു*വിൽ തന്നെ വിസ്മയം സൃഷ്ടിച്ച വരവായിരുന്നു ജയയുടേത്. ഈ സിനിമ 25 കേന്ദ്രങ്ങളിൽ നൂറു ദിവസം തികച്ചു എന്ന റെക്കോർഡും കരസ്ഥമാക്കി. ആൺമേധാവിത്വത്തിന്റെയും അഭിരുചികളുടെയും കൂത്തരങ്ങായ തെലുങ്ക് സിനിമാ ലോകത്ത് പെണ്ണ് സിനിമയെടുക്കുന്നതിന്റെ ആഘാതം ആസ്വാദകർ നന്നായി ആസ്വദിച്ചു എന്നുവേണം പറയാൻ. 2003 ലാണ് ആദ്യ സിനിമയായ *ചന്ദിഗഢു* പുറത്തിറങ്ങിയത്. ഭർത്താവ് ബി എ രാജുവിന്റെ നിർമാണത്തിൽ പുറത്തിറങ്ങിയ സിനിമയിൽ ബാലാദിത്യ, സുഹാസിനി, ശരണ്യ തുടങ്ങിയവർ വേഷമിട്ടു. മുഖ്യ അഭിനേതാക്കളും സംവിധായികയുമടക്കം സിനിമയുടെ എഴുപത് ശതമാനം പ്രവർത്തകരും പുതുമുഖങ്ങളാണെന്ന പ്രത്യേകതയും ഈ സിനിമയ്ക്കുണ്ട്.

ബി ജയ

പണക്കാരിയായ നായികയും പാവപ്പെട്ട നായകനും തമ്മിലുള്ള പതിവ് പ്രണയകഥ തന്നെയാണ് *ചന്ദിഗഢു*വിന്റെയും പ്രമേയം. നാട്ടിൻപുറത്തെ നായകൻ, വിധവയായ അമ്മയുടെ ഏകമകനാണ്. അവനുമായി, നാട്ടിലെ ജന്മിയും ക്രൂരനുമായ വില്ലന്റെ മകൾ പ്രണയത്തിലാവുന്നു. ഇവർ തമ്മിലുള്ള പ്രണയത്തിന് തടസമായി രക്ഷിതാക്കളും, അവളെ പ്രണയിച്ചാൽ അമ്മ മരിച്ചുപോകുമെന്ന നായകന്റെ വിശ്വാസവും കഥയിൽ പിരിമുറക്കമുണ്ടാക്കുന്നു. ഇതിൽ നിന്നെല്ലാം നായകനെ പിന്തിരിപ്പിക്കാൻ തക്ക ഇച്ഛാശക്തി നായികയും അവന്റെ അമ്മയും പ്രകടിപ്പിക്കുന്നിടത്താണ് സിനിമയുടെ വിജയം. പെൺ ഇച്ഛാശക്തി പോപ്പുലർ നായകനെ തുണയ്ക്കുന്ന തരം പോപ്പുലർ സിനിമ, ഒരുവേള വിപണി ഇഷ്ടപ്പെടണമെന്നില്ല. എന്നിട്ടും തെലുങ്ക് വിപണിക്ക് ഹരമാകുന്ന രീതിയിൽ ജയ *ചന്ദിഗഢു*വിനെ വിജയിച്ചു എന്നതാണ് തുടക്കക്കാരി എന്ന നിലയിൽ സംവിധായിക ജയയുടെ വിജയം. ആന്ധ്രാപ്രദേശിലെ ഗോദാവരി ജില്ലയിൽ സകിനെട്ടിപള്ളി എന്ന സ്ഥലത്താണ് സിനിമ ചിത്രീകരിച്ചത്. ഇവിടത്തെ ഗ്രാമീണ പശ്ചാത്തലം സിനിമയെ ഒന്നുകൂടി പ്രോജ്വലമാക്കി.

2005 ൽ ജയയുടെ *പ്രേമികുളു* എന്ന രണ്ടാം ചിത്രം പുറത്തിറങ്ങി. അവിശ്വസനീയമെന്നും യുക്തിക്ക് നിരക്കാത്തതെന്നും തോന്നുന്ന യഥാർഥ സംഭവത്തിൽനിന്നും അടർത്തിയെടുത്ത കഥയാണ് *പ്രേമികുളു* എന്ന സിനിമയ്ക്ക് ജയ വിഷയമാക്കിയത്. ചന്തുവും (യുവരാജ്) വെണ്ണലയും (കമ്ന ജത്മലാനി) പ്രണയജോഡികളാണ്. എന്നാൽ ഇവരെ ഒന്നിച്ചു ജീവിക്കാൻ രക്ഷിതാക്കൾ അനുവദിക്കുന്നില്ല. ഇതോടെ പ്രണയം തകർന്നുപോകുമെന്ന ഭയത്താൽ ആ യുവമിഥുനങ്ങൾ ആത്മഹത്യ ചെയ്യാൻ തീരുമാനിക്കുന്നു. വലിയ കെട്ടിടത്തിനു മുകളിൽനിന്നും ചാടിയ ഇവർ പക്ഷേ, അത്ഭുതകരമായി രക്ഷപ്പെടുന്നു. മണൽപ്പുറത്ത് വീണ ഇവരുടെ തലച്ചോറിന് സാരമായി ക്ഷതമേറ്റ് ഓർമകൾ ഇല്ലാതാകുകയാണ്. ജീവിതത്തിൽ ഇതുവരെ കഴിഞ്ഞുപോയ സംഭവങ്ങളെല്ലാം മറന്നുപോയ അവർക്ക്, പ്രണയിനികളാണെന്ന കാര്യംപോലും ഓർമ ഇല്ലാതാകുന്നു. സംഘർഷങ്ങളുടെയും ഓർമകളുടെയും നേരിയ ഇടനാഴിയിൽ വച്ച് അവർക്ക് ഓർമ തിരിച്ചെത്തി കമിതാക്കൾ ഒന്നാകുന്നതാണ് സിനിമയുടെ പ്രമേയം. മലയാളത്തിൽ ഓർമക്കുറവിനെ പ്രമേയമാക്കി *ഇന്നലെ* എന്ന പേരിൽ പത്മരാജൻ സിനിമ സംവിധാനം ചെയ്തിട്ടുണ്ട്.

പതിവ് പ്രണയകഥയുടെ പാറ്റേണിൽനിന്നും മാറിനടന്ന് ജയ സൃഷ്ടിച്ച മൂന്നാം സിനിമ *ഗുണ്ടമ്മ ഗാരി മണവാടു*, കോമഡിയിലൂന്നിയാണ് പുറത്തിറക്കിയത്. മുത്തശ്ശിയും കൊച്ചുമകനും തമ്മിലുള്ള ആത്മബന്ധത്തെ നർമത്തിന്റെ അടരുകളിലൂടെ സിനിമ ചർച്ചയാക്കുന്നു. പ്രണയിനിയെ സ്വന്തമാക്കാനുള്ള കൊച്ചുമകന്റെ ശ്രമങ്ങൾക്ക് ബുദ്ധി ഉപദേശിച്ചു കൊടുക്കുകയാണ് മുത്തശ്ശി. കാമുകിയുടെ അച്ഛൻ വലിയ ആർത്തിക്കാരനാണ്. വലിയ സമ്പന്നനായ ഒരാൾക്കു മാത്രമെ മകളെ നൽകൂ. ഇതിനുള്ള പരിശ്രമങ്ങളിലൂടെയും അതിലെ നർമ മുഹൂർത്തങ്ങളിലൂ

ടെയും സിനിമ കടന്നുപോകുന്നു. കോട്ട ശ്രീനിവാസ റാവു, അലി, വടിവുക്കരശി, സിന്ദൂരി തുടങ്ങിയവർ ഈ സിനിമയിൽ വേഷമിട്ടു. ചന്ദിഗഡുവിനെപ്പോലെ വിപണിയിലും *ഗുണ്ടമ്മ ഗാരി മണവാടു* വൻ ഹിറ്റായി.

സുഹാനി എന്ന പുതുമുഖ നടിയെ അവതരിപ്പിച്ച് ജയ എടുത്ത *സവാൽ* (2008) എന്ന സിനിമയും ഹിറ്റായി. ഭരത്, വിനായക്, സയാജി ഷിൻഡെ, ദണ്ഡപാണി, ബ്രഹ്മാനന്ദം തുടങ്ങിയവർ വേഷമിട്ട ഈ സിനിമയും പതിവ് വാണിജ്യ പ്രണയ കഥതന്നെയാണ് പറഞ്ഞത്. ജാസ്സി ഗിഫ്റ്റിന്റെ സംഗീതത്തിൽ പിറന്ന *സവാലിലെ* പാട്ടുകൾ ഏറെ ശ്രദ്ധേയമായി.

ജയ കഥയെഴുതി സംവിധാനം ചെയ്ത ഭർത്താവ് ബി എ രാജു നിർമിച്ച *ലൗലി* 2012 ലാണ് പുറത്തിറങ്ങിയത്. വിപണിയുടെ പുതു സാധ്യതകൾ പരിശോധിക്കുംവിധം ജയ തീർത്ത നാലാമത്തെ പ്രണയകഥയും തെലുങ്കിൽ ഹിറ്റായി. പുതിയകാലത്തെ സോഷ്യൽ മീഡിയ ഉപകരണമായ ഫേയ്സ്ബുക്കിൽ കൂടിയുള്ള പ്രണയ സാധ്യതകളാണ് സിനിമ അന്വേഷിച്ചത്. 18 കേന്ദ്രങ്ങളിൽ അമ്പത് ദിവസവും 12 കേന്ദ്രങ്ങളിൽ നൂറു ദിവസവും പ്രദർശിപ്പിച്ച ലൗലി എന്ന സിനിമയോടെ, തെലുങ്കിലെ ഹിറ്റ് സംവിധായികയായി ജയ മേൽവിലാസം ഉറപ്പിച്ചു.

ഫിലിമോഗ്രാഫി

ചന്ദഗഡു	(2003)
പ്രേമികുളു	(2005)
ഗുണ്ടമ്മ ഗാരി മണവാടു	(2007)
സവാൽ	(2008)
ലൗലി	(2012)

ലീനയെന്ന എഡിറ്റർ; സംവിധായിക

സിനിമയുടെ എഡിറ്റിങ്ങിലും ടി വി ഷോ നിർമാതാവ് എന്ന നിലയിലും കഴിവു തെളിയിച്ചാണ് ലീന യാദവ് ബോളിവുഡിൽ അരങ്ങേറുന്നത്. കന്നി ചിത്രമായ *ശബ്ദിൽ* ഐശ്വര്യാ റായിയും സഞ്ജയ് ദത്തും മുഖ്യവേഷത്തിൽ അഭിനയിച്ചു. പ്രതീഷ് നന്ദി കമ്യൂണിക്കേഷൻസ് നിർമിച്ച ഈ വൻ ബജറ്റ് ചിത്രം ലീനയുടെ ബോളിവുഡ് കരിയറിലും വഴിത്തിരിവായി.

ലീന യാദവ്

ബുക്കർ സമ്മാന ജേതാവായ സാഹിത്യകാരനാണ് ഷൗക്കത്ത് (സഞ്ജയ് ദത്ത്). ഇയാളുടെ ഭാര്യ അന്തര (ഐശ്വര്യാ റായ്) ഭർത്താവിനെ ഏറെ സ്നേഹിക്കുന്നവളാണ്. തന്റെ പുതിയ രചനയ്ക്ക് ഇതിവൃത്തം തേടി അലഞ്ഞ ഷൗക്കത്ത്, ഇതിനുള്ള സന്ദർഭം മന:പൂർവം സൃഷ്ടിക്കുന്നു. അന്തരയോട് ഒരു യുവാവുമായി പ്രണയത്തിലേർപ്പെടാനും, തുടർന്നുണ്ടാകുന്ന വൈയക്തികാനുഭവങ്ങൾ കുറിക്കാനും ആവശ്യപ്പെടുന്നു. അന്തരയുമായി ഗാഢമായി പ്രണയത്തിലായിപ്പോയ യാഷ്

(സയിദ് ഖാൻ), ഒടുവിലാണ് താൻ വഞ്ചിക്കപ്പെട്ട കാര്യം അറിയുന്നത്. പ്രണയ നൈരാശ്യത്താൽ ജീവിതമൊടുക്കാൻ തീരുമാനിച്ച അയാളെ അന്തര പിന്തിരിപ്പിക്കുന്നു. എന്നാൽ യാഷ് ജീവനൊടുക്കിയെന്നാണ് അന്തര ഭർത്താവിനെ ധരിപ്പിക്കുന്നത്. കഥയുടെയും യാഥാർഥ്യത്തിന്റെയും ഇടയിൽ ഞെരുങ്ങിപ്പോയ ഷൗക്കത്ത് മനോവിഭ്രാന്തിക്ക് അടിപ്പെടുന്നു. കഥയുടെ വേരുകൾ തേടിപ്പോയ അയാൾ ഒടുവിൽ ഭ്രാന്താലയത്തിലായിപ്പോകുന്നു. 1983 ൽ ജോൺപോൾ തിരക്കഥയെഴുതി മോഹൻ സംവിധാനം ചെയ്ത *രചന* എന്ന സിനിമയുടെ ഹിന്ദി റീമേക്കാണിത്. *രചന*യിൽ സാഹിത്യകാരനായി ഗോപിയും ഭാര്യയായി ശ്രീവിദ്യയും കാമുകനായി നെടുമുടി വേണുവും വേഷമിട്ടു. സോണു നിഗം, ശ്രേയാ ഘോഷാൽ, സുനിധി ചൗഹാൻ, കുമാർ സാനു തുടങ്ങിയവർ പാടിയ *ശബ്ദി*ലെ പാട്ടുകളും ഏറെ ശ്രദ്ധിക്കപ്പെട്ടു.

ലീനയുടെ രണ്ടാം സിനിമയായ *തീൻ പത്തി*യിലും അമിതാബ് ബച്ചൻ അടക്കമുള്ള ബോളിവുഡ് പ്രമുഖർ അണിനിരന്നു. ലീനയുടെ തന്നെ കഥയ്ക്ക് ലീനയും ശിവ്കുമാർ സുബ്രഹ്മണ്യവും തിരക്കഥയൊരുക്കി. ബച്ചനൊപ്പം ബൻ കിംഗ്സ്‌ലി, ആർ മാധവൻ, റീമാ സെൻ, ശ്രദ്ധ കപൂർ, ടിനു ആനന്ദ് തുടങ്ങിയവർ വേഷമിട്ടു. റോബർട്ട് ലുക്കർട്ടിന്റെ ഹോളിവുഡ് സിനിമ '*21*' ൽ നിന്നും ആശയം ഉൾക്കൊണ്ടാണ് *തീൻ പത്തി* നിർമിച്ചത്.

ഗണിത ശാസ്ത്രജ്ഞനായി വേഷമിടുന്ന അമിതാബ് ബച്ചന്റെ ജീവിതത്തിലൂടെയാണ് സിനിമ മുന്നേറുന്നത്. അയാൾ കണ്ടെത്തിയ പുതിയ ഗണിത ശാസ്ത്രസിദ്ധാന്തം ജീവിതംതന്നെ മാറ്റിമറിക്കുന്ന തരത്തിൽ പ്രശ്നവൽക്കരിക്കുകയാണ് സിനിമയിൽ.

ആൺകോയ്മയുടെയും സവർണ വിപണിയുടെയും വിളനിലമായ ബോളിവുഡിൽ സമാന്തരമായ പാത, പെണ്ണെന്ന അർഥത്തിൽ മാത്രം നിർമിച്ച് അസ്തിത്വം തെളിയിക്കാൻ പരിശ്രമിച്ചില്ല എന്നതാണ് ലീനയുടെയും മറ്റൊരു പ്രശസ്ത ഹിറ്റ് സംവിധായികയായ ഫറാഖാന്റെയും മറ്റും വിജയം. നിലവിലുള്ള ബോളിവുഡ് വഴക്കങ്ങളെ (അത് തീർത്തും സ്ത്രീ വിരുദ്ധം മാത്രമല്ല; പ്രതിലോമകരം കൂടിയാണ്) സ്വയം ഏറ്റെടുത്ത്; തങ്ങളുടെ ഭാവനയ്ക്കനുസരിച്ച് സിനിമയെ മൊഴിമാറ്റാൻ പറ്റുമോ എന്ന ശ്രമം ഈ സംവിധായകർ നടത്തുന്നുണ്ട്. ബച്ചനും ഷാരൂഖും ഐശ്വര്യയും അടക്കമുള്ള താരങ്ങൾ, ഇവരുടെ സിനിമയിൽ അഭിനയിക്കാൻ തയാറാകുന്നതും ബോളിവുഡ് പെരുവഴിയതിലെ പുതുവഴി പ്രതീക്ഷിച്ചു തന്നെയാണ്.

ടി വി പരിപാടിയുടെ നിർമാതാവ്, എഡിറ്റർ തുടങ്ങിയ അർഥത്തിലാണ് ലീനയുടെ മേൽവിലാസം ദൃശ്യകലയിൽ അടയാളപ്പെടുത്തുന്നത്. സ്റ്റാർ ചാനലിൽ ദിസ് വീക്ക് ദാറ്റ് ഇയർ, സേ നാ സംതിങ് ടു അനുപം അങ്കിൾ, സഞ്ജീവനി തുടങ്ങിയ പരിപാടികൾ ഏറെ ശ്രദ്ധിക്കപ്പെട്ടു. സോണി ടിവിയിലെ ഗൂൻജ് എന്ന ഷോയും കഹീൻ നകഹി കോയി ഹ എന്ന പരിപാടിയും വ്യാപക പ്രേക്ഷക ശ്രദ്ധ നേടിയവയാണ്. മാധുരി ദീക്ഷിതുമായി ചേർന്നുള്ള പരിപാടിയാണിത്. ടെംപ്റ്റേഷൻ ഐലന്റ്, ഡെഡ് എന്റ്,

കൗഫ് തുടങ്ങിയവയും ലീനയുടെ പ്രമുഖങ്ങളായ പരിപാടികൾ തന്നെ.

സ്വന്തം ചിത്രങ്ങളായ *ശബ്ദിനും* *തീൻ പത്തിനും* പുറമെ, ഡെഡ് എന്റ് എന്ന ടി വി ഷോയ്ക്കും ലീന തിരക്കഥയൊരുക്കി. ബോളിവുഡ് ലോകത്തെ അപൂർവം പെൺ എഡിറ്റർ എന്ന നിലയിലും ലീന ശ്രദ്ധേയയാണ്. *ശബ്ദിന്* സ്വന്തം നിലയ്ക്ക്തന്നെ എഡിറ്റിങ് നിർവഹിച്ച ലീന, *താങ്ക് യു ഫോറ നൗ, ഡെഡ് എന്റ്* എന്ന സിനിമകൾക്കും എഡിറ്റിങ് നിർവഹിച്ചു. *ഡെഡ് എന്റിന്റെ* സംഗീതം ഒരുക്കിയത് ലീനയുടെ സുകൃതകരങ്ങൾ തന്നെ.

ഫിലിമോഗ്രാഫി

ശബ്ദ് (2005)
തീൻ പത്തി (2010)

അസമിൽനിന്നും ബോളിവുഡിലേക്ക്

ഫറാഖാനും ലീന യാദവിനും പിന്നാലെ ബോളിവുഡ് ജനപ്രിയതയെ ത്രസിപ്പിച്ച മറ്റൊരു സംവിധായികയാണ് റീമ കാഗ്തി. അശുതോഷ് ഗാവ്രികർ (*ലഗാൻ*), മീരാ നായർ (*വാനിറ്റി ഫെയർ*), ഫർഹാൻ അക്തർ (*ദിൽ തോ ചാഹ്താ ഹേ, ലക്ഷ്യ*), ഹണി ഇറാനി (*അർമാൻ*) തുടങ്ങിയ ഹിറ്റ് സംവിധായകരുടെ ചിത്രത്തിൽ അസിസ്റ്റന്റായാണ് റീമാ ബോളിവുഡ് കരിയർ തുടങ്ങുന്നത്. വമ്പൻ താരങ്ങളെ ജനപ്രിയതയുടെ അച്ചിൽ പിന്നെയും പിന്നെയും വാർക്കുന്ന തരം തിരശ്ശീല വിദ്യ, വഴികാട്ടികൾക്ക് പിന്നാലെ *റീമ*യും ഫലപ്രദമായി വിനിയോഗിക്കുന്നുണ്ട്.

ഹണിമൂൺ ട്രാവൽസ് പ്രൈവറ്റ് ലിമിറ്റഡ് ആണ് റീമയുടെ ആദ്യ സംവിധാന സംരംഭം. ഗുരുവായ ഫർഹാൻ അക്തറാണ് സിനിമയുടെ നിർമാണം. പത്തുകോടിയോളം രൂപ ചെലവിട്ട് നിർമിച്ച *റീമ*യുടെ ഈ ആദ്യസിനിമ 62 കോടിയിലധികം രൂപ വിപണിയിൽ വാരിക്കൂട്ടി. അഭയ് ഡിയോൾ, കായ മേനോൻ,

റീമ കാഗ്തി

ബോമൻ ഇറാനി, ശബാന അസ്മി, *റീമാ* സെൻ തുടങ്ങിയവർ വേഷമിട്ടു.

ആറ് ദമ്പതികൾ ഹണിമൂൺ ട്രാവൽസ് എന്ന ബസിൽ ഗോവയിലേക്ക് ഹണിമൂൺ യാത്രയ്ക്ക് പോകുന്ന രസകരമായ മുഹൂർത്തങ്ങളാണ് സിനിമയെ സജീവമാക്കുന്നത്. ഇതിനിടയിൽ ജീവിതമെന്ന കടുത്ത യാഥാർത്ഥ്യവും അതിന്റെ വഴിപിരിയലുകളും സിനിമയെ സംഭവബഹുലമാക്കുന്നു.

ഓസ്കാർ ഫെർണാണ്ടസും ഭാര്യ നഹീദും രണ്ടാം കെട്ടുകാരായ മധ്യവയസ്കന്മാരാണ്. ഓസ്കാറിന്റെ ഭാര്യ ആത്മഹത്യ ചെയ്യുകയായിരുന്നു. നഹീദിന്റെ ഭർത്താവും മക്കളും ഒരു കാറപകടത്തിൽ കൊല്ലപ്പെട്ടവരാണ്. ഇങ്ങനെ കനം തൂങ്ങിയ ഭൂതകാലത്തിന്റെ ഓർമയിൽ വിവാഹിതരായ, ഇവരെ ഒപ്പമുള്ള ചെറുപ്പക്കാരായ ദമ്പതികൾ ഇടയ്ക്കിടക്ക് കളിയാക്കും. ഫെർണാണ്ടസിന്റെ വേറിട്ടു കഴിയുന്ന മകളെ ഈ ദമ്പതികൾ ഗോവയിൽ കാണുന്നുമുണ്ട്. രണ്ടാമത്തെ ദമ്പതിമാരായ പാർഥോ സെന്നും മിലിയും ബംഗാളിൽ നിന്നുള്ളവരാണ്. വസ്ത്രധാരണത്തിലും മറ്റും പരമ്പരാഗത രീതി കൈവിടാൻ പാടില്ലെന്ന് ശഠിക്കുന്നയാളാണ് പാർഥോ. അയാൾ വെറും പാവമായ ഭാര്യ മിലിയെ എപ്പോഴും സാരിത്തലപ്പുകൊണ്ട് പൊതിഞ്ഞ് സംരക്ഷിക്കും. ഹണിമൂണിന്റെ പ്രണയദിനങ്ങളിൽ, മിലി, വെറും ബംഗാളി പെൺകുട്ടിയല്ലെന്നും തന്റേടത്തോടെ ജീവിക്കാൻ പ്രാപ്തിയുള്ള പെണ്ണ് കൂടിയാണെന്ന യാഥാർത്ഥ്യം ഞെട്ടലോടെ പാർഥോ അറിയുന്നു. അയാളുടെ വരേണ്യതയ്ക്കും ആൺധാരണയ്ക്കും ഏറ്റ പ്രഹരമായിരുന്നു അത്.

സ്വഭാവത്തിലും പെരുമാറ്റത്തിലും വിരുദ്ധ ധ്രുവങ്ങളിലുള്ള ദമ്പതികളാണ് ഇവരുടെ ഒപ്പമുള്ള ഡൽഹിക്കാരായ പിങ്കിയും വിക്കിയും. തുറന്ന പെരുമാറ്റവും സ്വഭാവവുമുള്ള പിങ്കിയുടെ നേരെ എതിർ സ്വഭാവക്കാരനാണ് വിക്കി. ഇവരുടെ പ്രണയ വൈരുധ്യങ്ങളിലെ കലഹങ്ങൾ സിനിമയെ സജീവമാക്കി നിർത്തുന്ന ഒരേടാണ്. നാലാമത്തെ ദമ്പതികളായ മധുവും ബണ്ടിയും സങ്കീർണമായ ലൈംഗിക താൽപ്പര്യങ്ങളുള്ള ദമ്പതികളാണ്. വിദേശത്തായിരുന്ന ഇവർ, വിവാഹം പ്രമാണിച്ച് മുംബൈയിൽ എത്തിയവരാണ്. അഞ്ചാമത്തെ ദമ്പതികളായ ഹിതേഷും ശിൽപ്പയും ജീവിതത്തെ ആഘോഷമായി കൊണ്ടുനടക്കുന്നവരാണ്. നീണ്ട പ്രണയകാലത്തിനുശേഷം വിവാഹിതരായ ഇവരുടെ ദാമ്പത്യത്തോട് വീട്ടുകാർക്ക് എതിർപ്പാണ്. ആ മധുവിധുക്കാലത്തുതന്നെ വീട്ടുകാരുടെ എതിർപ്പുകൾ അവർക്ക് നേരിടേണ്ടി വരുന്നുണ്ട്. യാത്രാസംഘത്തിലെ മാതൃകാ ദമ്പതികളാണ് അസ്പിയും സാറായും. എങ്കിലും ആ നേർരേഖയിലുള്ള ജീവിതത്തിന്റെ വൈരുധ്യങ്ങൾ പലപ്പോഴായി പിടിക്കപ്പെടുന്നുമുണ്ട്.

കുടുംബം എന്ന സങ്കൽപ്പത്തിന്റെ ഇന്ത്യൻ സാഹചര്യം രൂപപ്പെട്ടു വരുന്നതും ആണിന്റെ യുക്തിക്കനുസരിച്ചാണ്. എല്ലാം ഭദ്രമെന്ന് തോന്നി

ക്കുന്ന ശരാശരി മധ്യവർഗ കുടുംബത്തിന്റെ നീറ്റലാണ് ഒരു ഹണിമൂൺ യാത്രയിലൂടെ റീമ അവതരിപ്പിച്ചത്. നാം കാണുന്ന വിവിധതരം ദാമ്പത്യത്തിന്റെ വിവിധതരം സാധ്യതകൾ, പെരുമാറ്റങ്ങൾ, വൈരുധ്യങ്ങൾ തുടങ്ങിയവ അതിസൂക്ഷ്മമായി *ഹണിമൂൺ ട്രാവൽസിൽ* നിർവചിച്ചിട്ടുണ്ട് എന്ന് കാണാം. വിപണിയുടെ വഴക്കങ്ങൾക്കനുസരിച്ചാണ് ആ നിർവചനം എന്ന വ്യത്യാസം മാത്രമെ ശ്രദ്ധേയമായിട്ടുള്ളൂ.

നീണ്ടകാലത്തെ ഇടവേളയ്ക്കുശേഷം 2012 ലാണ് റീമയുടെ അടുത്ത ചിത്രമായ *തലാഷ്* പുറത്തിറങ്ങുന്നത്. ഇതിനിടയിൽ 2011 ൽ *സിന്ദഗി ന മിലേഗ ദോബാര* എന്ന സോയ അക്തർ ചിത്രത്തിന് തിരക്കഥയുമൊരുക്കി. *തലാഷിൽ* അമീർ ഖാൻ, റാണി മുഖർജി, കരീന കപൂർ, നവാസുദ്ദീൻ സിദ്ധിഖി തുടങ്ങിയ താരങ്ങൾ വേഷമിട്ടു. അമീർഖാനും ഫർഹാൻ അക്തറും ചേർന്ന് 40 കോടി ചെലവിൽ നിർമിച്ച ചിത്രം 174 കോടി രൂപ വാരിക്കൂട്ടി.

ഒരു സിനിമാ നടന്റെ മരണവും തുടർന്നുള്ള അന്വേഷണവും അത് വരുത്തിത്തീർക്കുന്ന സംഭ്രമജനകമായ മുഹൂർത്തങ്ങളുമാണ് (neo-noir mystery film) സിനിമയുടെ കാതൽ. ബോളിവുഡിന് പരിചിതമായ സസ്പെൻസ് ത്രില്ലർ മൂശയിലാണ് *തലാഷ്* നിർമിച്ചതെങ്കിലും മനഃശാസ്ത്രപരമായ സാധ്യതകളുടെ ഇടപെടലും അതിൽ അമീർഖാനെ പോലുള്ള പരിണതപ്രജ്ഞരുടെ സാന്നിധ്യവും സിനിമയെ വേറിട്ടു നിർത്തുന്നുണ്ട്. 2008 ൽ അഭിഷേക് കപൂർ സംവിധാനം ചെയ്ത *ഫർഹാൻ അക്തർ* ചിത്രത്തിൽ റീമ അഭിനയിച്ചിട്ടുമുണ്ട്.

ഫിലിമോഗ്രാഫി

ഹണിമൂൺ ട്രാവൽസ് പ്രൈവറ്റ് ലിമിറ്റഡ് (2007)
തലാഷ് (2012)

ധോബി ഘട്ട് അഥവാ മുംബൈ ഡയറി

ബോളിവുഡ് ഹിറ്റ് സിനിമകളുടെ സഹസംവിധായികയായ കിരൺ റാവു സ്വതന്ത്ര സംവിധായികയായ ചിത്രമാണ് *ധോബി ഘട്ട്* (2011). ഭർത്താവ് അമീർഖാന്റെ നിർമാണത്തിൽ ഇറങ്ങിയ ഈ സിനിമ ഏറെ നിരൂപക ശ്രദ്ധ നേടി. അമീർ ഖാനും മോണിക്ക ധോഗ്രയും കൃതി മൽഹോത്രയും മുഖ്യവേഷത്തിലെത്തി. സമാന്തര പാതയിൽ വിരിഞ്ഞ ഒരു സിനിമ വിപണി വിജയം കൂടി നേടുന്നതിന്റെ മാജിക് ഈ സിനിമയിലൂടെ കിരൺ ബോളിവുഡിന് കാട്ടിക്കൊടുത്തു. 2011 ലെ ടോറന്റോ രാജ്യാന്തര ചലച്ചിത്രമേളയിൽ ഉദ്ഘാടന ചിത്രമായ *ധോബി ഘട്ട്* അവിടെയും ഏറെ ചർച്ചയായി.

കിരൺ റാവു

ജന്മനാടായ ബാംഗ്ലൂരിൽനിന്നും മുംബൈയിലേക്ക് ഉപരിപഠനാർഥം എത്തിയ കിരൺ സിനിമയിലേക്കാണ് എത്തിപ്പെട്ടത്. മുംബൈയിലെ താമസത്തിനിടയിൽ ഇടയ്ക്കിടെ താമസം മാറേണ്ടിവരും. പുതിയ ഫ്ളാറ്റിലേക്കെത്തുമ്പോൾ അവിടെ, മുമ്പ് താമസിച്ചവരുടെ തിരുശേഷിപ്പുകൾ കാണാം. അവരുടെ ഓർമകളുടെ നിശ്വാ

സങ്ങൾ ചുമരിൽ തട്ടി നമ്മിലേക്കുതന്നെ വരും. ഇത്തരം ആലോചനയിൽ നിന്നാണ് *ധോബിഘട്ട്* അഥവാ *മുംബൈ ഡയറി* എന്ന സിനിമയെപ്പറ്റി കിരൺ ലക്ഷ്യമിടുന്നത്. മുംബൈ നഗരത്തിൽ ജീവിക്കുന്ന നാലുപേരെ കേന്ദ്രീകരിച്ചാണ് സിനിമ വികസിക്കുന്നത്. പലതരത്തിലുള്ളവരുടെ വസ്ത്രങ്ങൾ ഒരേ ബക്കറ്റിൽ എടുത്ത് അലക്കിയെടുക്കുന്ന അലക്കുകേന്ദ്രം പോലെയാണ് മുംബൈ എന്നാണ് കിരൺ വിശേഷിപ്പിക്കുന്നത്. സിനിമയ്ക്ക് *ധോബിഘട്ട്* (അലക്കുകേന്ദ്രം) എന്ന് പേരിനാടുള്ള കാരണവും ഇതുതന്നെ. പലതരത്തിലുള്ള ആൾക്കാർ, മുംബൈയിലെത്തി ഇടകലർന്ന് ജീവിക്കുന്നു. നാലു കേന്ദ്ര കഥാപാത്രങ്ങൾക്കൊപ്പം സർവവ്യാപിയായ അഞ്ചാമതൊരു കഥാപാത്രം കൂടിയുണ്ട് സിനിമയിൽ–മുംബൈ. നഗരത്തെ കൂടി കഥാപാത്രമാക്കുമ്പോൾ സിനിമയ്ക്കുണ്ടാകുന്ന സവിശേഷമായ അർഥതലങ്ങളാണ് *ധോബിഘട്ടി*നെ പതിവ് ബോളിവുഡ് മസാലക്കൂട്ടിൽ നിന്നും വ്യത്യസ്തമാക്കുന്നത്. [*ഇറ്റേണൽ സൺഷൈൻ ഓഫ് സ്പോട്ട്ലെസ് മൈൻഡ്* (മിഡേൽ ഗോർഡി), *ഇൻ ദമൂഡ് ഫോർ ലൗ* (വോംഗ് കാർ വേ) തുടങ്ങിയ ഹോളിവുഡ് സിനിമയിൽ നഗരംകൂടി കഥാപാത്രമാകുന്നുണ്ട്. ഈ സിനിമകൾ തനിക്ക് *ധോബീഘട്ടി*ന്റെ രചനാസമയത്ത് പ്രചോദനമായിട്ടുണ്ടെന്ന് കിരൺ ഒരു അഭിമുഖത്തിൽ വ്യക്തമാക്കിയിരുന്നു].

നഗരം തന്നെ കഥാപാത്രമായതിനാൽ, അവിടെ സെറ്റിട്ട് സിനിമ സജ്ജീകരിക്കാൻ സംവിധായിക തയാറായില്ല. വർളി, മഹാലക്ഷ്മിക്കരികിലുള്ള ധോബിഘട്ട്, ചൗപ്പത്തി, മറൈൻഡ്രൈവ് എന്നിവിടങ്ങളിൽ നേരിട്ട് ചെന്നാണ് സിനിമ ചിത്രീകരിച്ചത്. കഥയിലേക്കും സിനിമയിലേക്കും മുംബൈ നഗരം ഒരു കഥാപാത്രമായി ഇറങ്ങിവരികയായിരുന്നു.

ബാംഗ്ലൂരിലെ പഠനത്തിനുശേഷം മുംബൈയിലെത്തിയ കിരൺ, അശുതോഷ് ഗാവരിക്കർ സംവിധാനം ചെയ്ത *ലഗാന്റെ* സഹസംവിധായികയാകുന്നതോടെയാണ് ബോളിവുഡിൽ ശ്രദ്ധേയയാകുന്നത്. *മൺസൂൺ വെഡ്ഡിംഗ്* (മീരാ നായർ), *സാത്തിയ* (ഷാദ് അലി), *സ്വദേശ്* (അശുതോഷ് ഗാവരിക്കർ) തുടങ്ങിയ സിനിമകളിലും സഹസംവിധായികയായി പ്രവർത്തിച്ചു. *ലഗാന്റെ* ചിത്രീകരണത്തിനിടയിലാണ് അമീർ ഖാനുമായി കിരൺ കൂടുതൽ അടുക്കുന്നതും, വിവാഹം കഴിക്കുന്നതും. ഫർഹാൻ അക്തർ സംവിധാനം ചെയ്ത *ദിൽ ചാഹ്താ ഹേ* (2001) എന്ന സിനിമയിൽ കിരൺ ചെറിയ വേഷത്തിൽ അഭിനയിക്കുകയും ചെയ്തിട്ടുണ്ട്.

അമീർഖാൻ നിർമിച്ച *താരേ സമീൻ പർ, ജാനെ തൂ യാ ജാനെ ന, പീപ്ലി ലൈവ്, ഡൽഹി ബെല്ലി, തലാഷ്* തുടങ്ങിയ സിനിമകളുടെ സഹനിർമാതാവുമായി. അമീർഖാന്റെ പ്രശസ്തമായ *സത്യമേവ ജയതേ* എന്ന ടെലിവിഷൻ ഷോയുടെ നിർമാതാവും കിരൺ റാവുവാണ്. അമീർ–കിരൺ ദമ്പതികൾക്ക് ഒരു മകനുണ്ട്. ആസാദ് റാവു ഖാൻ.

ഒറ്റസിനിമയെന്ന ഇതിഹാസം

അമീറിന്റെ സൂര്യ തേജസ്സാർന്ന പിന്തുണയിൽ, കിരൺ റാവുവിനെപ്പോലെ, സചേതനമായ ബോളിവുഡ് ഇതിഹാസം സൃഷ്ടിച്ച മറ്റൊരു സംവിധായികയാണ് അനുഷ റിസ്‌വി. കിരണും ഒറ്റ സിനിമയിൽ ബോളിവുഡിൽ അടിക്കുറിപ്പ് തീർത്തെങ്കിൽ, അനുഷയും ഇതേ പോലെ ഒരുവേള അതിനേക്കാളും തീക്ഷ്ണമായി സിനിമയെടുത്ത സംവിധായികയാണ്. *പീപ്പ്ലി ലൈവ്* എന്ന ഒറ്റ ചിത്രത്തിൽ അനുഷ തന്റെ നിലപാട് വ്യക്തമാക്കിയിരിക്കുന്നു. അല്ല; ബോളിവുഡ് സിനിമ വിനോദകൂടാരങ്ങൾക്ക് സുഖിച്ചിരുന്ന് കാണാവുന്ന സിനിമാ പ്രസ്ഥാനം മാത്രമല്ല എന്നുള്ള വലിയ നിലപാട്.

അനുഷ റിസ്‌വി

അമീറും കിരണും ഇല്ലെങ്കിൽ *പീപ്പ്ലി ലൈവ്* ഇത്ര സമഗ്രമായി സംഭവിക്കില്ല എന്നു തന്നെയാണ് അനുഷയും പറയുന്നത്. പത്രപ്രവർത്തകയായ അനുഷ, *പീപ്പ്ലി ലൈവി*ന്റെ കഥയുമായി അമീറിനെ സമീപിക്കുകയായിരുന്നു. വിദർഭയിലും മറ്റും ഇപ്പോഴും

തുടരുന്ന കർഷക ആത്മഹത്യയുടെ കണ്ണീരിൽനിന്നും അനുഷ കണ്ടെടുത്ത ആക്ഷേപ ഹാസ്യമാണ് ഈ സിനിമ. 2010 ൽ ഓസ്കാർ അവാർഡ് വേദിയിൽ ഇന്ത്യയുടെ ഔദ്യോഗിക എൻട്രിയായിരുന്നു *പീപ്ലി ലൈവ്.*

മധ്യപ്രദേശ് സംസ്ഥാനത്തെ കാർഷിക പ്രശ്നങ്ങളെ തുടർന്ന് കർഷകർ ആത്മഹത്യയുടെ വക്കിലെത്തി നിൽക്കുകയാണ്. കർഷകരെ ദ്രോഹിക്കുന്ന ഭരണം എന്നാരോപിച്ച് പ്രതിപക്ഷവും ശക്തമായി രംഗത്തുണ്ട്. ഇതിനിടയിലാണ്, കടം മൂത്ത കർഷകകുടുംബം, ആത്മഹത്യ ചെയ്താൽ നല്ല നഷ്ടപരിഹാര തുക കിട്ടും എന്ന വിവരം അറിയുന്നത്. തുടർന്ന് ആ കുടുംബത്തിലെ അംഗമായ നാഥ് ആത്മഹത്യ ചെയ്യാൻ തീരുമാനിക്കുന്നു. എന്നാൽ ഇക്കാര്യം അറിഞ്ഞ പീപ്ലി ചാനൽ, ഈ ആത്മഹത്യ ലൈവായി പ്രക്ഷേപണം ചെയ്യാൻ തീരുമാനിക്കുന്നു. ഇക്കാര്യം റിപ്പോർട്ടു ചെയ്യാൻ പീപ്ലി ലേഖകൻ രാകേഷ് നേരിട്ടെത്തുന്നു. സംഭവം ദേശീയ ചാനലുകളിൽ വലിയ മത്സരമായി മാറുകയാണ്. പ്രതിപക്ഷം ഇതിനെ മുതലെടുത്ത് അധികാരത്തിൽ വരാൻ ശ്രമിക്കുന്നു.

ആത്മഹത്യ ഉണ്ടായാൽ തങ്ങൾക്ക് അധികാരം നഷ്ടപ്പെടുമെന്ന ഭീതിയിൽ, സർക്കാർ അനുകൂലികൾ നാഥയെ തട്ടിക്കൊണ്ടുപോകുന്നു. തുടർന്നുണ്ടാകുന്ന സംഘർഷത്തിൽ നാഥും മറ്റും താമസിക്കുന്ന ടെന്റിന് തീപിടിച്ച് ടി വി റിപ്പോർട്ടർ രാകേഷ് മരിക്കുന്നു. ഒളിച്ചോടിയ നാഥ് ഗുഡ്ഗാവിലെത്തി കെട്ടിടം പണി ചെയ്ത് ജീവിക്കുന്നു.

ഇന്ത്യൻ സാമൂഹ്യ- രാഷ്ട്രീയ സാഹചര്യങ്ങളിൽ വിങ്ങലായി, സർക്കാരും സമൂഹവും തിരിച്ചറിയേണ്ട കർഷക ആത്മഹത്യയെ എങ്ങനെ ഒരു ജനാധിപത്യ രാജ്യം കൈകാര്യം ചെയ്യുന്നു എന്ന ചിന്തയാണ് സറ്റയർ (ആക്ഷേപഹാസ്യം) മോഡിലൂടെ അനുഷ വിചാരണ ചെയ്യുന്നത്. രംഗങ്ങൾ കണ്ട് ചിരിക്കാൻ വെമ്പുന്ന പ്രേക്ഷകനെ സിനിമ, ഒരു കറുത്ത കണ്ണീർ വീഴ്ത്തി പരിഹസിക്കുന്നുമുണ്ട്. പൊതുവിൽ ഇന്ത്യയുടെ സാംസ്കാരികാന്തരീക്ഷത്തിൽ, ആരും കണ്ണോടിക്കാൻ മടിക്കുന്ന പ്രമേയമാണ് അനുഷ തിരശ്ശീലയിൽ കൊണ്ടു വന്നത്. വർണങ്ങൾ മാത്രം നീരാടുന്ന ബോളിവുഡ് തിരശ്ശീലയിൽ, വല്ലപ്പോഴും സംഭവിക്കുന്ന യഥാർഥ സിനിമയായി മാറുകയായിരുന്നു *പീപ്ലി ലൈവ്.* ബംഗാളിലും മലയാളത്തിലും മറ്റും വർഷങ്ങൾക്കുമുമ്പ്, തിരശ്ശീലയിൽ പറഞ്ഞുവച്ച സാമൂഹ്യ-രാഷ്ട്രീയ മേൽനോട്ടങ്ങളെ വളരെ ധൈര്യമായി അനുഷ ഹിന്ദിയിലേക്കും കൊണ്ടു വന്നു എന്നത് നിസ്സാരമായ സാംസ്കാരിക സംഭവമല്ല.

നസിറുദീൻ ഷാ, ഓംകാർ ദാസ് മണിക്പുരി, രഘുബീർ യാദവ്, ശാലിനി വാട്സ തുടങ്ങിയ നാടക പ്രവർത്തകരും മധ്യപ്രദേശിലെ ആദിവാസി കലാകാരന്മാരും സിനിമയിൽ അണിനിരന്നു. അമീർഖാനും ഭാര്യ കിരണും ചേർന്ന് നാല് കോടി ചെലവിൽ നിർമിച്ച സിനിമ 29 കോടി കലക്ട് ചെയ്തു.

ഏറെ ശ്രദ്ധേയമായ സിനിമ, വിവാദത്തിന്റെ അരങ്ങിലും സജീവമായി. കർഷക ആത്മഹത്യയെ പരിഹസിക്കുകയാണെന്നും, വിദർഭയിലും

മറ്റും രൂക്ഷമായി അവശേഷിക്കുന്ന പൊള്ളുന്ന യാഥാർത്ഥ്യത്തെ, സിനിമ ആ അർഥത്തിൽ കാണുന്നില്ലെന്നും വാദമുയർന്നു. സിനിമയിൽ ഉപയോഗിച്ച നാടൻപാടുകൾ ചത്തീസ്ഗട്ടിലെ ഗംഗാറാം ശിവർ എന്ന നാടൻ പാട്ടുകാരന്റേതാണെന്നും അദ്ദേഹത്തിന്റെ അനുമതിയില്ലാതെയാണ് സിനിമയിൽ ഉപയോഗിച്ചത് എന്ന വിവാദവും ചില കോണുകളിൽ നിന്നുണ്ടായി.

മഹേഷിന്റെ ഭാര്യ; വേറിട്ട സിനിമ

ബോളിവുഡ് ഹിറ്റ് മേക്കർ മഹേഷ് ഭട്ടിന്റെ രണ്ടാംഭാര്യ സോണി റസ്ദാനും ഹിന്ദിലോകം അറിയപ്പെടുന്ന നടിയും സംവിധായികയുമാണ്. *നസ്സർ* എന്ന ഒറ്റ സിനിമയിലൂടെതന്നെ അവർ ബോളിവുഡിൽ ലബ്ധപ്രതിഷ്ഠയായി. കശ്മീരി പിതാവിന്റെ മകളായി ബ്രിട്ടനിൽ ജനിച്ച് ഇന്ത്യൻ സിനിമയിൽ അഭിനേത്രിയായി തിളങ്ങിയ സോണി, മഹേഷ് ഭട്ടിന്റെ ഭാര്യയായതോടെയാണ് മുംബൈയിൽ സ്ഥിരതാമസമാക്കിയത്. ഇവരുടെ മകൾ അലിയഭട്ടും അറിയപ്പെടുന്ന ബോളിവുഡ് താരമാണിപ്പോൾ.

സോണി റസ്ദാൻ

ഇംഗ്ലീഷ് നാടകലോകത്തു നിന്നുമാണ് സോണി, ഹിന്ദി അരങ്ങിലെത്തുന്നത്. സത്യദേവ് ദൂബെയുടെ നാടകങ്ങളിലൂടെ സജീവമായ അവർ, ദൂരദർശനിൽ *ബുനിയാദ്* (1986) എന്ന സീരിയലിലൂടെ ദൃശ്യമാധ്യമ ലോകത്ത് അറിയപ്പെട്ടു തുടങ്ങി. *സാഹിൽ, ഗാഥ ആന്റ് പാപ്പ കഹ്താ ഹെ* തുടങ്ങിയ ടിവി സീരിയലുകളിലൂടെ കൂടുതൽ പ്രശസ്തമായി.

ഇവർ സംവിധാനം ചെയ്ത ഹമാരെ തുമാരേ എന്ന ടി വി ഷോ സി ടി വി യിൽ ഏറെ ജനപ്രീയമായിരുന്നു.

ഇതിനിടയിൽ അഭിനേത്രി എന്ന നിലയിൽ ബോളിവുഡിലും സോണി വിലാസം ഉറപ്പിച്ചു. ശ്യാം ബനഗലിന്റെ *മണ്ഡി* (1983) ആയിരുന്നു ആദ്യസിനിമ. ദേശീയ അവാർഡ് സിനിമയായ *മണ്ഡി*യിൽ നാദിറ എന്ന കഥാപാത്രത്തെ സോണി അവിസ്മരണീയമാക്കി. *സാംരാംശ്, ഡാഡി, സദക്ക്, സർ, ഗുംരാഹ്* (മഹേഷ്ഭട്ട്), *ത്രികാൽ* (ശ്യാം ബനഗൽ), *ഖമോഷ്* (വിധു വിനോദ് ചോപ്ര), *മൺസൂൺ വെഡ്ഡിംഗ്* (മീരാനായർ), *പേജ് 3* (മധൂർ ഭണ്ഡാർകർ), *ജാനെ മൻ* (ശ്രീഷ് കുന്ദേർ), *പട്യാല ഹൗസ്* (നിഖിൽ അദ്വാനി), *ലൗ ബ്രേയ്ക്ക്സ് അപ് സിന്ദഗി* (സഹീൽ സംഗ) തുടങ്ങിയ ചിത്രങ്ങളിലും സോണി അഭിനയിച്ചു.

2005 ലാണ് സോണിയുടെ ആദ്യസംവിധാന സംരംഭമായ നാസ്സർ പുറത്തിറങ്ങുന്നത്. അമ്പത് വർഷത്തിനിപ്പുറം പാകിസ്ഥാനുമായി സഹകരിച്ച് പുറത്തിറക്കിയ സിനിമ പാക്ക് നടി, മീരയുടെ അരങ്ങേറ്റവുമായി. തുറന്ന ചുംബനരംഗങ്ങളും സഭ്യേതരമായ ലൈംഗികദൃശ്യങ്ങളും ഉണ്ടെന്നാരോപിച്ച് പാകിസ്ഥാനിലും മറ്റും സിനിമ ഏറെ വിവാദത്തിലകപ്പെടുകയുണ്ടായി. ഭർത്താവ് മഹേഷ് ഭട്ടാണ് സിനിമ നിർമിച്ചത്. സംഗീതവും പ്രണയവും കൊലപാതകവും ദുരൂഹമായ ഇടപെടലുകളും കൊണ്ട് സജീവമായ ത്രില്ലറാണ് ഈ സിനിമ. ബാർ നർത്തകിയുടെ കൊലപാതകം അന്വേഷിക്കുന്ന പൊലീസ് ഉദ്യോഗസ്ഥന്റെ അനുഭവങ്ങളിലൂടെ മുന്നേറുന്ന സിനിമ, ബാർ നർത്തകിമാരുടെ പിന്നണിക്കഥയിലേക്കും ഊളിയിടുന്നു.

മഹേഷ് ഭട്ട് സിനിമകളിലെ സസ്പെൻസും ത്രില്ലറും സോണിയിലും സംഭവിക്കുന്നുണ്ടെങ്കിലും, ബാർ നർത്തകിമാരെപ്പോലുള്ളവരുടെ സമാന്തര പെൺജീവിതത്തിലേക്ക് സിനിമ വെളിച്ചം വീശുന്നുണ്ട്. മുംബൈയിലെ രാത്രി ജീവിതത്തിൽ ഏറ്റവും സജീവമായ ഒരുകൂട്ടർ; അതുപക്ഷെ മനുഷ്യാവകാശത്തിന്റെ ഏതുകോണിൽപ്പോലും അവർ വരാതിരിക്കുകയും ചെയ്യുന്നതിലെ യുക്തിയെയാണ് *നസ്സർ* എന്ന സിനിമയിലൂടെ സോണി ചോദ്യം ചെയ്യുന്നത്.

നഗരവും പെൺശരീരവും ഒരു ചിത്രകാരി കാണുമ്പോൾ

തിരക്കേറിയ നഗരത്തെ അടയാളപ്പെടുത്തുന്ന പ്രധാന സൂചകമാണ് തീവണ്ടി. നഗരജീവിതത്തോട് ഉപമിക്കാൻ ഇത്രമേൽ സമൃദ്ധമായ മറ്റൊരു രൂപകം നഗരത്തിൽ നിന്നുതന്നെ കണ്ടെടുക്കാൻ അധികമുണ്ടാകില്ല. തീവണ്ടിക്ക് ആർത്തിയുടെ വിശപ്പുണ്ട്. ചോദനയുടെ ഇരമ്പലുണ്ട്. തളർച്ചയുടെ നിശ്വാസമുണ്ട്. മടുപ്പിക്കുന്ന മദഗന്ധവുമുണ്ട്. ഇതുതന്നെയാണ് മധുശ്രീ ദത്തയുടെ നഗരജീവിതം പ്രമേയമാക്കിയ സിനിമകളുടെ കാതൽ.

മധുശ്രീ ദത്ത

അക്കാദമിക് വിദഗ്ധയും ചലച്ചിത്രകാരിയുമായ മധുശ്രീ ദത്തയുടെ സിനിമകളും തീവണ്ടിയെപ്പോലെയുള്ള നഗരജീവിതത്തിന്റെ കണ്ണാടിയാണ്. നഗരവും അവിടുത്തെ ജീവിതങ്ങളും തമ്മിലുള്ള പാരസ്പര്യവും ആകുലതകളും അവരുടെ സിനിമയ്ക്ക് എന്നും വിഷയമാകുന്നു. സിനിമ, നാടകം, ചിത്രകലയടക്കമുള്ള ദൃശ്യസങ്കേതങ്ങൾ, പത്രപവർത്തനം, ഫെമിനിസ്റ്റ് ആക്ടിവിസം, വർഗീ

യതയ്ക്കും അതിന്റെ രാഷ്ട്രീയത്തിനുമെതിരെയുള്ള പോരാട്ടം, കലയിലെ ജനാധിപത്യത്തിനുവേണ്ടിയുള്ള പോരാട്ടം, സാംസ്കാരിക സാക്ഷരത, കലാധ്യാപനം തുടങ്ങി നിരവധി വിഷയങ്ങളിൽ, ആധുനിക കലാപരിസരത്ത്, മുംബൈ കേന്ദ്രമാക്കി സജീവമാണ് മധുശ്രീയുടെ ജീവിതം. നിരവധി അന്താരാഷ്ട്ര ചലച്ചിത്രോത്സവങ്ങളിൽ ഇവരുടെ സിനിമ പ്രദർശിപ്പിച്ചു. പല മേളകളിലും ജൂറിയായും അവർ പ്രവർത്തിച്ചു.

ബാബറി മസ്ജിദിന്റെ തകർക്കലിനുശേഷം ഇന്ത്യയിൽ രൂപപ്പെട്ട, വിശേഷിച്ച് മുംബൈ നഗരത്തിൽ സംഭവിച്ച പരിണാമത്തെ കുറിക്കുന്ന ഡോക്യുമെന്ററിയുമായാണ് മധുശ്രീ ദൃശ്യമാധ്യമലോകത്തെത്തുന്നത്. *ഐ ലൗ ബഹ്റാംപഡ* (1993) എന്ന 46 മിനിറ്റ് നീണ്ട ഹ്രസ്വ ചിത്രം ബാബറി മസ്ജിദ് തകർന്നു വീണത് ആരുടെ ഹൃദയത്തിന്മേലാണെന്ന് കാട്ടിത്തരുന്നു. മുംബൈ ദോംബിവില്ലിക്കടുത്തുള്ള ചേരി പ്രദേശമായ ബഹ്റാംപഡ, ഇന്ത്യയുടെ പൊള്ളുന്ന ചരിത്രഘട്ടത്തിൽ എന്തായിരുന്നു എന്ന കാര്യം മധുശ്രീ വരച്ചുകാട്ടുന്നു. മുസ്ലീം ന്യൂനപക്ഷം തിങ്ങിപ്പാർക്കുന്ന ബഹ്റാംപഡ എങ്ങനെയാണ് വർത്തമാനകാലത്ത് എത്തിയതെന്നും, അതിനെയെങ്ങനെ ഒരു വർഗീയ കലാപം തുടച്ചുമാറ്റുന്നുവെന്നുമുള്ള ചർച്ചയും ഈ സിനിമ മുന്നോട്ടുവച്ചു. വർഗീയത തളർത്തുന്നത് നിത്യജീവിതത്തെ മാത്രമല്ല, മജ്ജയെയും രക്തത്തെയും കാർന്നില്ലാതാക്കുന്ന പ്രതിഭാസമായും അത് മാറുന്നു എന്ന് മധുശ്രീ *ബഹ്റാംപഡയി*ലൂടെ കാട്ടിത്തരുന്നു. 1995 ൽ തിരുവനന്തപുരത്ത് നടന്ന രാജ്യാന്തര ഹ്രസ്വ ചലച്ചിത്രമേളയിൽ സമ്മാനിതമായ ചലച്ചിത്രമാണിത്. 1994 ൽ ഫിലിംഫെയർ അവാർഡും ഈ ഡോക്യുമെന്ററിക്ക് ലഭിച്ചു.

മധുശ്രീയുടെ പെൺആകുലതകൾ വിഷയമാക്കിയ മറ്റൊരു ഹ്രസ്വ ചിത്രമാണ് *മെമ്മറീസ് ഓഫ് ഫിയർ* (1995). വിവിധ പ്രായത്തിലുള്ള പെൺകുട്ടികളുടെ ജീവിതകാമനകളെയും സ്വപ്നങ്ങളെയും അളന്നുനോക്കുന്ന ഹ്രസ്വചിത്രമാണത്. ലൈംഗികത തമ്മിലുള്ള പാരസ്പര്യം, ദാമ്പത്യം സൃഷ്ടിക്കുന്ന സാമൂഹ്യപരമായ പേടികൾ, ആൺമേധാവിത്വ ലോകം സൃഷ്ടിക്കുന്ന സ്ത്രീ ഇടപെടലുകൾ തുടങ്ങിയവയെല്ലാം ഒരുമണിക്കൂർ നീണ്ട ഹ്രസ്വചിത്രത്തിൽ മധുശ്രീ ചർച്ചയാക്കുന്നുണ്ട്. 1996 ൽ മികച്ച സാമൂഹ്യവിഷയം കൈകാര്യം ചെയ്തതിനുള്ള ദേശീയ അവാർഡ് *മെമ്മറീസ് ഓഫ് ഫിയറി*ന് ലഭിക്കുകയുണ്ടായി.

അനുരാധ കപൂറിന്റെ പ്രശസ്തമായ ഹിന്ദി നാടകത്തെ അധികരിച്ച് 1999 ൽ മധുശ്രീ സംവിധാനം ചെയ്ത ഹ്രസ്വ ചിത്രമാണ് *സുന്ദരി: ആൻ ആക്ടർ പ്രിപ്പയേഴ്സ്*. 20 നൂറ്റാണ്ടിലെ ആദ്യപാദത്തിൽ ഗുജറാത്ത് നാടകവേദിയിൽ തിളങ്ങിയ പെൺവേഷക്കാരനായ ജയാശങ്കർ സുന്ദരി എന്ന നടന്റെ ജീവിതമാണ് പ്രമേയം. ആൺകുട്ടി മുതിർന്ന് ഒരാ

ണാകുന്നതും തുടർന്ന് അയാൾ നാടകവേദിയിലൂടെ പെണ്ണാകുന്നതിന്റെയും ലിംഗപ്രശ്നമാണ് അരമണിക്കൂർ നീണ്ട ഈ ഹ്രസ്വചിത്രം ചർച്ചയാക്കിയത്.

12–ാം നൂറ്റാണ്ടിലെ ഭക്തകവി മഹാദേവി അക്കായുടെ സർഗജീവിതം പ്രമേയമാക്കിയ *സ്ക്രൈബ്സ് ഓഫ് അക്ക* (2000) എന്ന ഹ്രസ്വചിത്രവും മധുശ്രീ സംവിധാനം ചെയ്തു. സ്ത്രീശരീരം ഒരു രൂപകമായിക്കണ്ട് അക്ക എഴുതിയ കവിതകളിലെ കാലാതിവർത്തിയായ ലിംഗനീതി പ്രശ്നങ്ങളാണ് ഈ ഹ്രസ്വചിത്രത്തിൽ മധുശ്രീ വിഷയമാക്കിയത്. നരവംശശാസ്ത്രപരമായ വിഷയം കൈകാര്യം ചെയ്തതിനും 2001 ൽ ഈ ഹ്രസ്വചിത്രത്തിന് ദേശീയ അവാർഡ് ലഭിച്ചു. ആ വർഷംതന്നെ മികച്ച തിരക്കഥയ്ക്കുള്ള ഷാംഗ്ഹായി ചലച്ചിത്രമേള അവാർഡും *സ്ക്രൈബ്സ് ഓഫ് അക്ക*യിലൂടെ മധുശ്രീക്ക് ലഭിച്ചു. സീമാ ബിശ്വാസാണ് അക്കയായി വേഷമിട്ടത്.

സമകാലീന ദൃശ്യസംസ്കാരത്തെ വിചാരണ ചെയ്ത മധുശ്രീയുടെ മറ്റൊരു പ്രധാന ഹ്രസ്വചിത്രമാണ് *മെയ്ഡ് ഇൻ ഇന്ത്യ* (2002). ക്യൂറേറ്റർ എന്ന നിലയിൽ മധുശ്രീ ആർജിച്ച ഇന്ത്യൻ ചിത്രകലാ അനുഭവത്തിന്റെ വെളിച്ചത്തിൽ സമീപിച്ച ഈ ഹ്രസ്വചിത്രം അക്കാദമിക് രംഗത്തും ബുദ്ധിജീവി വിഭാഗത്തിലും വലിയ ചർച്ചയ്ക്ക് ഇടയാക്കി.

2006 ലാണ് മധുശ്രീയുടെ പ്രശസ്തമായ *7 ഐലന്റ്സ് ആന്റ് എ മെട്രോ* എന്ന സിനിമ പുറത്തിറങ്ങിയത്. മുംബൈ നഗരജീവിതത്തിന്റെ നടുക്കുന്ന യാഥാർഥ്യങ്ങൾ ഒരു ചിത്രകമ്പളത്തിലൂടെ മധുശ്രീ ദൃശ്യവൽക്കരിച്ചു. മുംബൈയിലെ എഴുത്തുകാരായ ഇസ്മത് ചുഗ്തായി, സാദത്ത് ഹസൻ എന്നീ എഴുത്തുകാരുടെ നഗരദർശനത്തിലൂടെയാണ് സിനിമയുടെ ആഖ്യാനം. കലയും വർണങ്ങളും അതിന്റെ വിവിധങ്ങളായ സങ്കേതങ്ങളും നഗരജീവിതത്തിന്റെ വിവിധഘട്ടങ്ങളെ എങ്ങനെയെല്ലാം പ്രതിനിധീകരിക്കുന്നു എന്ന കലാപരിശോധനയും മധുശ്രീ ഇതിൽ നടത്തുന്നുണ്ട്. ഒരു നോൺ ഫിക്ഷൻ സിനിമ രാജ്യവ്യാപകമായി തീയറ്ററിൽ റിലീസ് ചെയ്യിക്കാനുള്ള ധീരതയും ഈ ഒന്നരമണിക്കൂർ സിനിമയിലൂടെ മധുശ്രീ കാട്ടി. സൗത്ത് ഏഷ്യൻ ചലച്ചിത്രോത്സവത്തിൽ പ്രത്യേകജ്യൂറി പരാമർശം ഈ സിനിമ നേടി.

2005 ൽ ജർമൻ സംവിധായകൻ ഫിലിപ്പ് ഷെംഫ്നറുമായി ചേർന്ന് മധുശ്രീ സംവിധാനം ചെയ്ത *ഫ്രം ഹിയർ ടു ഹിയർ* എന്ന ഹ്രസ്വചിത്രവും ഏറെ ചർച്ചയായതാണ്. ഇന്ത്യയിൽനിന്നും ജർമനിയിൽനിന്നും യാത്ര തിരിച്ച ഈ രണ്ടു സംവിധായകരും കണ്ട അനുഭവങ്ങൾ ഇഴ ചേർത്ത് അതിന്റെ പാരസ്പര്യങ്ങളും ഭിന്നതകളും ചർച്ച ചെയ്യുകയാണ് ഈ സിനിമയിൽ. അവിടെ അല്ലെങ്കിൽ ഇവിടെ എന്ന സ്ഥാ

നസൂചനകൾ ഫലത്തിൽ ഒന്നു തന്നെ എന്ന തത്വചിന്താപരമായ ദർശനവും ഈ സിനിമ മുന്നോട്ടുവച്ചു.

ഫിലിമോഗ്രാഫി

ഐ ലൗ ബഹ്റാംപഡ	(1993)
മെമ്മറീസ് ഓഫ് ഫിയർ	(1995)
സ്ക്രൈബ്സ് ഓഫ് അക്ക	(2000)
മെയ്ഡ് ഇൻ ഇന്ത്യ	(2002)
ഫ്രം ഹിയർ ടു ഹിയർ	(2005)
7 ഐലന്റ്സ് ആന്റ് എ മെട്രോ	(2006)

ഗുജറാത്തിനെ പെണ്ണ് വായിക്കുന്നു

ഗുജറാത്ത് ഇന്ന് വെറുമൊരു സംസ്ഥാന നാമം മാത്രമല്ല. ഗാന്ധിജി ജനിച്ച നാടെന്ന ഓർമയെപ്പോലും കടപുഴക്കി ആ സ്ഥലനാമം എപ്പോഴും ഇന്ത്യയുടെ ആത്മാവിൽ അലയടിക്കുന്നു. പല തരത്തിലാണ് ഗുജറാത്തിനെ 2002 നുശേഷം ലോകം വായിച്ചത്. കലയിൽ, രാഷ്ട്രീയത്തിൽ, സംസ്കാരത്തിൽ, സമ്പത്തിൽ തുടങ്ങിയവയിലെല്ലാം ഗുജറാത്തിനെ ജനങ്ങൾ പല തരത്തിൽ കണ്ടു. ഗുജറാത്ത് വംശഹത്യയെ നന്ദിതാ ദാസ് വായിച്ചത് തന്റെ ആത്മാവിനെ സാക്ഷ്യപ്പെടുത്തിയാണ്. *ഫിറാക്ക്* (2008) എന്ന കന്നി സിനിമയിലൂടെയുള്ള ആ വായന അനുവാചകർ ഹൃത്തിലേറ്റി. നടി എന്ന നിലയിൽ നന്ദിതാ ദാസ് ഇന്ത്യൻ സിനിമയിൽ കുറിച്ചിട്ട ഒരു ഇടമുണ്ട്. അതിനോട് എന്തുകൊണ്ടു കിടപിടിക്കുന്നതും മറികടക്കുന്നതുമായി അവരുടെ ഏക സംവിധാന സംരംഭമായ *ഫിറാക്ക്* എന്ന സിനിമയും. അറബി ഭാഷയിൽ വിഭജനം, അന്വേഷണം എന്നൊക്കെ അർഥമുള്ള *ഫിറാക്ക്* ശരിക്കും ഒരു അന്വേഷണമായിരുന്നു. നമ്മുടെ മനസിൽ എവിടെയാണ് വിഭജനം സം

നന്ദിതാ ദാസ്

ഭവിച്ചത് എന്ന കരുത്തുള്ള ഒരുതരം ചോദ്യമെറിഞ്ഞുള്ള ടോർച്ചടി.

ഗുജറാത്ത് വംശഹത്യയിലെ ഇരകളുടെയും നിശ്ശബ്ദ സാക്ഷികളുടെയും അക്രമികളുടെയും മനസിലൂടെയുള്ള സഞ്ചാരമാണ് ഫിറാക്ക്. ജന്മനാട്ടിലെ സങ്കീർണ സാഹചര്യങ്ങളെ ശുഭാപ്തിവിശ്വാസത്തോടെ കാണാൻ താൽപ്പര്യപ്പെടുന്നയാളാണ് സംഗീതജ്ഞനായ ഖാൻ സാഹേബ് (നസറുദ്ദീൻ ഷാ). സൂഫിസത്തിന്റെ വലിയ തീരങ്ങൾ തേടുന്ന ഖാൻ സാഹേബിനെ, വേലക്കാരനായ കരിം മിയാൻ, നാട്ടിലെ അപകടസ്ഥിതി ഇടക്കിടയ്ക്ക് ഓർമപ്പെടുത്തുമുണ്ട്. എന്നാൽ അയാൾ കാര്യങ്ങൾ കൈവിട്ടുപോകുന്ന സ്ഥിതി ഉണ്ടാകുമെന്ന് വിശ്വസിക്കുന്നേയില്ല. വലിയൊരു അക്രമിസംഘത്തിന്റെ ബലാൽക്കാരത്തിന് ഇരയായ മുസ്ലിം യുവതിയെ രക്ഷിക്കാൻ കഴിയാത്തതിന്റെ ആഘാതത്തിൽപ്പെട്ട ആരതി, എല്ലാ പരാക്രമവും കാട്ടി അറസ്റ്റിനെ ചെറുക്കുന്ന ആരതിയുടെ ഭർത്താവ് സഞ്ജയും സഹോദരൻ ദേവനും, വലിയൊരു ആൾക്കൂട്ടത്താൽ പിന്തുടരപ്പെട്ട് ഒടുവിൽ വലിയൊരു അഗ്നിഗോളമായി തീരുന്ന മുനീറയും ഹനീഫും, ഗുജറാത്തിനെ വിട്ട് ഡൽഹിയിലേക്ക് പലായനം ചെയ്യേണ്ടി വരുന്ന മിശ്രവിവാഹിതരായ സമീറും അനുരാധയും.... ഫിറാക്കിൽ നന്ദിത കാട്ടുന്ന കാഴ്ചകൾ ഇതൊക്കെയാണ്. പലവിധ മുഖങ്ങളും ബിംബങ്ങളുമാണ് ഗുജറാത്തിന് (കുത്ബുദീൻ അൻസാരിയെ ഓർക്കുക). ഇത്തരം ബിംബങ്ങളും മുഖങ്ങളും ഇന്ത്യയുടെ ആത്മാവിനെ ചരിത്രാതീത കാലത്തോളം പിന്തുടരും എന്ന ഓർമപ്പെടുത്തലാണ് *ഫിറാക്ക്* നൽകുന്നത്. എന്തുതരം മോടിയോടെ സത്യത്തെ മറച്ചു പിടിച്ചാലും വംശഹത്യയുടെ ഇരകളുടെ നൊമ്പരങ്ങൾ നമ്മുടെ ജനാധിപത്യ സങ്കൽപ്പത്തെ പിന്തുടരും എന്ന രാഷ്ട്രീയ സത്യവും *ഫിറാക്ക്* പറഞ്ഞുവയ്ക്കുന്നു.

രഘുബീർ യാദവ്, പരേഷ് റാവൽ, ദീപ്തി നേവൽ, ഷഹാന ഗോസ്വാമി തുടങ്ങിയവരും വേഷമിട്ട സിനിമ വ്യാപകമായ നിരൂപകശ്രദ്ധയും പിടിച്ചു പറ്റി. 2009 ലെ തിരുവനന്തപുരം രാജ്യാന്തരമേളയിൽ പ്രത്യേക ജുറി പരാമർശം നേടിയ സിനിമ മറ്റു നിരവധി രാജ്യാന്തര അംഗീകാരവും നേടി. കലാസംവിധാനത്തിന് ഗൗതം സെന്നിനും എഡിറ്റിങ്ങിന് ശ്രീകർ പ്രസാദിനും ദേശീയ അവാർഡ് ഈ സിനിമയിലൂടെ ലഭിച്ചു.

ദീപാ മേത്തയുടെ *ഫയർ, എർത്ത്* തുടങ്ങിയ വിവാദ സിനിമകളുടെ ഇന്ധനം കൂടിയായിരുന്ന നന്ദിതാ ദാസ് നടി എന്ന നിലയിലാണ് ബോളിവുഡിലും ഇതര ഭാഷാ ചിത്രങ്ങളിലും പ്രശസ്തയായത്. 1989 ൽ *പരിണിതി* എന്ന ഒറിയൻ സിനിമയിലൂടെയാണ് വെള്ളിത്തിരയിലെത്തുന്നത്. പിന്നീടാണ് ദീപയുടെ കൂട്ടുകെട്ടിൽ എത്തുന്നത്. ഇതോടെ പരീക്ഷണ സിനിമയുടെ വക്താവായി നന്ദിത മാറി. *ജന്മദിനം* (സുമാ ജോസൺ), *പുനരധിവാസം* (വി കെ പ്രകാശ്), *കണ്ണകി* (ജയരാജ്), *നാലുപെണ്ണുങ്ങൾ* (അടൂർ ഗോപാലകൃഷ്ണൻ) തുടങ്ങിയ മലയാള സിനിമകളിലും *ബിഫോർ ദ റെയിൻസ്* (സന്തോഷ് ശിവൻ) എന്ന സിനിമയിലും നന്ദിത മുഖ്യവേഷത്തിലെത്തി. ബോളിവുഡിലടക്കം നാൽപ്പതോളം സിനിമകളിൽ അവർ

വേഷമിട്ടു. കലാമൂല്യം മാത്രം പരിഗണിച്ച് മിക്ക ഭാഷാ സിനിമകളിലും നന്ദിത അഭിനയിച്ചിട്ടുണ്ട്. നല്ല സിനിമയെ പിന്തുണച്ച് ഇത്രമാത്രം ദേശാന്തര യാത്രകൾ നടത്താൻ ശ്രമിക്കുന്ന മറ്റൊരു ഇന്ത്യൻ നടി വേറെ കാണില്ല.

സ്ത്രീപക്ഷ പ്രശ്നങ്ങൾ ഉയർത്തിപ്പിടിക്കുന്ന ആക്ടിവിസ്റ്റ് കൂടിയായ നന്ദിത ബാലവേലയ്ക്കും സ്ത്രീപീഡനത്തിനുമെതിരെ മുംബൈ കേന്ദ്രീകരിച്ച് സന്നദ്ധസംഘടന രൂപീകരിച്ച് പ്രവർത്തിക്കുന്നുണ്ട്. ദേശീയ ചിൽഡ്രൻസ് ഫിലിം സൊസൈറ്റി ചെയർമാനായും പ്രവർത്തിച്ചു. ആദ്യ ഭർത്താവ് സൗമ്യ സെന്നുമായി വേർപെട്ട് മുംബൈയിലാണ് ഇപ്പോൾ താമസം. വ്യവസായിയായ സുബോദാണ് ഭർത്താവ്. മകൻ വിഹാൻ.

ലക്ഷ്മിയുടെ ആരോഹണം

തമിഴ്, മലയാളം സിനിമകളിൽ അമ്മവേഷത്തിൽ തിളങ്ങിയ ലക്ഷ്മി രാമകൃഷ്ണൻ സംവിധാന വേഷത്തിൽ തിളങ്ങിയ സിനിമയാണ് *ആരോഹണം*. ഹ്രസ്വചിത്രങ്ങളിലൂടെ അവർ ഉണ്ടാക്കിയ അനുഭവസമ്പത്ത് *ആരോഹണം* എന്ന സിനിമയിൽ സമഗ്രമാകുന്നു. കഥയും തിരക്കഥയും ലക്ഷ്മി തന്നെ നിർവഹിച്ച *ആരോഹണം*, തമിഴ് സമാന്തര സിനിമാ പ്രസ്ഥാനത്തിന് നവോന്മേഷം പകർന്നു. വിജി ചന്ദ്രശേഖർ, ജയപ്രകാശ്, ഉമാ പത്മനാഭൻ തുടങ്ങിയവർ വേഷമിട്ട സിനിമ, തമിഴ് വിമർശക ലോകവും ഏറെ പ്രതീക്ഷയോടെയാണ് കണ്ടത്.

ലക്ഷ്മി രാമകൃഷ്ണൻ

കടുത്ത മാനസിക രോഗത്തിന് അടിമയായ അമ്മയെ കാണാതാകുന്നതും അവരെ അന്വേഷിക്കുന്ന മക്കളുടെയും ജീവിതത്തിലൂടെ മുന്നേറുന്ന സിനിമയിൽ, പ്രധാനമായും ചർച്ചയായതും പെൺ പ്രശ്നങ്ങൾ തന്നെ. 17 വയസുകാരനും അവന്റെ സഹോദരിയുമാണ്

അമ്മയെ അന്വേഷിച്ച് പോകുന്നത്. അപ്പോഴുണ്ടാകുന്ന കഥാഗതിയുടെ പലതരത്തിലുണ്ടാകുന്ന മാറ്റത്തെ പരിഗണിച്ച 45 പ്രാവശ്യമാണ് ലക്ഷ്മി തിരക്കഥ മാറ്റി തയാറാക്കിയത്. "ആദ്യം ചലച്ചിത്രമേളകളിലും മറ്റും പരിഗണിക്കുന്ന സമാന്തര സിനിമ മാത്രമായാണ് ആരോഹണത്തെ ഉദ്ദേശിച്ചത്. എന്നാൽ കഥയെ വിപുലീകരിച്ചപ്പോൾ അതിന്റെ വിപണി സാധ്യതകളും മനസിലാക്കി സിനിമയെ മാറ്റിയെടുക്കുകയായിരുന്നു"– ലക്ഷ്മി ഒരു അഭിമുഖത്തിൽ പറഞ്ഞു. ബൈപൊളാർ ഡിസോഡർ എന്ന മാനസികരോഗത്തെ പറ്റിയുള്ള സാമൂഹ്യാവബോധവും സിനിമയിൽ ചർച്ചയാക്കുന്നുണ്ട്. ആ അർഥത്തിൽ സിനിമ അതിന്റെ സാമൂഹ്യ ബാധ്യതകൂടി നിറവേറ്റിയെന്ന തരത്തിലുള്ള നിരൂപണവും സിനിമയ്ക്കുണ്ടായിട്ടുണ്ട്.

2006 ൽ ലോഹിതദാസിന്റെ ദിലീപ് ചിത്രം *ചക്കരമുത്തി*ലൂടെയാണ് ലക്ഷ്മി അഭിനയജീവിതം തുടങ്ങുന്നത്. 1985 മുതൽ 2005 വരെ ഗൾഫിലായിരുന്ന ലക്ഷ്മി, അപ്പോൾത്തന്നെ കുട്ടികൾക്കും സ്ത്രീകൾക്കും വേണ്ടിയുള്ള നാടകങ്ങളും മറ്റും ചിട്ടപ്പെടുത്തിയിരുന്നു. ഇക്കാലത്ത് ആറ് ഹ്രസ്വചിത്രങ്ങളും അവർ സംവിധാനം ചെയ്തു. ചെന്നൈയിലെത്തിയപ്പോഴാണ്, *ചക്കരമുത്തി*ന്റെ ചിത്രീകരണത്തിനായി ലക്ഷ്മിയുടെ വീട് ലോഹിതദാസ് ആവശ്യപ്പെടുന്നത്. ഇതോടൊപ്പം ലക്ഷ്മി *ചക്കരമുത്ത്* സിനിമയിൽ കാവ്യ മാധവന്റെ അമ്മ വേഷവും ചെയ്തു. ഏറെ ശ്രദ്ധേയമായ ആ റോളിനുശേഷം അവർക്ക് തിരിഞ്ഞുനോക്കേണ്ടി വന്നിട്ടില്ല. 2008 ൽ പഴനിയപ്പന്റെ *പിരിവോം സന്ധിപ്പോം* എന്ന സിനിമയിലൂടെ അവർ തമിഴിൽ അരങ്ങേറി. മലയാളത്തിൽ *ജൂലായ് 4* (ജോഷി), *വയലിൻ* (സിബി മലയിൽ) എന്നീ സിനിമകളിലും അഭിനയിച്ചു. 2011 ൽ മിഷ്കിൻ സംവിധാനം ചെയ്ത ചേരൻ സിനിമ *യുദ്ധംസെ*യിലെ ലക്ഷ്മിയുടെ അഭിനയമികവ് വ്യാപക ശ്രദ്ധ പിടിച്ചു പറ്റി. മൂന്നു തെലുഗും ഒരു ഹിന്ദിയുമടക്കം, ചുരുങ്ങിയ കാലയളവിൽ മുപ്പതോളം സിനിമകളിൽ ലക്ഷ്മി രാമകൃഷ്ണൻ വേഷമിട്ടു.

പരസ്യവഴിയിൽ നിറഞ്ഞ രേവതി

ആഗ്രഹങ്ങൾ വഴിനടത്തിയ ഒരിടം വെട്ടിപ്പിടിച്ച സന്തോഷത്തിലാണ് രേവതി എസ് വർമ്മ എന്ന സംവിധായിക ഇപ്പോൾ. അവരുടെ ആദ്യ മലയാളസിനിമയായ *മാഡ് ഡാഡ്*' പ്രേക്ഷകരിലേക്കെത്തി. പിന്നണിയിൽ മലയാളിക്ക് അത്രയൊന്നും പരിചയമില്ലാത്ത പെൺകരുത്തിന്റെ തിളക്കം കാണും തന്റെ പുതിയ സിനിമയ്ക്കെന്ന് അവർ ഉറപ്പിച്ചുപറയും. അതുപക്ഷേ, പെണ്ണിടത്തിന്റെ പ്രത്യേകത ഒന്നുമാത്രമാണെന്ന് പറഞ്ഞാലും രേവതി വർമ്മ സമ്മതിച്ചുതരില്ല. തന്റെ സിനിമാജീവിതത്തെ ആൺ പെൺ അടരുകളിലിട്ട് വായിക്കുന്നതിൽ അവർക്ക് താൽപ്പര്യവുമില്ല. ഒരുവേള, സംസ്കാരസമ്പന്നരെന്ന് മേനി നടിക്കുന്ന മലയാളികൾ എന്തുകൊണ്ടാണ്, ഒരു പെണ്ണ് സിനിമ പിടിക്കാൻ ഇറങ്ങിയാൽ ഇത്ര അമ്പരക്കുന്നത് എന്നും അവർ അത്ഭുതംകൂറുന്നു. ഓർമയുറയ്ക്കുംമുമ്പ് കേരളത്തിൽനിന്നും ഓസ്ട്രേലിയയിൽ എത്തിയതാണ് അവരുടെ കുടുംബം. പിന്നീടതൊരു ബോളിവുഡ്

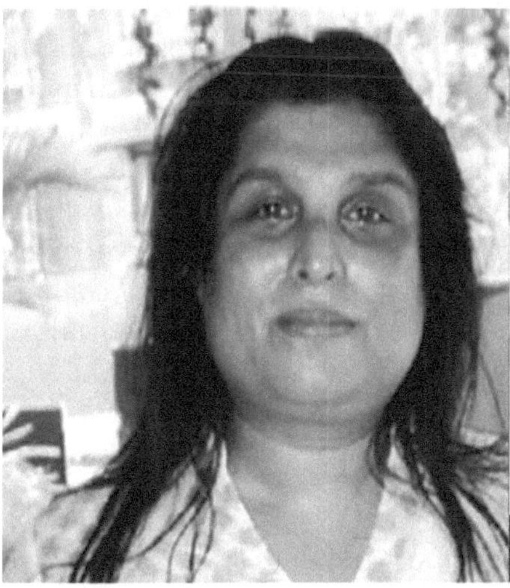

രേവതി എസ് വർമ്മ

സിനിമാക്കഥപോലെയായി. വളരെ ചെറുപ്പത്തിൽ അച്ഛനും അമ്മയും മരിച്ചു. പിന്നെ അമ്മയുടെ അച്ഛനൊപ്പം ചെന്നൈയിലും ബംഗളൂരുവിലും. മലയാളം അതിന്റെ എല്ലാ വിശുദ്ധിയോടും മിണ്ടാൻ പഠിക്കണമെന്ന മുത്തച്ഛന്റെ വാശിക്കൊപ്പം രേവതിയുടെ സിനിമാമോഹങ്ങളും വളർന്നു.

ചെറുചിത്രങ്ങളിൽ തുടങ്ങി പരസ്യചിത്രങ്ങളിൽ മേൽവിലാസം ഉറപ്പിച്ചു. പരസ്യവിപണിയിൽ അവസാനവാക്കാണ് ഇന്ന് രേവതിയുടെ ക്യാമറയും എഴുത്തും. 480 പരസ്യചിത്രങ്ങൾ പൂർത്തിയാക്കി. ''സന്തോഷം കൊണ്ടെനിക്കിരിക്കാൻ വയ്യേ....'' എന്ന ഹാപ്പി ജാം പരസ്യംപോലെ സന്തോഷം ആവർത്തിക്കുന്നതായിരുന്നു അവരുടെ ഓരോ വിപണിവിജയവും. വിശാല അർഥമുള്ള ചെറു ചിത്രങ്ങളിൽനിന്ന് ഫീച്ചർ മേഖലയാക്കി പിന്നീട് *തട്ടകം*. 2006 ൽ *ജൂൺ ആർ* എന്ന തമിഴ് സിനിമയോടെയാണ് രേവതിയുടെ സിനിമാപ്രവേശം തുടങ്ങുന്നത്. ജൂൺ ആർ എന്നുപേരുള്ള പെൺകുട്ടി (ജ്യോതിക), ആകസ്മികമായി തനിക്കൊപ്പം ചേരുന്ന ഒരമ്മയുമൊത്തുള്ള ജീവിതം മുന്നോട്ടു കൊണ്ടുപോകുന്നതിന്റെ പ്രശ്നങ്ങളാണ് സിനിമ ചർച്ച ചെയ്തത്. അപകടത്തിനിടയ്ക്ക് രക്ഷിച്ച് ആശുപത്രിയിലെത്തിച്ച അമ്മയെ രാജലക്ഷ്മി എന്നാണ് ജൂൺ വിളിച്ചത്. എന്നാൽ അവർ മകനാൽ (ബിജുമേനോൻ) ഉപേക്ഷിക്കപ്പെട്ട ഒരു അമ്മയായിരുന്നു. പേര് റാണിയമ്മാൾ. അമ്മ ആശുപത്രിയിൽ ആയതറിഞ്ഞ്, അമ്മയുടെ സ്വത്ത് കൈക്കലാക്കണമെന്ന ഉദ്ദേശ്യത്തോടെ മകൻ ജൂണിനെ സമീപിക്കുകയാണ്. മകന്റെ ധനാർത്തിയെ നിയമത്താലും അമ്മയുടെ സ്നേഹത്താലും ജൂൺ ആർ തോൽപ്പിക്കുന്നതാണ് സിനിമയുടെ കാതൽ.

ബോളിവുഡിൽ ജയാബച്ചനെയും രവീണ ടണ്ഡനെയും അണിനിരത്തി *ആപ്കെലിയേ ഹം* എന്ന പേരിൽ *ജൂൺ ആറി*നെ റീമേക്ക് ചെയ്തു. ആദ്യം ബോളിവുഡിൽ ഈ സിനിമ പുറത്തിറക്കാനായിരുന്നു രേവതി ഉദ്ദേശിച്ചിരുന്നത്. എന്നാൽ തിരക്കഥ കണ്ട ജ്യോതികയും ഖുസ്ബുവും സിനിമ ആദ്യം തമിഴിലെടുത്തു. തെലുങ്കിലും ഈ സിനിമ റീമേക്കു ചെയ്തു. തെലുങ്കിൽ മറ്റൊരു സിനിമയും രേവതി സംവിധാനം ചെയ്തിട്ടുണ്ട്. ഇതിനിടയിൽ ലങ്കൻ ഭാഷയിലും കൈവച്ചു. *യശോദ കണ്ണ* എന്ന ഈ ചിത്രമടക്കം അഞ്ച് സിനിമയ്ക്ക് ശേഷമാണ് മാതൃഭാഷയിലേക്ക് രേവതി വർമ്മ എത്തുന്നത്. ഇതിനിടയിൽ ഹോളിവുഡിലും വിളി വന്നു. അതിന്റെ ഇടവേളയിലാണ് അവർ വാഗമണ്ണിലും ഈരാറ്റുപേട്ടയിലും മലയാളത്തിന്റെ നിറഞ്ഞ കാഴ്ചകൾ പകർത്തി, *മാഡ് ഡാഡ്* പൂർത്തിയാക്കിയത്. ലാൽ, നസ്രിയ, മേഘ്നാ രാജ്, പത്മപ്രിയ, ലാലു അലക്സ്, സലിംകുമാർ, വിജയരാഘവൻ തുടങ്ങിയവരാണ് ഈ കുടുംബചിത്രത്തിൽ വേഷമിട്ടത്.

മാഡ് ഡാഡ് പുറത്തിറങ്ങിയ പശ്ചാത്തലത്തിൽ രേവതി എസ്

വർമ്മയുമായി ലേഖകൻ 2012 മേയിൽ നടത്തിയ അഭിമുഖത്തിന്റെ പ്രസക്തഭാഗങ്ങൾ *ദേശാഭിമാനി* വരാന്താപ്പതിപ്പിൽ പ്രസിദ്ധീകരിച്ചത്.

പെണ്ണ് സിനിമ പിടിക്കുന്നതിൽ അമ്പരപ്പെന്തിന്?

എങ്ങനെയുണ്ടായിരുന്നു മലയാളത്തിലെ ആദ്യ സിനിമാ അനുഭവം?

"എളുപ്പമല്ല കുഞ്ഞേ.... പറ്റുന്ന പണിക്കുപോയിക്കൂടേ.." എന്ന രീതിയിലുള്ള ചോദ്യങ്ങൾ നേരിട്ടുതന്നെയാണ് ഞാൻ മലയാളത്തിലേക്ക് വന്നത്. കൽപ്പന ചൗള ബഹിരാകാശത്തേക്ക് പറന്ന പെണ്ണനുഭവങ്ങളുടെ ലോകത്തുനിന്നാണ് മലയാളി ഇങ്ങനെ പറയുന്നത്. ഹിന്ദിയിലും തമിഴിലും മറ്റും വർക്കു ചെയ്യുമ്പോൾ ഇത്തരം ഒരനുഭവം പെണ്ണ് എന്ന നിലയ്ക്ക് നമുക്ക് ഉണ്ടാകുന്നില്ല. കാഴ്പ്പാടിലും വിവേകത്തിലും ഒരുപാട് മുമ്പന്തിയിലാണ് മലയാളി എന്നു പറയുമ്പോൾത്തന്നെയാണ് ഇത്തരമൊരു അനുഭവം. മലയാള സിനിമാ വ്യവസായത്തിന്റെ പിന്നണിയിൽ സ്ത്രീസാന്നിധ്യം കുറവായതായിരിക്കാം ഇങ്ങനെയുള്ള വിലയിരുത്തലിന് പിന്നിൽ.

സംവിധായിക എന്ന വലിയ ദൗത്യം ഏറ്റെടുക്കാൻമാത്രം കരുത്തുറ്റതാണോ പെണ്ണുങ്ങൾ എന്ന സംശയം ഒരുപക്ഷേ മാധ്യമങ്ങളും പ്രകടിപ്പിക്കുന്നുണ്ടോ?

അതെ. മലയാളത്തിൽ അതൊരു പ്രശ്നം തന്നെയാണ്. എന്റെ അടുത്തൊരു സുഹൃത്തുതന്നെ പറഞ്ഞു, ഹൃദയ ശസ്ത്രക്രിയ പോലുള്ള സങ്കീർണമായ കാര്യങ്ങൾ പെൺ ഡോക്ടർമാരെ ഏൽപ്പിക്കാൻ ഭയമാണെന്ന്. അത്രയ്ക്കും സങ്കുചിതമായ ചിന്ത മലയാളിക്ക് എളുപ്പം ഉണ്ടാകുന്നുണ്ടെന്നത് സത്യമാണ്. ചെറുപ്പം മുതലേ മുത്തച്ഛന്റെ കൈപിടിച്ചു നടന്ന എനിക്ക് എല്ലാം എന്റെ ആഗ്രഹപ്രകാരം നടന്നുകൊള്ളുമെന്ന ഉറപ്പ് മനസിലുണ്ട്. സർഗസൃഷ്ടിയിൽ എനിക്കുള്ള ആത്മവിശ്വാസം തന്നെയാണ് എന്റെ ആഗ്രഹത്തെയും വഴിനടത്തുന്നത്. *മാഡ് ഡാഡി*ന്റെ ചിത്രീകരണം ഈ മഴക്കാലത്ത് വാഗമണ്ണിലും മറ്റുമാക്കിയത് വിഡ്ഢിത്തമായാണ് ചില സഹപ്രവർത്തകർ കണ്ടത്. മഴയായതിനാൽ ചിത്രീകരണം മുടങ്ങും എന്ന് വിചാരിച്ചാണ് പലദിവസവും ഞങ്ങൾ വാഗമണ്ണിലെത്തിയതുതന്നെ. പക്ഷേ, ചിത്രീകരണസമയത്തെല്ലാം മഴ മാറിനിന്നെന്നുമാത്രമല്ല; സിനിമയുടെ എല്ലാത്തരത്തിലുമുള്ള പശ്ചാത്തലത്തിന് അനുയോജ്യമായ ഷോട്ടുകൾ പ്രകൃതിതന്നെ എനിക്ക് ഒരുക്കിത്തന്നു. കംപ്യൂട്ടറിൽ ചെയ്യാനിരുന്ന ഇരട്ട കളർ മഴവില്ലുവരെ ഒറിജിനലായി വാഗമണ്ണിൽനിന്ന് ചിത്രീകരിക്കാൻ എനിക്കായി. ഏറ്റവും സാങ്കേതികത്തികവാർന്ന ഹെലിക്യാം അടക്കമുള്ള ക്യാമറകളാണ് ഞാൻ ചിത്രീകരണത്തിന് ഉപയോഗിച്ചത്. ഇതിനെല്ലാം പറ്റിയ കാലാവസ്ഥ വാഗ

മണ്ണും ഈരാറ്റുപേട്ടയും ഈ കർക്കടകത്തിലും എനിക്ക് ഒരുക്കിത്തന്നു.

നഗരകേന്ദ്രീകൃതമായ പുതിയ കഥകളുമായി ഒരുപറ്റം ചെറുപ്പക്കാർ മലയാളസിനിമയിൽ സജീവമാണ്. നവതരംഗം എന്നൊക്കെ വിളിക്കുകയാണ് പ്രേക്ഷകർ അതിനെ. ശ്രദ്ധിച്ചിരുന്നോ അത്തരം സിനിമകളെ?

ടെക്നോളജിയിലും മറ്റും നല്ല ഗ്രാഹ്യമുള്ള പുതിയ ഒത്തിരി ചെറുപ്പക്കാർ മലയാളത്തിൽ സജീവമായുണ്ട്. അവർ നന്നായി കാര്യങ്ങൾ അവതരിപ്പിക്കുന്നുമുണ്ട്. പറയാനുള്ളത് വളരെ ചെറിയ കാര്യങ്ങളാവും. അത് മനോഹരമായ രീതിയിൽ സത്യസന്ധമായി അവർ പറയുന്നു എന്നുള്ളതാണ്. അതേസമയം ഇംഗ്ലീഷടക്കമുള്ള ഒത്തിരി വിദേശചിത്രങ്ങൾ കണ്ട് അത് അതേപടി കോപ്പിയടിക്കുന്ന പ്രവണതയും ഉണ്ടോ എന്നും സംശയമുണ്ട്. പാശ്ചാത്യസംസ്കാരത്തിന്റെ അതേ സങ്കൽപ്പമല്ല ഇവിടെ പങ്കുവയ്ക്കേണ്ടത്. അങ്ങനെവരുമ്പോൾ കോപ്പിയടിയിൽ ചില ധാർമിക പ്രശ്നങ്ങളും ഉദിക്കുന്നുണ്ട്. ഞാനിപ്പോൾ ഹോളിവുഡിൽ ഒരു സിനിമയുടെ ചർച്ചയിലാണ്. അങ്ങനെ ചെയ്യുമ്പോഴും ഇന്ത്യയടക്കമുള്ള മൂന്നാംലോകരാജ്യങ്ങളെ ഇകഴ്ത്തിയുള്ള സിനിമയായിരിക്കില്ല അതെന്ന ഉറച്ച ബോധ്യവും എനിക്കുണ്ട്. ഇന്ത്യയുടെ സംസ്കാരം ഉയർന്നതാണെന്ന ബോധ്യം ഉള്ളിൽ വച്ചു മാത്രമേ ഇന്ത്യൻ സംവിധായിക എന്ന നിലയിൽ ഞാൻ ഹോളിവുഡ് ചർച്ചയ്ക്ക് ഇരുന്നുകൊടുക്കൂ.

ഞാൻ ചെയ്ത ശ്രീലങ്കൻ സിനിമ *യശോദ കണ്ണ*യും ഉയർത്തിപ്പിടിച്ചത് സമ്പന്നമായ ദക്ഷിണേഷ്യൻ കാഴ്ചപ്പാട് തന്നെയാണ്. ഡോക്യുഫിക്ഷൻ മോഡലിൽ ചെയ്ത ആ സിനിമയിൽ ദക്ഷിണേഷ്യ എന്ന മഹത്തരമായ ആഗോള രാഷ്ട്രീയസംസ്കാരത്തെയാണ് ഞാൻ മുന്നോട്ടുവച്ചത്. ഇത്രമാത്രം സാംസ്കാരിക പാരമ്പര്യവും സമ്പത്തുമുള്ള ലങ്ക ഇന്നത്തെ അവസ്ഥയിൽ എത്തിയ സാഹചര്യത്തിന്റെ ആഗോളസാഹചര്യവും മറ്റും ഞാൻ ചർച്ചയ്ക്ക് വച്ചിരുന്നു. ആ സിനിമ കണ്ടാണ് എനിക്ക് ഹോളിവുഡ് ക്ഷണം ലഭിച്ചത്.

അഞ്ജലി മേനോന്റെ സിനിമകൾ കണ്ടിരുന്നോ?

നല്ല കഴിവുള്ള സംവിധായികയാണവർ. *ഹാപ്പി ജേണി* എന്ന അവരുടെ ഹ്രസ്വചിത്രം ഞാൻ അപാരമായി ആസ്വദിച്ചു.

പരസ്യചിത്ര സംവിധായിക എന്ന നിലയിൽ?

മലയാളത്തിൽ ഹാപ്പി ജാമിനും മലബാർ ഗോൾഡിനും വേണ്ടി ചെയ്ത പരസ്യങ്ങൾ ഏറെ ഹിറ്റായി. വിഷൽ മീഡിയയിലെ ഏതുമേഖലയിലും ഏറെ ആനന്ദം അനുഭവിച്ചുതന്നെയാണ് ഞാൻ ജോലി പൂർത്തിയാക്കുന്നത്. പരസ്യചിത്രീകരണത്തിലെ കൃത്യത സിനിമയിലും കരുത്താകുന്നുണ്ട്. ഹിന്ദിയിൽ പ്ലാൻ ചെയ്തിരുന്ന ഒരു പ്രോജക്ടായിരുന്നു *മാഡ്*

ഡാഡ്. അമിതാഭ് ബച്ചന്റെ ഡേറ്റ് കിട്ടാത്തതിനെ തുടർന്നാണ് മലയാളത്തിൽ ലാലിനെ വച്ച് ചെയ്യാൻ തീരുമാനിച്ചത്. അതെഴുതുമ്പോൾത്തന്നെ ലാൽ എന്റെ മനസിൽ അച്ഛനായി ഉണ്ടായിരുന്നു. മുത്തച്ഛന്റെ കൈപിടിച്ചുനടന്ന *ഇന്നലെ*കളിൽ നിന്ന് ഊർജം ഉൾക്കൊണ്ടാണ് ഞാൻ ഇതിലെ ഡാഡിയെ സൃഷ്ടിച്ചത്. അതിന് അകമ്പടിയായി ഗൃഹാതുരതയുടെ നിറഞ്ഞ സംഗീതവും സമൃദ്ധമായ കേരളീയ ഗ്രാമീണദൃശ്യങ്ങളുമുണ്ട്.

ഫിലിമോഗ്രാഫി

ജൂൺ ആർ (2006)
ആപ് കേലിയേ ഹം
യശോദ കണ്ണ
മാഡ് ഡാഡ്

എഴുത്തിന്റെ കരുത്ത്; കരുത്തിന്റെ സിനിമ

കവി, അഭിനേത്രി, നാടകപ്രവർത്തക, പൊതുപ്രവർത്തക തുടങ്ങിയ മേഖലകളിലെ കരുത്ത് തിരശ്ശീലയ്ക്കും മുതൽകൂട്ടാക്കിയ സംവിധായികയാണ് ലീന മണിമേഖല. തമിഴ്നാട് വിരുദുനഗറിൽ മഹാരാജപുരം സ്വദേശിയായ ലീന, തെരുവു നാടക പ്രസ്ഥാനത്തിലൂടെയാണ് കലാലോകത്തെത്തുന്നത്. എൻജിനീയറിംഗ് ബിരുദത്തിനു ശേഷമാണ്, തന്റെ വഴി സിനിമയും അഭിനയവും എഴുത്തുമാണെന്ന തിരിച്ചറിവിലേക്ക് ലീന പ്രവേശിക്കുന്നത്.

ലീന മണിമേഖല

പറയാനുള്ള കാര്യങ്ങൾ, കാർക്കശ്യത്തോടെ തുറന്നു പറയാനുള്ള ശാഠ്യമാണ്, ലീനയെ ദൃശ്യമാധ്യമ ലോകത്ത് വ്യത്യസ്തയാക്കിയത്. ഡോക്യുമെന്ററി സംവിധായിക എന്ന നിലയിലാണ് ഇന്നും ലീനയെ സിനിമാലോകം അടയാളപ്പെടുത്തുന്നത്. അതേസമയം *സെങ്കടൽ* എന്ന സിനിമ, പ്രമേയപരമായ വ്യത്യസ്തതകൊണ്ടും ജാഗ്രതകൊണ്ടും കൈയടക്ക

മുള്ള സംവിധായികയെന്ന നിലയിലേക്ക് ലീനയെ കൈപിടിച്ച് കയറ്റുന്നുമുണ്ട്. സ്ത്രീപക്ഷ ചിന്താഗതിയും പോരാട്ടവും, ദളിത്- പരിസ്ഥിതി കാഴ്ചപ്പാടിലെ കരുത്ത്, ഫിലിം സൊസൈറ്റി പ്രവർത്തനങ്ങളിലൂടെ കിട്ടിയ സിനിമാ വീക്ഷണം തുടങ്ങിയ കാര്യങ്ങളെല്ലാം ലീനയുടെ ഡോക്യുമെന്ററികൾക്കും സിനിമയ്ക്കും വേറിട്ട പാതയൊരുക്കി. *സെങ്കടലിന്റെ* രൂപം തന്നെ ഡോക്യുഫിക്ഷന്റെ മൂശയിൽ തീർത്ത ഫീച്ചർ സിനിമയായാണ്. കഥയും കഥാപാത്രങ്ങളും തയാറാക്കി, അഭിനേതാക്കളെ അതിലേക്ക് പകർന്നാട്ടം നടത്തിക്കുക എന്ന ഫീച്ചർ രീതിയിൽ നിന്നും ഭിന്നമായി, യഥാതഥമായ കഥാപാത്രങ്ങളെ ക്യാമറക്കണ്ണുവഴി പിന്തുടർന്ന്, ഫീച്ചർ സിനിമയേക്കാളും ഭീകരമായി യാഥാർഥ്യം കാട്ടി നമ്മെ ഞെട്ടിക്കുന്നു ലീന *സെങ്കടൽ* എന്ന സിനിമയിലും ഇതര ഹ്രസ്വചിത്രങ്ങളിലും.

2011 ൽ പുറത്തിറക്കിയ *സെങ്കടൽ* (മരിച്ച കടൽ), ചിത്രീകരണ സമയത്തു തന്നെ വിവാദം പടർത്തിയ സിനിമയാണ്. ശ്രീലങ്കയിലെ ആഭ്യന്തര കലാപം ധനുഷ്കോടിയിലെ മത്സ്യതൊഴിലാളികളുടെ ജീവിതത്തെ എങ്ങനെയെല്ലാം ദുരിതത്തിലാക്കി എന്നാണ് സിനിമ കാട്ടിത്തരുന്നത്. ഇരകളെ തന്നെ കഥാപാത്രമാക്കി അവതരിപ്പിച്ച സിനിമയിൽ, കഥാപാത്രങ്ങൾ, അവരുടെതന്നെ തീക്ഷ്ണമായ അനുഭവങ്ങളുടെ വെളിച്ചത്തിൽ സംസാരിക്കുന്നത് കാണാം. ചിരപരിചിതമായ ഫീച്ചർ സിനിമാ പരിസരത്തെ അട്ടിമറിച്ച ഈ സിനിമ, ഇന്ത്യൻ സെൻസർ ബോർഡ് നിയമങ്ങളെ മറികടക്കുന്നതാണെന്ന പരാതിയും തുടക്കം മുതലേ ഉയർന്നു. ഇന്ത്യാ-ശ്രീലങ്ക നയതന്ത്ര ബന്ധത്തിന് ഉലച്ചിലുണ്ടാക്കുന്നത്, സഭ്യേതരമായ പ്രയോഗങ്ങൾ ധാരാളം ഉള്ളത്, ഇരുരാജ്യങ്ങളിലെയും ഭരണതലവന്മാരെ പ്രത്യക്ഷത്തിൽ വിമർശിക്കുന്നത് തുടങ്ങിയ കാരണങ്ങൾ നിരത്തി സിനിമയെ സെൻസർ ബോർഡ് പിടികൂടി. ലീന തുടർന്ന് നടത്തിയ നിയമപോരാട്ടത്തിനൊടുവിൽ ഏഴുമാസത്തിനുശേഷം സിനിമയ്ക്ക് എ സർട്ടിഫിക്കറ്റോടെ പ്രദർശനാനുമതി ലഭിച്ചു.

ലീന കൂടി അഭിനയിച്ച *സെങ്കടലി*ലെ മറ്റു നടന്മാരെല്ലാം ധനുഷ്കോടി തീരത്തെ മത്സ്യതൊഴിലാളികൾ തന്നെയാണ്. ആഭ്യന്തരകലാപം രൂക്ഷമായ 2009 ഫെബ്രുവരി മുതൽ മെയ് വരെയുള്ള ധനുഷ്കോടിയുടെ തീരമാണ് സിനിമയിലെ പ്രമേയം. ലങ്കൻ വ്യോമാക്രമണത്തിൽ അനാഥരായ ആയിരങ്ങൾ ഇന്ത്യൻ തീരത്തടിയുന്നതിന്റെ കാലികവും രാഷ്ട്രീയവുമായ പ്രശ്നങ്ങളാണ് സിനിമ ചർച്ചയ്ക്ക് വെച്ചത്. അധികാരികൾക്കെതിരെ പലപ്പോഴായി യുദ്ധത്തിന്റെ ഇരകൾ- അവരിൽ വിധവകളും രക്ഷിതാക്കൾ നഷ്ടപ്പെട്ട കൊച്ചുകുട്ടികളുമുണ്ട്- കടുത്ത ഭാഷയിൽ തീതുപ്പി. സ്വാഭാവികമായും അധികാരികൾക്ക് ഇഷ്ടപ്പെടാത്ത ഈ സംഭാഷണ ശകലങ്ങളിലാണ് പ്രാദേശിക സെൻസർ ബോർഡ്

പിടിമുറുക്കിയത്. അതേസമയം, ധനുഷ്കോടി ബാക്കി വച്ച കടുത്ത യാഥാർഥ്യങ്ങളെ ഭരണകൂടങ്ങൾക്ക് മറന്നുകളയാനാകില്ലെന്ന സത്യവും സിനിമ വിളിച്ചുപറയുന്നു. ലീന മണിമേഖലയും മുനുസ്വാമി എന്ന മത്സ്യതൊഴിലാളിയും റോസ് മേരി എന്ന എൻ ജി ഒ പ്രവർത്തകയും തമ്മിലുള്ള സംഭാഷണശകലങ്ങളിലൂടെയാണ് സിനിമയുടെ വികാസം. അഭയാർഥികളുടെ ജീവിതദുരിതം, അത് പരിഹരിക്കാൻ കഴിയാത്ത രാജ്യങ്ങളുടെ നയതന്ത്രപരാജയം, യുദ്ധവെറിയിൽ മാത്രം താൽപ്പര്യമുള്ള രാഷ്ട്രതന്ത്രം തുടങ്ങിയ കാര്യങ്ങളിലൂടെയെല്ലാം ഇവർ മൂവരുടെ സഞ്ചാരം മുന്നേറുകയാണ്.

നിരവധി രാജ്യാന്തര മേളകളിൽ പ്രദർശിപ്പിച്ച സിനിമ, 2011 ഗോവ രാജ്യാന്തര മേളയിൽ പനോരമ വിഭാഗത്തിൽ പ്രദർശിപ്പിച്ചു. തമിഴന്റെ തീവ്രദേശീയതയെ പ്രോത്സാഹിപ്പിക്കുന്ന സിനിമയാണിതെന്നും ഫലത്തിൽ എൽ ടി ടി ഇ അനുകൂല സിനിമയാണിതെന്നും വരെയുള്ള വിമർശനവും ഉയർന്നുകേട്ടു.

നാടകപ്രവർത്തനമടക്കമുള്ള സർഗജീവിതത്തിന്റെ കരുത്തിൽ 2003 മുതൽ ലീന മണിമേഖല, ഡോക്യുമെന്ററി- ഹ്രസ്വചിത്ര മേഖലയിൽ സജീവമായുണ്ട്. 2003 ലാണ് ലീനയുടെ ആദ്യ ഡോക്യുമെന്ററി *മാതമ്മ* പുറത്തിറങ്ങിയത്. ആരോക്കോണത്തിനടുത്ത് മങ്ങാട്ടുചേരിയിലുള്ള അരുന്ധതിയാർ സമുദായത്തിൽ നിലവിലുള്ള ദൈവാരാധനയാണ് ഡോക്യുമെന്ററി വിഷയമാക്കിയത്. പെൺകുട്ടികളെ ദൈവമായി ആരാധിക്കുന്ന ആചാരം അരുന്ധതിയാർ സമുദായത്തിലുണ്ട്. ദളിത് സ്ത്രീകളോട് സ്വന്തം സമുദായവും മറ്റുസമൂഹവും പുലർത്തുന്ന പേടിപ്പിക്കുന്ന വിവേചനമാണ്, ലീനയുടെ രണ്ടാമത്തെ ഡോക്യുമെന്ററിയായ *പരായ്* (2004) വിഷയമാക്കിയത്. ആ വർഷംതന്നെ തമിഴ് പിന്നോക്ക ഗ്രാമങ്ങളുടെ ബഹുമുഖമായ പ്രതിസന്ധികൾ ചർച്ച ചെയ്ത *ബ്രേയ്ക്ക് ദ ഷാക്കിൾസ്* ഡോക്യുമെന്ററിയും പുറത്തിറക്കി. ആഗോളവൽക്കരണാനന്തരം ഗ്രാമങ്ങളോടുള്ള സാമൂഹ്യമായ വിവേചനം കൂടിയതായി ഈ ഡോക്യുമെന്ററിയിലൂടെ ലീന സമർഥിച്ചു. ഇതിനായി അവർ നൂറിലധികം തമിഴ് ഗ്രാമങ്ങളിലൂടെ ക്യാമറയുമായി സഞ്ചരിച്ചു. ഗ്രാമീണ മനസുകളുടെ മാറുന്ന വ്യവഹാരങ്ങൾ ചാരുതയോടെ അവതരിപ്പിച്ച *പ്രണയനഷ്ടം* എന്ന വീഡിയോ 'കാവ്യവും' ലീന ഇതിനിടയിലിറക്കി. തന്റെ കാവ്യസമാഹാരത്തിന്റെ ചുവടുപിടിച്ചായിരുന്നു ഇത്. ഇതിൽ നായികാവേഷവും ലീന തന്നെ ചെയ്തു.

വിദ്യാർഥി രാഷ്ട്രീയം ചർച്ച ചെയ്ത ലീനയുടെ മറ്റൊരു പ്രധാന ഡോക്യുമെന്ററിയാണ് കണക്റ്റിംഗ് ലൈൻസ് (2005). ജർമനിയിലെയും ഇന്ത്യയിലെയും നാലു വിദ്യാർഥികളാണ് ഈ ചിത്രത്തിൽ കാമ്പസ് രാഷ്ട്രീയത്തെപ്പറ്റി സംസാരിച്ചത്. മധ്യതമിഴ്നാട്ടിലെ കമ്പളത്തുനായ്ക്കർ ജനവിഭാഗങ്ങളിൽ വ്യാപകമായ ബാല്യവിവാഹത്തിന്റെ വിവിധ പ്രശ്നങ്ങൾ

ചർച്ച ചെയ്ത *ആൾട്ടർ* (2005) എന്ന ലീനയുടെ ഡോക്യുമെന്ററിയും ഏറെ അംഗീകാരം ലഭിച്ചതാണ്. 2004 ൽ തമിഴ് തീരങ്ങളെ ഇല്ലാതാക്കിയ സുനാമി, കുട്ടികളിലുണ്ടാക്കിയ സാമൂഹ്യഭീതിയും ഒറ്റപ്പെടുത്തലും ചർച്ചയാക്കിയ *തിര പിന്നെയും തിര* (2006) ഏറെ ചർച്ചയായി. ഇതിന്റെ ചുവടുപിടിച്ച് സുനാമി പുനരധിവാസ സന്നദ്ധ പ്രവർത്തനത്തിലും ലീന സജീവമായി.

ആണുങ്ങൾ മാത്രം കൈയടക്കിയ തൊഴിൽമേഖലയിൽ വിജയം കുറിച്ച മൂന്നു പെണ്ണുങ്ങളെക്കുറിച്ചുള്ള ഡോക്യുമന്ററി – *ദേവതകൾ* 2008 ൽ പുറത്തിറങ്ങി. മീൻപിടുത്തം, ശവക്കുഴി വെട്ട്, ശ്മശാനം കാവൽ തുടങ്ങിയ ജോലി ചെയ്ത സ്ത്രീകളെയാണ് ഈ ചിത്രത്തിൽ ലീന അവതരിപ്പിച്ചത്. ചെന്നൈ നഗരത്തിലെ കുടിവെള്ള ക്ഷാമം, വിവിധ തരം വരുമാനക്കാർക്കിടയിൽ ഏതൊക്കെ തലത്തിലാണ് ബാധിക്കുക എന്ന് നിരീക്ഷിച്ച *ബക്കറ്റിലെ ദ്വാരം* എന്ന ഹ്രസ്വചിത്രവും ശ്രദ്ധേയമായി. നഗരങ്ങളിൽ പറഞ്ഞു പഴകിയ മാലിന്യമടക്കമുള്ള പരിസ്ഥിതി പ്രശ്നങ്ങൾക്കപ്പുറം കുടിവെള്ള വിതരണത്തിലെ വർഗ സ്വഭാവവും ആഘാതവും ഈ ഡോക്യുമെന്ററി കാട്ടിത്തരുന്നു. 2007 ലെ സ്റ്റോക്ഹോം ജല സിമ്പോസിയത്തിൽ ഈ ചിത്രം പ്രദർശിപ്പിച്ചു.

മികച്ച ഡോക്യുമെന്ററിയടക്കം 15 ൽ അധികം രാജ്യാന്തര അവാർഡും ലീനയ്ക്ക് ലഭിച്ചിട്ടുണ്ട്. ലോകത്തെ മിക്ക സ്ത്രീ ചിത്രമേളകളിലും സ്ഥിരം സാന്നിധ്യമാണ് ഇവർ.

കവി, അഭിനേത്രി എന്ന നിലയിലും ലീന മണിമേഖല തമിഴിൽ സാന്നിധ്യമുറപ്പിച്ചു. സംവിധായകൻ ചെയ്ത *സെങ്കടലി*ലെ മികച്ച അഭിനയവും ഏറെ പ്രശംസിക്കപ്പെട്ടു. ശിവകുമാർ സംവിധാനം ചെയ്ത *ചെല്ലമ്മ* (2004), *വെള്ളപ്പൂച്ച* (2004) തുടങ്ങിയ സിനിമകളിലും ലീന മുഖ്യവേഷമിട്ടു.

ഒറ്റയിലയിൽ (2003), *ഉലകിൻ അഴകിയ മുതൽ പെൺ* (2009), *പറൈതെയാരുൾ റാണി* (2001) എന്നീ മൂന്ന് കാവ്യ സമാഹാരങ്ങളും ലീന പുറത്തിറക്കി. തമിഴ് ലിറ്ററി ഗാർഡൻ അവാർഡ്, ശിർപി സാഹിത്യ അവാർഡ് തുടങ്ങിയ അംഗീകാരങ്ങളും കവി എന്ന നിലയിൽ ലീനയ്ക്ക് ലഭിച്ചിട്ടുണ്ട്.

അകം നീറ്റിയ സിനിമാക്കാഴ്ചകൾ

മലയാറ്റൂർ രാമകൃഷ്ണന്റെ വിശ്രുതമായ *യക്ഷി* (1967) എന്ന നോവലിന് വീണ്ടും ദൃശ്യഭാഷ പകർന്നാണ് മലയാളിയായ *ശാലിനി ഉഷാ നായർ* സംവിധായികയാകുന്നത്. *അകം* എന്ന ശാലിനിയുടെ കന്നി സിനിമ നിരവധി രാജ്യാന്തര മേളകളിൽ ശ്രദ്ധ പിടിച്ചു പറ്റി.

മലയാളത്തിലെ ആദ്യ സൈക്കോ ത്രില്ലർ സിനിമയായി (1968), കെ എസ് സേതുമാധവൻ *യക്ഷി* എന്ന പേരിൽ മലയാറ്റൂരിന്റെ നോവൽ സിനിമയാക്കിയിരുന്നു. സത്യനും ശാരദയും വേഷമിട്ട ഈ സിനിമ അക്കാലത്ത് പുതിയ പരീക്ഷണ സിനിമയായി വിലയിരുത്തപ്പെട്ടു. 45 വർഷത്തിനുശേഷം, അതേ കഥാപശ്ചാത്തലം പുതിയ കാലത്തേക്ക് പറിച്ചുനട്ടാൽ എന്താണ് സംഭവിക്കുക എന്ന പരിശോധനയാണ് *അകം* എന്ന സിനിമയിലൂടെ ശാലിനി പരിശോധിച്ചത്.

ശാലിനി ഉഷാ നായർ

45 വർഷം മുമ്പ് *യക്ഷി* എന്നത്, മിത്തിനേക്കാൾ വലിയ യാഥാർഥ്യമായിരുന്നു. *യക്ഷി*യെന്ന മിത്തിനെ അമൂർത്തമായ ഒരു അപരമായി ആൾക്കാർ കണ്ടു. അങ്ങനെ വരുമ്പോൾ, പ്രേതകഥയിൽനിന്നും വിഭിന്നമായ ഒരു വായന അക്കാലത്ത് *യക്ഷി* സിനിമയ്ക്ക് ലഭിച്ചിരുന്നില്ല. ഇവിടെയാണ്

ശാലിനിയുടെ *അകം* പ്രസക്തമാകുന്നത്.

നമ്മുടെ തന്നെ ഭീതിയുടെ മറ്റൊരു അപരത്വമാണ് *യക്ഷി*, എന്ന മനഃശാസ്ത്ര വിശകലനത്തിന്റെ പശ്ചാത്തലത്തിലാണ് *അകം* ചിത്രീകരിച്ചത്. പെൺ മനഃശാസ്ത്രത്തോടുള്ള ആണധികാരത്തിന്റെ ഭയവും അകൽച്ചയും സൂക്ഷ്മമായി *അകം* എന്ന സിനിമയിൽ ശാലിനി ചർച്ച ചെയ്യുന്നുണ്ട്. കാമുകിയായ താരയ്ക്കൊപ്പം സന്തോഷത്തോടെ ജീവിക്കുകയാണ് എൻജിനീയറായ ശ്രീനി (ഫഹദ് ഫാസിൽ). ഇടയ്ക്കുണ്ടായ ഒരപകടത്തെ തുടർന്ന് മനോനില വിഭ്രാന്തിയിലായിപ്പോയ ശ്രീനിയെ ഉപേക്ഷിച്ച് താര പോകുന്നു. ഇതിനിടയിൽ പരിചയപ്പെട്ട രാഗിണി ശ്രീനിയുടെ എല്ലാത്തരം മാനസിക വിശ്ലേഷണങ്ങളോടും പൊരുത്തപ്പെട്ട് കല്യാണത്തിന് തയാറാകുന്നു. സൗന്ദര്യത്തിലും പെരുമാറ്റത്തിലും ഗൂഢമായ ചില തലങ്ങളുള്ള പെണ്ണായയാണ്, തുടക്കം മുതൽ ശ്രീനി രാഗിണിയെ കാണുന്നത്. വിവാഹത്തിനുശേഷം ഈ സംശയം ബലപ്പെട്ടു. രാഗിണി ഒരു യക്ഷിയാണെന്നുവരെ ശ്രീനിയുടെ അബോധമനസ്സ് വിധി കൽപ്പിക്കുകയാണ്. ഇതേ തുടർന്നുണ്ടാകുന്ന ശ്രീനിയുടെ അകക്കാഴ്ചകളിലെ സംഘർഷങ്ങളാണ് സിനിമ. ഒരർഥത്തിൽ, മെയിൽ ഷോവനിസത്തിന്റെ *അകങ്ങളിൽ* ചുട്ടുനീറുന്ന പെണ്ണെന്ന പ്രഹേളികയെ തന്നെയാണ് യക്ഷിയായി ശ്രീനിയും പ്രേക്ഷകരും കാണുന്നത്.

തിരുവനന്തപുരത്തും പരിസരത്തും ചിത്രീകരിച്ച സിനിമയിൽ സ്പോട്ട് ശബ്ദ ലേഖനമാണ് പരീക്ഷിച്ചത്. 2011 ൽ പൂർത്തിയായ സിനിമ, ആ വർഷം തന്നെ തിരുവനന്തപുരം, ദുബായി രാജ്യാന്തര മേളയിൽ പ്രദർശിപ്പിച്ചു. 2012 ൽ ഷാങ്ഹായി മേളയിലെ ലോക പനോരമ വിഭാഗത്തിലും *അകം* പ്രദർശിപ്പിച്ചു.

സൗഹൃദത്തിന്റെയും പ്രൊഫഷണൽ ഇഴയടുപ്പത്തിന്റെയും കൂട്ടായ്മയിലാണ്, തുടക്കക്കാരിയാണെങ്കിലും *അകം* ഉദ്ദേശിച്ച രീതിയിൽ തന്നെ പൂർത്തിയാക്കാൻ കഴിഞ്ഞതെന്ന് ശാലിനി പറയുന്നു. വനിതാ സംവിധായിക എന്നത് ക്രിയേറ്റിവിറ്റിയിൽ ഒരു പരാധീനതയേയല്ല. അത്തരമൊരു ജെൻഡർ ചിന്ത സിനിമയുടെ മേയ്ക്കിങ്ങിനിടയിൽ ഉണ്ടാകുന്നേയില്ല. അതേസമയം, പെൺ സൗഹൃദങ്ങളുടെ വലിയ കരുത്ത് തന്റെ സിനിമയ്ക്ക് മുതൽക്കൂട്ടായിട്ടുണ്ടെന്ന് ശാലിനി പറയുന്നു.

ബീനാപോൾ, *അകം* സിനിമയുടെ കാസ്റ്റിങ് ഡയറക്ടറായി വന്ന ഗീതു മോഹൻദാസ്, എഡിറ്ററായി വന്ന അരുണിമ ശങ്കർ, വസ്ത്രാലങ്കാരം ചെയ്ത സിലാര ജേക്കബ്, അഭിനയിച്ച സജിത മഠത്തിൽ... എന്നിങ്ങനെ തുടരുന്നു ആ സുഹൃദനിര. പ്രേഗ് ഫിലിം ഇൻസ്റ്റിറ്റ്യൂട്ടിൽ ശാലിനിയുടെ സഹപാഠിയായ ക്രിസ്റ്റഫർ ജോൺ സ്മിത്താണ് സിനിമയുടെ ക്യാമറ കൈകാര്യം ചെയ്തത്. നടൻ പ്രകാശ് ബാരെ, ഷെല്ലി തുടങ്ങിയവരും സിനിമയിൽ വേഷമിട്ടു.

ചെക്ക് റിപ്പബ്ലിക്കിലെ പ്രേഗ് ഫിലിം ഇൻസ്റ്റിറ്റ്യൂട്ട്, ചെന്നൈ ഏഷ്യൻ കോളേജ് ഓഫ് ജേർണലിസം എന്നിവിടങ്ങളിൽ വിദ്യാഭ്യാസം പൂർത്തി

യാക്കിയാണ് ശാലിനി സിനിമാ ലോകത്തെത്തുന്നത്. പത്തുവർഷം ബോളിവുഡിലും മറ്റും പ്രശസ്ത സംവിധായകന്മാരുടെ സഹസംവിധായികയായി പ്രവർത്തിച്ചു.

ഫിലിമോഗ്രാഫി

മാതമ്മ	(2003)
പരായ്, ബ്രേയ്ക്ക് ദ ഷാക്കിൾസ്	(2004)
പ്രണയനഷ്ടം	(2005)
കണക്ടിംഗ് ലൈൻസ്, ആൾട്ടർ	(2005)
തിര പിന്നെയും തിര	(2006)
ദേവതകൾ, ബക്കറ്റിലെ ദ്വാരം	(2008)
സെങ്കടൽ	(2011)

www.ingramcontent.com/pod-product-compliance
Lightning Source LLC
LaVergne TN
LVHW100813051026
849519LV00006B/2075
* 9 7 8 9 3 8 3 4 3 2 4 6 2 *